தண்டனை

தஹர் பென் ஜெலூன்

பிரஞ்சிலிருந்து தமிழில்

சு.ஆ. வெங்கட சுப்புராய நாயகர்

தடாகம்

தடாகம்

தண்டனை

- ஆசிரியர்: தஹர் பென் ஜெலூன்
- முதற்பதிப்பு: பிப்ரவரி 2022
- பிரஞ்சிலிருந்து தமிழில்: சு. ஆ. வெங்கட சுப்புராய நாயகர்
- பக்க வடிவமைப்பு: கி. ஆஷா
- அட்டை ஓவியம்: முரளிதரன் அழகர்
- அட்டை வடிவமைப்பு: வெ. பாலாஜி

Copyright © Editions Gallimard, Paris, 2018

Book Name in French & Author Name: **La Punition** a French Novel by **Tahar BEN JELLOUN**

Tamil translation copyright © Thadagam, Chennai, 2022

Book Name in Tamil & Translator Name: **Thandanai** translated by
S. A. Vengada Soupraya Nayagar

PAP TAGORE

www.bibliofrance.in

"The Work is published with the support of the Publication Assistance Programs of the Institut français."

© All rights reserved. No part of this publication may be reproduced or transmitted in any form or by any means, electronic or mechanical, including photocopy, recording, or any information storage and retrieval system, without permission in writing from the publisher.

Published by:

THADAGAM
No.112, First Floor, Thiruvalluvar Salai
Thiruvanmiyur, Chennai 600 041
Ph: +91-98400-70870
www.thadagam.com | info@thadagam.com

ISBN: 978-93-93361-14-1

Published on February 2022

Price: ₹ **200**

தஹர் பென் ஜெலூன் (1944)

வட ஆப்பிரிக்க பின்காலனித்துவ எழுத்தாளர்கள் வரிசையில் முன்னணியில் நிற்கும் ஜெலூன், பிரஞ்சு மொழியினைத் தாய் மொழியாய்க் கொள்ளாத எழுத்தாளர்களின் படைப்புகளில் அதிக மாக மொழிபெயர்க்கப்பட்ட பெருமைக்குரியவர்.

மொராக்கோவில் பிறந்த இவர், தாய்மொழியான அரபு மொழியில் எழுதாமல் பிரஞ்சு மொழியிலேயே தன் இலக்கியப் படைப்புகளான புதினங்கள், கவிதைகள், கட்டுரைகள் அனைத் தையும் எழுதிவருகிறார். இலக்கியத்தின் மூலம் இனவேற்று மைக்கு எதிராகத் தொடர்ந்து குரல் எழுப்பிவருபவர். 2016இல் வெளியான 'உல்லாசத் திருமணம்' எனும் புதினத்திலும் இது எதிரொலிப்பதை உணரலாம்.

2018இல் வெளியான 'தண்டனை' எனும் இந்தத் தன்வர லாற்றுப் புதினத்தில், இளமை காலத்தில் தான் அனுபவிக்க நேர்ந்த சிறைத் தண்டனையை ஜெலூன் விவரிக்கிறார்.

ஐம்பதுக்கும் மேற்பட்ட இவரது படைப்புகள் நாற்பது மொழி களுக்கும் மேலாக மொழிபெயர்க்கப்பட்டு உலகெங்கும் பெரும் வரவேற்பைப் பெற்றுள்ளன.

சமூகத்தில் மனித இனம் எதிர்கொள்ளும் சிக்கல்களை வாசகர் களுக்கு நெருக்கமான மொழியில், நடையில் எடுத்துரைக்கும் உத்தியினைக் கொண்டவர் ஜெலூன்.

சு.ஆ. வெங்கட சுப்புராய நாயகர் (1963)

பிரஞ்சு, தமிழ், ஆங்கில மொழிகளுக்கிடையே மொழிப் பாலம் அமைத்து வரும் முனைவர் சு.ஆ. வெங்கட சுப்புராய நாயகர் (1963), கடந்த 32 ஆண்டுகளாகப் புதுச்சேரியில் பிரஞ்சுப் பேராசிரியராகப் பணியாற்றிவருகிறார். ஆரவாரமின்றி இலக்கியப் பணியாற்றிவரும் நாயகர், இதுவரை ஏழு புதினங்களைப் பிரஞ்சிலிருந்து நேரடியாகத் தமிழாக்கம் செய்துள்ளார். மேலும், பிரஞ்சுச் சிறுகதைகளின் மொழியாக்கத் தொகுப்புகள் இரண்டி னையும் வெளியிட்டுள்ளார். தமிழிலிருந்து கதைகள், கவிதைகள் ஆகியவற்றையும் பிரஞ்சில் மொழியாக்கம் செய்துள்ளார்.

நம் சங்க இலக்கியச் செல்வங்களான குறுந்தொகை, ஐங்குறு நூறு ஆகியவற்றை முழுமையாக வெங்கட சுப்புராய நாயகர் பிரஞ்சு மொழியாக்கம் செய்திருப்பது குறிப்பிடத்தக்கதாகும். நம் மொழியின் தொன்மை, செம்மை ஆகியவற்றைப் பிரஞ்சு மக்கள் அறிய இது வாய்ப்பாக அமையும்.

பல பல்கலைக்கழகங்களின் தேர்வராகவும், பல இலக்கியம் மற்றும் சமூக அமைப்புகளின் உறுப்பினராகவும் இருந்து வரு கிறார். 1994, 2008 ஆகிய ஆண்டுகளில் பிரான்ஸ் சென்று, அரசின் உதவியுடன் பிரான்ஸில் சில மாதங்கள் பயிற்சியும், நூலகங்களில் ஆய்வும் மேற்கொண்டவர். இவரது பிரஞ்சு - தமிழ் மொழி பெயர்ப்பு திட்டம் ஒன்றினை, 2018ஆம் ஆண்டு மார்ச் முதல் மூன்று மாதங்கள் பிரான்ஸில் தங்கி முடிக்க பிரஞ்சு அரசு

உதவிசெய்தது. தொடர்ந்து மொழிபெயர்ப்பில் ஈடுபட்டுவரும் இவருடைய மொழியாக்க நடையின் எளிமை கி.ரா, பிரபஞ்சன் உள்ளிட்ட இலக்கிய ஆளுமைகளைக் கவர்ந்து பாராட்டைப் பெற்றதாகும்.

இவரது மொழியாக்கப் பணிக்காக மும்பை 'ஸ்பாரோ' அமைப்பின் '2020ஆம் ஆண்டுக்கான இலக்கிய விருதினைப்' பெற்றவர். மேலும் 2021ஆம் ஆண்டுக்கான பிரஞ்சு அரசின் 'ரோமன் ரோலன் மொழியாக்க விருதினைப்' பெற்ற சிறப்புக்கும் உரியவர். பிரஞ்சிலிருந்து இந்திய மொழிகளில் மொழிபெயர்க்கப் படும் சிறந்த நூலுக்காக அளிக்கப்படும் இவ்விருது, தடாகம் வெளியீடாக வந்த தஹர் பென் ஜெலூனின் 'உல்லாசத் திருமணம்' என்ற நூலுக்கு வழங்கப்பட்டது என்பது குறிப்பிடத்தக்கது.

முன்னுரை

பேராசிரியர் க. பஞ்சாங்கம்

தண்டனை: அதிகாரத்துவத்தின் உடற்கூறியலைத் திறந்து காட்டும் பிரதி

I

மனிதர்களின் சமூக வாழ்வில் எங்கும் நீக்கமற நிறைந்திருக்கிறது அதிகாரத்துவம்; "கடவுள் தூணிலும் இருப்பார், துரும்பிலும் இருப்பார்" என்று அழகாக வடிவமைக்கப்பட்ட ஒரு கூற்றுப்படிக் கடவுள் அப்படி இருக்கிறாரா இல்லையா என்பது தெரியாது; ஆனால், சமூக வெளியில் அதிகாரத்துவம் அப்படி இருக்கிறது; அது இல்லாத இடமில்லை; மேலும் மனித வரலாற்றில் காலம், இடம் ஆகியவற்றிற்கு ஏற்ப வேறுவேறு உருத்தோற்றங்களை மேற்கொள்ளுகிறதே ஒழிய மனிதர்களை விட்டு அறவே அகலுவதில்லை என்பதை நாம் எல்லாருமே உணரமுடிகிறது; அறியமுடிகிறது; கூட்டமாக, சமூகமாக வாழத் தொடங்கிய தொடக்க காலத்திலேயே அதிகாரமும் அரும்பிவிட்டது; இந்த அதிகாரத்துவம்தான் சமூகத்தைக் குலையாமல் கட்டமைக்கும் நுண்ணிய கருவியாகவும் செயல்பட்டுள்ளது; ஆனால், சமூக வெளியில், இருப்பவர் x இல்லாதவர், ஆள்பவர் x ஆளப்படுபவர் என்கிற வேறுபாடுகள் உருவாகிவிடும்போது இருப்பவர்களும் ஆளுகின்றவர்களும் தங்கள் இருப்பைத் தக்கவைத்துக்கொள்ள அதிகாரத்தை நிலையான அமைப்பாக - நிறுவனமாக - சமூக வெளியில் உருவாக்கிவிட்டார்கள்; அதைத்தான் 'அரசு' என்றும் அது மக்கள் நலம் காக்கப் பிறந்த ஒன்று என்றும் புனைந்து சமூகத்தின் மனப் பரப்பில் நிலைநிறுத்திவிட்டார்கள்.

இவ்வாறு உண்மையில், இருப்பவர்களுக்குச் சேவை செய்யும் இந்த அதிகார சக்தி, தனக்கான தந்திரங்களை எப்போதும் திட்டமிட்டுச் செயல்படுத்திக்கொண்டிருக்கும் அதே வேளையில், ஏற்கெனவே அது உருவாக்கிவிட்ட சமூகத்தின் அமைப்பு, ஒவ்வொருவரையும் இந்தச் சமூகத்திற்குள் பிறந்த கணத்திலிருந்து தனது மொழியால், பண்பாட்டுப் பழக்கவழக்கங்களால் ஆக்கிரமித்து, அவர்கள் அறியாமலேயே அவர்களுக்கு எதிரானவற்றைக் கூட அவர்களே முழுச் சம்மதத்தோடு ஏற்றுக்கொண்டு நடக்கு மாறு செய்துவிடுகிறது. இந்த நுட்பமான தந்திரங்களைத்தான் அல்தூசர் 'கருத்தாயுதம்' என அழைத்தார்; அதிகாரத்துவம் தன் அதிகாரத்தைச் செலுத்தப் பெரிதும் வன்முறை வடிவங்களான போலீஸ், இராணுவம் முதலியவற்றைவிட மேற்கண்ட நுட்பமான கருத்தாயுதங்களைத்தான் கையாண்டுகொண்டிருக்கிறது. அல்தூசரின் மாணவரான மிஷேல் ஃபுக்கோ இதை மற்றொரு முறையில் தெளிவுபடுத்துகிறார்: "ஒரு கைதி ஒழுங்காக நடந்து கொள்ளவோ, ஒரு பைத்தியம் அமைதியாக இருக்கவோ, ஒரு கூலியாள் முறையாக வேலை செய்யவோ, ஒரு பள்ளி மாணவன் முயன்று படிக்கவோ, ஒரு நோயாளி விதிமுறைகளைக் கடைப் பிடிக்கவோ அவர்களைப் பலவந்தப்படுத்தத் தேவையில்லை. பலருடைய பார்வையில் சமூகத்தில் இருக்கவேண்டிய ஒவ்வொரு வரும் அதனை உணர்ந்து, தானாகவே பொறுப்பை ஏற்றுக் கொள்கிறார்கள்; அதிகாரத்தின் எதிர்பார்ப்புகளுக்கு ஏற்றவாறு நடந்துகொள்கிறார்கள்; அதிகாரத்திற்குக் கட்டுப்படும் அடிமைத் தன்மையை அவர்களே தன்மீது ஏற்றிக்கொள்கிறார்கள்." (ப. மருத நாயகம், (மொ.பு) மேலை நோக்கில் தமிழ்க் கவிதை, ப.225.)

இவ்வாறு அதிகாரத்துவம் தன்னை நிலைநிறுத்திக்கொள்ளப் பயன்படுத்தும் கருத்தாயுதங்களில் தலையாயது குற்றம் x தண்டனை என்கிற கருத்தாயுதம் ஆகும். எது குற்றம்? அதற்கு எத்தகைய தண்டனை? என்பனவற்றையெல்லாம் சட்டம், நீதிமன்றம் என்று கட்டமைக்கப்பட்ட தனது அதிகாரத்துவ நிறுவனங்களால் நிகழ்த்திக் காட்டுகிறது அரசு; அரசின் இத்தகைய தொடர் நடவடிக்கைகளால் சமூக மனிதர்கள் ஒவ்வொருவருக்குள்ளும் 'குற்ற உணர்வு' என்கிற ஒன்று உருத்திரண்டு விடுகிறது; இந்தக் 'குற்ற உணர்வு' மனிதர் களுக்குள் நடத்திக் காட்டும் சொல்லி மாளாத லீலைகளை

எல்லாம் உலகப் புகழ்பெற்ற 'குற்றமும் தண்டனையும்' என்ற தனது நாவலில் படைத்துக் காட்டினார் ஃபியோடார் தாஸ்தாயேவ்ஸ்கி. பீட்டர்ஸ்பர்க்கில் வாழும் இளைஞன் ஒருவன் தன் பணத் தேவைக்காகச் சமூகத்தின் ஒட்டுண்ணியாக வாழும் முதிய வட்டிக்கடைக்காரியையும் அவளுடைய ஒன்றுவிட்ட சகோதரி யையும் கொலை செய்துவிடுகிறான். இந்தக் குற்றம் அவனுக்குள் நிகழ்த்திக் காட்டும் உணர்வுகள்தான் மிச்சமுள்ள நாவல்; அதிகாரத்துவம் ஒவ்வொரு தனிமனிதருக்குள்ளும் எவ்வளவு ஆழமாகவும் வலுவாகவும் நனவிலி மனம்வரைச் சென்று கனவிலும்கூடப் பாடாய்ப் படுத்தும் அளவிற்கு இந்தக் குற்ற உணர்வை வடிவமைத்துள்ளது என்பதைப் புனைவு மொழியால் காட்சிப்படுத்திவிடுகிறார் தாஸ்தாயேவ்ஸ்கி.

II

மனிதர்களின் மனதை ஆட்டிப்படைக்கும் இத்தகைய குற்ற உணர்வைச் சமூகத்தின் பொதுவெளியில் நிலைநிறுத்துவதற்குப் பயன்படும் ஒரு நிறுவனம்தான் சிறைக்கூடமும் அங்கு நிகழ்த்தப் படும் விதவிதமான தண்டனைகளும். இளைஞர்களுக்கு ஒழுக்கம் கற்பித்தல் என்ற பேரில் சிறைக்குள் நடக்கும் சித்திரவதைகளையும் தண்டனைகளையும் மனிதாபிமானம் அற்ற செயல்களையும்தான் 'தண்டனை' என்ற இந்த நாவலில் தஹர் பென் ஜெலூன் தன் புனைவு மொழியில் படைத்துக் காட்டுகிறார். சிறை வாழ்க்கையில் அனுபவித்த சுய அனுபவத்தில் இருந்து இவரது புனைவு மொழி தனக்கான கூடுதல் அழகியலைப் பெற்றுவிடுகிறது என்றும் சொல்ல வேண்டும்.

நாட்டில் அமைதியான ஒரு வாழ்வை விரும்பும் மாணவர்கள் நடத்திய ஊர்வலம் ஒன்றில் கலந்து கொண்டதற்காகப் பெயர் அழிக்கப்பட்டு 'வரிசை எண் 10366' - என்று வெறும் எண்ணாக வாழும் சிறை வாழ்க்கைக்குள் தள்ளப்படுகிறான் அவன்; அம்மா விடம் இருந்து மகனை, இராணுவ ஜீப் வந்து அள்ளிக்கொண்டு போகும் காட்சியிலிருந்து நாவல் தொடங்குகிறது; இராணுவத்தினர் மட்டுமே வாழும் நகரான 'மெக்னேஸ்'க்குப் பக்கத்தில் இருக்கும்

'எல் ஹஜெப்'க்குப் புகைவண்டியில் அண்ணனோடு பயணிக்கும் காட்சியிலேயே நாவலுக்குள் நாம் முழுமையாக இழுத்துக் கொள்ளப்படுகிறோம்; அப்படியொரு ஆர்வம் தூண்டும் எழுத்து முறை நாவல் முழுவதும் தொடர்கிறது.

அதிகாரத்துவ அரசு, தன் கையில் வைத்திருக்கும் பல்வேறு கருத்தாயுதங்களால் மக்களை மயக்கி வைத்திருப்பதை அறிந்து கொண்ட அறிவாளிகளை ஒருபோதும் பொறுத்துக் கொள்ளாது; இப்படிப்பட்டவர்களை ஒழித்துக்கட்ட எந்த வழியையும் பின் பற்றலாம் என்பது அவர்களுக்கான எழுதப்படாத விதி; இப்படிப் பட்ட ஒருவனாகத்தான் இந்த நாவலின் கதைத்தலைவன் விளங்கு கிறான்; எனவே இவனுக்கு என்ன நிகழுமோ என்ற ஒரு பதற்றத்தை வாசகருக்குள் ஏற்படுத்திவிடுவதால், கதைசொல்லி எடுத்துரைப்பில் எந்த ஒரு தொய்வும் விழாமல் பார்த்துக்கொள் கிறார்.

எங்கும் கண்காணிப்பின் தீவிரம்; டீ குடிக்க நான்கு பேர் கூடினாலும் அங்குப் பேசப்படும் சொற்களும் கண்காணிப்புக்கு உள்ளாயின. காணாமல்போன இளைஞர்கள் பற்றிச் சன்னமான குரலில் முணுமுணுத்துக் கொள்ளத்தான் முடியும்; இப்படி ஒரு அடக்குமுறை தலைவிரித்தாடிய இராணுவ ஆட்சிக் காலத்தில் தான் அவன் சிறைக்குள் தள்ளப்படுகிறான்; சிறைக்குள் நுழைந்த வுடனேயே மொட்டை அடிப்பதிலிருந்து நிர்வாணமாக நிறுத்தி மருத்துவச் சோதனை செய்வதுவரை, சிறைக்குள் சிக்கிய உடலின் மேல் நிகழ்த்தப்படும் வன்முறையின் வடிவங்களை மென்மையான மொழியில் கதைசொல்லி சொல்லிக்கொண்டு போகிறார்.

சிறைத் தளபதி அபாபு ஒரு நாள் இவர்கள் முன்னால் உரையொன்றை இப்படி நிகழ்த்திக் காட்டுகிறான்:

"நேராக நில்லுங்கள்! உங்கள் தாய் நாட்டை நேசிக்கவும் அதன் முக்கியத்துவத்தை உணரவும், கற்றுக்கொள்ளவும்தான் இங்கு வந்திருக்கிறீர்கள்... இங்கே நீங்கள் மனித உருவங் களாக இல்லை, ஒரு பதிவு எண், அவ்வளவுதான்: உங்கள் மீது அத்தனை அதிகாரமும் எனக்குண்டு..."

இராணுவ அதிகாரிகளுக்கும் நாட்டை ஆள்பவர்களுக்கும் தங்கள் அதிகாரத்தை மக்கள்மேல் செலுத்தப் பயன்படும் ஓர்

அற்புதமான ஊடகம் இந்த நாட்டுப் பற்று என்கிற ஊட்டப்பட்ட ஒன்று. ஓரிடத்தில் கதைத்தலைவன் பயம் கவ்வ, இவ்வாறு தன் நிலையை உணர்த்துகிறான்:

"என்னைச் சுற்றிலும் ஒரு நோட்டம் விட்டேன்; நாங்கள் அனைவரும் பயத்தால் நிலைகுலைந்து போய் முடக்கப் பட்டுள்ளோம்... இங்கு உள்ளதெல்லாம் வன்முறை, உதை, இரத்தம், சிலவேளை மரணமாகவும் இருக்கலாம்; வெறுப்பு, முரட்டுத்தனம் ஆகியவற்றாலான நெருக்கடிக்குள் சிக்கி இருக்கிறோம். இங்கு இருக்கும் இராணுவ ஊழியர்கள் அனைவரும் மிகுந்த கவனத்துடன் தேர்ந்தெடுக்கப்பட்டிருக்க வேண்டும்."

இப்படி எழுதிவிட்டுத் தொடர்ந்து,

"ஒருவேளை மனநல மருத்துவமனைக்குப் போய் அவர் களைத் தேர்ந்தெடுத்திருக்கவும் வாய்ப்பிருக்கிறது" என்று எழுதுகிறார்.

இத்தகைய விதவிதமான நையாண்டி நடைதான் கதை சொல்லியின் எடுத்துரைப்பிற்கு அழகு சேர்க்கிறது.

உடலின் மேல் பலவிதமான வன்முறைகளைச் செலுத்துவ தோடு சிறைக்குள் அகப்பட்டவர்களின் மனத்தையும் சிதைக்க அவர்கள் கையாளும் பல்வேறு தந்திரங்களையும் போகிற போக்கில் சொல்வது தெரியாமல் சொல்லிக்கொண்டு போவதன் மூலம் கதைசொல்லி, அதிகாரத்துவத்தின் உடற்கூறியலையே வாசகர்களுக்குத் திறந்து காட்டி விடுகிறார்.

கெட்டுப்போன உணவை உண்ண வைப்பது, அரைகுறையாக வயிற்றைக் காயப் போட வைப்பது, எலிகள் வாழும் கழிப் பறைகளைப் பயன்படுத்துவதைத் தவிர வேறு வழியில்லாமல் திண்றடிப்பது, லஞ்சம், லாவண்யம் கொடி கட்டிப் பறப்பது, அதிகாரிகளின் ஓரினச்சேர்க்கைக்குப் பலியாவது என்று சிறை வாழ்வின் அத்தனை கொடூரங்களையும் தனது புனைவு மொழிக்குள் கொண்டுவந்துவிடுகிறார் கதைசொல்லி. கூடவே தனது எடுத்துரைப்பிற்குக் குடும்ப உறவில் கோலோச்சும் அம்மா, அப்பா பாசத்தையும், ஜேம்ஸ் ஜாய்ஸ் எழுதிய உலிசீஸ்,ஹோமர் எழுதிய ஒடீசி... முதலிய புத்தகங்களைப் பற்றியும், உலகப் புகழ்

பெற்ற திரைப்படங்கள், இயக்குநர்கள் மற்றும் நடிகர்களைப் பற்றியும் பொருத்தமான இடத்தில் தேவையான அளவு அறிந்து பயன்படுத்திக் கொண்டு போவதால் வாசிப்பு அனுபவம் செழிப் புறுகிறது.

நாவலின் இறுதியில் மன்னருக்கெதிராகச் சதி செய்து, இராணுவத் தலைவர்கள் ஆட்சியைக் கைப்பற்ற முயலும் முயற்சி யையும், அது எவ்வாறு காலனித்துவ நாடான பிரான்ஸின் உதவி யோடு முறியடிக்கப்படுகிறது என்கிற வரலாற்று நிகழ்வையும் நாவலுக்குள் இணைத்துவிடுகிறார்.

இவ்வாறு அதிகாரம் தேடி அலையும் அரசியல்வாதிகளாலும் அரசுகளாலும் அதிகாரிகளாலும் மனித வாழ்க்கை வரலாறு தோறும் மாண்பிழந்து கெட்டுச் சீரழிந்து போகும் தன்மையை "சிறைக்கூடமும் தண்டனையும்" என்ற பின்புலத்தில் ஆழமான, அதே நேரத்தில் அழகினை வடிவமைக்கும் தொனியோடுகூடிய ஒரு நடை மூலம் ஜெலூன் புனைவாக்கித் தந்துள்ளார். "நகரத்தின் ஓரத்தில் உள்ள ஒரு கட்டடமாகச் சிறைக்கூடம் இருக்கலாம்; ஆனால், நகரத்தின் மையத்தில் செயல்படும் எல்லாவிதமான அறிவும் அதிகாரமும் சிறைக்குள்ளும் நடந்தேறுகின்றன" என்று எழுதுகிறார் ஃபுக்கோ. இந்த நாவலைப் படித்து முடித்தபோது இந்தக் கூற்றுதான் மேலெழுந்து வந்தது; அப்படி வரும் அளவிற்கு நான் நாவல் புனைந்த சிறைக்குள் வாழ்ந்திருக்கிறேன் என்று நினைத்துக் கொண்டேன். எழுத்தின் வெற்றி என்பது இதுதானே. கூடவே ஒன்றைச் சொல்ல வேண்டும்; இப்படியான ஒரு புனை வெழுத்தை அதன் மூல அழகு குறையாமல் பிரஞ்சு மொழி யிலிருந்து நேரடியாகத் தமிழ் மொழியில் மாற்றி நாமெல்லாம் வாசித்து மகிழும்படித் தந்த பிரஞ்சுப் பேராசிரியர் நண்பர் சு.ஆ. வெங்கட சுப்புராய நாயகரையும் நன்றியோடு நினைவுகூர்கிறேன். அவர் தொடர்ந்து தமிழுக்குச் செய்துகொண்டிருக்கும் இந்த மகத்தான பங்களிப்பிற்குத் தமிழ் இலக்கிய உலகம் கடன் பட்டிருக்கிறது என்று சொல்லவும் விழைகிறேன்.

நன்றி

க. பஞ்சாங்கம்

25/12/2021

புதுச்சேரி - *605 008*

மனிதத்தைச் சிதைத்து விளையாடும் சிறைக்கூடங்கள்
மொழிபெயர்ப்பாளரின் குறிப்பு

காலந்தோறும் ஒவ்வொரு நாட்டிலும் மாறிவரும் அரசியல் சமூகச் சூழலுக்கேற்பச் சிறைகளும் அவை நிறைவேற்றும் தண்டனைகளும் மாறி வந்துள்ளன. மனிதனை நல்வழிப்படுத்தல் என்னும் போர்வையில் சிறைவாசத்தில் நிறைவேற்றப்படும் அடக்குமுறைகளும் அத்துமீறல்களும் கணக்கிலடங்காதவை. சில நேரங்களில், அங்கு அரங்கேறும் சித்திரவதைகள் மனித உரிமை மீறலின் உச்சமாக இருக்கும். ஆனால், அவற்றை வரலாற்று நூல்கள் மறைக்க முயன்றாலும் அத்தகையச் சமூக அவலங்கள் கலை இலக்கியத்தில் பதிவாவதைத் தடுக்க இயலாது. இதனை மீண்டும் நிறுவும் விதமாக 2018ஆம் ஆண்டில் வெளியான 'தண்டனை' என்னும் தஹர் பென் ஜெலூனின் தன்புனைவு புதினம் அமைந்துள்ளது.

தன் கல்லூரிக் காலத்தில் அனுபவிக்க நேர்ந்த பத்தொன்பது மாத சிறைவாசத்தை ஐம்பது ஆண்டுகள் கழித்து விவரிக்க முயலும் ஜெலூன், இப்பதிவின் மூலம் பல சிந்தனைகளை வாசகர்களிடம் விதைக்கிறார். அதிகாரம் படைத்த மனித மனத்தின் விகாரங்கள் எவ்வாறெல்லாம் வெளிப்படும் என்பதை சிறையில் உள்ள ஆக்கா, அபாபு முதலிய அதிகாரிகளின் மூர்க்கத்தனத்தின் விவரிப்பு மூலமாகப் படம்பிடிக்கிறார்.

தங்கள் கையில் சிக்கியபின், 'முழு மனிதனாக' மாற்றும் வழிமுறை என்ற சாக்கில், கைதிகளின் மனத்தினைத் தங்களது கட்டுக்குள் அந்த அதிகாரிகள் கொண்டுவருகின்றனர். 'மன நோயாளிகள்' போல் நடந்துகொள்ளும் அதிகாரிகள், தங்களிடம் சிக்கியுள்ளவர்களைத் தொடர்ந்து பீதியில் தக்கவைக்க பல வழி முறைகளைக் கையாளுகின்றனர்; அவற்றை விரிவாக எடுத்துரைக் கிறது இப்புதினம். உடல்சார்ந்த இன்னல்கள் மட்டுமல்லாது

மனதளவில் எவ்வாறு அவர்களைச் சிதைக்க முயல்கின்றனர் என்பதும் இப்பிரதியில் சிறப்பாகப் பதிவாகியுள்ளது.

வழக்கம்போல் மொராக்கோவின் அரசியல் காட்சிகளை அலசும் ஜெலூன், இராணுவப் பயிற்சி என்னும் போர்வையில் தன்னைப் போன்ற அப்பாவி இளைஞர்கள் அனுபவித்த கொடுமைகளை வாசகரின் பார்வைக்குக் கொண்டுவரும் அதே நேரத்தில், தம் இலக்கிய வாழ்க்கைக்கு இந்த அனுபவங்கள் எவ்வாறு அடித்தள மிட்டன என்பதையும் உணர்த்துகிறார். இத்தனை கொடூரமான அச்சுறுத்தலுக்கும் இக்கட்டுக்கும் இடையில் தனக்கு இருந்த வாசிப்பு அனுபவமும், திரைப்படங்கள் மேலிருந்த ஈடுபாடும் தொடர்பும் தண்டனையின் பாரத்தை ஓரளவு குறைக்க உதவி யதையும் நூலாசிரியர் நினைவுகூர்கிறார்.

மொத்தத்தில், வரலாறு காட்ட மறந்த, மறுத்த பக்கங்கள் சிலவற்றை எவ்வித மிகை உணர்வுக்கும் இடமளிக்காமல், தனக்கே உரிய எளிய இயல்பான நடையில் எடுத்துரைக்கிறார் தஹர் பென் ஜெலூன்.

இந்தத் தன்வரலாற்றுப் புதினத்தில் இடம்பெறும் பெயர்கள் பிரஞ்சு உச்சரிப்பில் தரப்பட்டுள்ளன. வாசகர்களுக்கு உதவும் வகையில் நூலின் இறுதியில் ஒவ்வொரு அத்தியாயத்திலும் வரும் பிறமொழிச் சொற்கள், திரைத்துறைத் தொடர்பானவர்கள், இலக்கிய நூல்கள், நூலாசிரியர்கள் ஆகியோர் பற்றிய குறிப்பு களை அளித்துள்ளேன்.

என் ஏனைய மொழியாக்கங்களைப் போல் இந்த நூலினையும் வாசித்து, உரிய ஆலோசனைகளைத் தந்து, பிரஞ்சு சிந்தனையாளர் மிஷேல் ஃபுக்கோவின் கோட்பாட்டைச் சுட்டி அருமையான தொரு முன்னுரையையும் வழங்கிய நண்பர் பேராசிரியர் க. பஞ்சாங்கம் அவர்களுக்கு என் நெஞ்சார்ந்த நன்றி.

மொழியாக்கத்தின் போது எழும் ஐயங்களை அவ்வப்போது களைந்து உதவி செய்த என் பேராசிரியர், கொமாந்தேர் இரா.கிருஷ்ணமூர்த்தி அவர்களுக்கு என்றும் நன்றியுடையேன்.

இப்பணியில் தொடர்ந்து என்னை உற்சாகப்படுத்திவரும் நண்பர் திரு. நாகரத்தினம் கிருஷ்ணாவுக்கு என் மனமார்ந்த நன்றி.

இப்பிரதியின் அழகிய நூலாக்கத்தைச் சாத்தியமாக்கிய பிரஞ்சுத் தூதரகப் பண்பாட்டு மையத்தின் தாகூர் மொழியாக்கத் திட்டப் பொறுப்பாளர்களுக்கும் இந்த நூலினைச் செம்மையாக உருவாக்கிய தடாகம் பதிப்பகக் குழுவுக்கும் அதன் பொறுப்பாளர், நண்பர் திரு. அமுதரசன் பால்ராஜ் அவர்களுக்கும் மிக்க நன்றி.

எப்போதும்போல் இந்த நூல் உருவாவதிலும் பங்காற்றிய என் மனைவி வெ. சிவகாமிக்கு நன்றி.

என் மொழியாக்கங்களைப் பாராட்டி வாழ்த்திவரும் வாசகர்கள் இந்த நூலினையும் நிச்சயமாக வரவேற்பார்கள் என்ற நம்பிக்கை யுள்ளது.

பெருகும் அன்புடன்,
சு. ஆ. வெங்கட சுப்புராய நாயகர்
138, மெயின் ரோடு
இலாசுப்பேட்டை
புதுச்சேரி 605008
கைபேசி: 9952146562
vengadasouprayanayagar@gmail.com

பொருளடக்கம்

1. எல் ஹஜெப் போகும் வழியில்	19
2. விடுதலையின் கடைசி நொடிகள்	35
3. ஆக்கா	42
4. மருத்துவப் பரிசோதனை	49
5. மன்னரின் தண்டனைக்கைதிகள்	52
6. உச்சி வெயிலில் எடை மிகுந்த கற்கள்	55
7. மழையின்போது சில நடவடிக்கைகள்	62
8. ஐந்தாம் முகமது மருத்துவமனை	76
9. அபாபு வீட்டில் ஓர் இரவுப்பொழுது	89
10. படைத்தொகுதி	94
11. அஹெர்மூமு	104
12. அதிநவீன மிருகத்தனம்	111
13. வாழ்க்கை முறை	117
14. விடுதலை உண்டு, விடுதலை இல்லை	129
15. வெளியில்	155
16. 1971, ஜூன் 5	168
17. ஆச்சரியம்	173
18. குறிப்புகள்	183

எல் ஹஜெப் போகும் வழியில்

தன்னை அடக்கம் செய்வதற்கான குழியைத் தோண்ட இருப்பவரிடம் கூறுவதற்கென்றே, தன் நினைவுப் பேழையின் ஓரத்தில் காலைப்பொழுது ஒன்றை என் அம்மா ஒதுக்கி வைத் திருந்தார். அந்நாள் ஜூலை 16, 1966. மேகங்களின்றி வெளுத்த வானமாய், இரக்கமின்றி இருந்த இருண்டக் காலைப்பொழுது தான் அது.

அந்த நாள் முதல், சொற்கள் எல்லாம் மறைந்து போயின. வெற்றுப் பார்வைகளும் தாழ்ந்த கண்களும் மட்டுமே மிஞ்சி யிருந்தன. பெற்ற தாயிடமிருந்து இருபது வயதைக்கூட எட்டாத மகனை அந்தக் கறைபடிந்த கைகள் பறித்துக்கொண்டன. அவசர ஆணைகள் பறந்தன.

"இந்த வேசி மகனுக்குப் பாடம் புகட்ட வேண்டும்" போன்ற வசவுகள் ஒலித்தன.

இராணுவ ஜீப் வண்டி உமிழ்ந்த புகையோ தாங்கிக்கொள்ள இயலாத அளவு இருந்தது. கண்கள் இருளச் சரிந்து கீழே விழப்போன என் அம்மா தாக்குப்பிடித்து எழுந்து நின்றார்.

இளம் வயது வாலிபர்கள் காணாமல் போய்க்கொண்டிருந்த காலம் அது. அனைவரும் அச்சத்தின் பிடியில் வாழ்ந்துகொண் டிருந்தனர். ஆட்சியை எதிர்த்தும், மன்னரையும் அவருடைய அடியாட்களாக இருக்கும் இராணுவத்தினரை எதிர்த்தும் ஒலிக்கும் சொற்களை அங்கு இருக்கும் சுவர்கள் பாதுகாத்து வைத்துவிடுமோ என்ற சந்தேகத்தில் எல்லோரும் சன்னமான குரலில் பேசி வந்தனர். இராணுவத்தினரும் சாதாரண உடையில் உள்ள காவலர்களும் எதற்கும் துணிந்தவர்கள். உரத்த வாசகங்களில் அவர்களது அடக்கு முறை ஒளிந்திருக்கும். புறப்படுவதற்கு முன், அங்கிருந்த இரண்டு படைவீரர்களில் ஒருவன், என் அம்மாவைப் பார்த்து,

“நாளை, எல் ஹஜெப் முகாமுக்கு உன் மகன் போயாக வேண்டும். இது தளபதியின் ஆணை. இதோ புகைவண்டிக்கான மூன்றாம் வகுப்புப் பயணச்சீட்டு. இந்த விஷயத்தில் அவன் எதுவும் போக்குக்காட்டக் கூடாது.”

அந்த இராணுவ வண்டி கடைசியாக ஒருமுறை அடர்த்தியான புகைப்பொதியை அவிழ்த்துப் பரப்பிவிட்டுச் சக்கரங்கள் தேயக் கிளம்பிச் சென்றது.

அந்தப் பட்டியலில் என் பெயர் இருந்தது என்பதை நான் அறிவேன். நேற்று மோன்சேஃப் வீட்டுக்குச் சிலர் வந்திருந்தனர். நாங்கள் தண்டிக்கப்பட்டிருக்கும் செய்தியை அவர்கள் மூலம் தெரிந்துகொண்ட மோன்சேஃப் என்னிடம் அதனைத் தெரிவித்தார். யாரோ ஒரு நபர்தான் அவருக்குத் தகவல் தெரிவித்திருக்கிறார் என்பது தெளிவாகிறது. அவருடைய தந்தையின் உறவினர் ஒருவர் தலைமைக் காவல் நிலையத்தில் பணிபுரிகிறார். அவராகக் கூட இருக்கலாம்.

மொராக்கோவின் பழைய வரைபடம் ஒன்றில் எல் ஹஜெப் எங்கு உள்ளது என்று தேடினேன். என் அப்பா அதைப் பற்றிய விளக்கத்தைத் தந்தார்.

“அது மெக்னேஸ் பக்கத்தில் இருக்கிறது. முழுக்கமுழுக்க இராணுவத்தினரை மட்டுமே கொண்ட நகரம்.”

மறுநாள் காலை, என் அண்ணனுடன் புகைவண்டியில் ஏறினேன். அந்த ஊர்வரை என்னுடன் துணைக்கு வருவதில் அவர் உறுதியாக இருந்தார். எங்களிடம் எந்தத் தகவலும் இல்லை. எவ்விதக் குறிப்பும் இல்லாமல் ஓர் அழைப்பாணை மட்டுமே இருந்தது.

நான் இழைத்த குற்றமா? 1965ஆம் ஆண்டு மார்ச் 23ஆம் நாளில் நடந்த அமைதியை விரும்பும் மாணவர் ஊர்வலம் ஒன்றில் பங்கேற்றதுதான். நண்பர் ஒருவருடன் நின்றிருந்தபோது திடீரென எங்கள் முன் கொடும்படையின் (‘ஷபாகோனி’ என அதற்குப் பெயரிட்டிருந்தோம்) ஆட்கள் சிலர் தோன்றினார்கள். எவ்விதக் காரணமுமின்றி ஊர்வலத்தினரின் மீது தங்களால் முடிந்தவரைப் பலமாகத் தாக்குதல் நடத்தினர். பயத்தில் பதற்றமடைந்து ஓட ஆரம்பித்த நாங்கள் ஒருவழியாக மகூதி ஒன்றில்

போய்த் தஞ்சமடைந்தோம். வழியில், இரத்தத்தில் தோய்ந்த உடல்கள் தரையில் கிடப்பதைப் பார்த்தேன். சிறிது நேரம் கழித்து, தங்கள் பிள்ளைகளைத் தேடி மருத்துவமனைகளை நோக்கி ஓடும் தாய்மார்களைப் பார்த்தேன். பதற்றமும் வெறுப்பும் எங்கும் விரவி யிருந்தது தெரிந்தது. குறிப்பாக, நிலைமையை ஒழுங்குக்குக் கொண்டுவர எந்த வழியையும் பின்பற்றலாம் என இராணுவத் தினருக்கு வெள்ளைக்கொடி காட்டிய ஏகாதிபத்தியத்தின் முகத் தைக் கண்டேன். அன்றைய தினம்தான் மக்களுக்கும் இராணுவப் படைக்கும் இடையிலான பிளவு நிரந்தரமானது. ரபாத், காஸா பிளான்கா ஆகிய பகுதிகளில், தலைமைத் தளபதி உஃப்கீர் ஹெலிகாப்டரில் இருந்தபடியே மக்கள் கூட்டத்தை நோக்கிச் சுட்டார் என்ற வதந்தி நகரத்தில் உலவியது.

அன்று இரவே, இரகசியக் கூட்டம் ஒன்றை, மொராக்கோ மாணவர்களின் தேசியக் கூட்டமைப்பு (யூனெம்), பல்கலைக்கழக மாணவர் குடியிருப்பின் உணவு விடுதியில் நடத்தியது. அதில் கலந்துகொள்ளும் துணிவு எனக்கு இருந்தது. கூட்டம் முடிய இருந்த நேரத்தில் ஜீப்கள் வரும் சத்தம் கேட்டது. நிச்சயமாக எவனோ ஒரு துரோகிதான் தகவல் கொடுத்திருக்க வேண்டும். காவல்துறைக்கு யாரோ ஒருவன் துணைபோகிறான் என்ற சந்தேகம் கூட்டமைப்பின் பொறுப்பாளர்களுக்கு இருந்து வந்தது. குள்ளமான ஒருவன், பார்க்க அருவருப்பாகவும் கலகலப்பின்றியும் இருப்பான். ஆனால், மிகவும் அறிவுக்கூர்மையுடையவன். அவன் மீது சந்தேகம் இருந்தது என்றாலும் எதிரியுடன் அவனுக்கு இருந்த தொடர்பினைக் கூட்டமைப்பின் பொறுப்பாளர்களால் நிறுவ இயலவில்லை. காவல்துறையினர் உள்ளே நுழைந்து வயதில் மூத்தவர்களை வாகனத்தில் ஏற்றிக்கொண்டனர். மீதமிருந்தவர் களின் பெயர்களைக் குறித்துக்கொண்டனர். அந்தச் சம்பவத்தி லிருந்து தப்பித்துக்கொண்டதாக நான் நினைத்தேன்.

புகைவண்டியின் பெட்டிகள் எல்லாம் இரண்டாம் உலகப் போரின் போது தயாரிக்கப்பட்டவை. மரத்தினாலான இருக்கைகள். நத்தை வேகத்தில் வண்டி நகர்ந்தது. அடிக்கடி நின்றது. ஜன்னல் பக்கம் அமர்ந்திருந்த நாங்கள், வாகனத்திலிருந்து வெளியேறும் புகையினால் மாசடைந்த காற்றைச் சுவாசிக்க வேண்டியிருந்தது. குழந்தையோடு சிறு தொட்டில்கள், கைப்பைகள் ஆகியவற்றோடு

மக்கள் ஏறினர். சிலரிடம் உயிர்க்கோழிகளும் இருந்தன. அதிக நெடிவீசும் புகையிலையைப் புகைத்தபடி வந்தனர். இருமுவதும் வேறு எதையாவது பார்ப்பதுமாக இருந்தேன். கடந்த சில மாதங்களில் நாங்கள் நடத்திய பலனற்ற வெற்றுக் கூட்டங்களைப் பற்றி நினைத்துப் பார்த்தேன். மாற்றம் கொண்டுவர வேண்டும் என நாங்கள் விரும்பியது எங்கள் வயதில் இயல்பானதுதான். நாங்கள் எந்தத் தவறும் செய்யவில்லை. மணிக்கணக்கில் விவாதித்தோம். பிரச்சினைகளை அலசினோம். இழைக்கப்படும் அடக்குமுறை, விடுதலைக்கு அச்சுறுத்தல் ஆகியவற்றை எதிர்த்துப் போராட விரும்பினோம். இதைவிட உன்னதமான செயல் வேறு என்ன இருக்க முடியும்? எங்களில் பலர் எந்தக் கட்சியையும் சாராத வர்கள். எங்கள் கூட்டத்தில் ஒருவன் கம்யூனிஸ்ட் என்பது உண்மை தான். ஏனெனில், தன்னைக் கம்யூனிஸ்ட்டாக அவன் உரிமை கொண்டாடுவான். ஆனால், உண்மையில் அவனைப் பொறுத்த வரை, அதற்கு என்ன பொருள் என்று தெரிந்துகொள்ள நாங்கள் அக்கறை காட்டவில்லை. அவன் அமெரிக்காவை வெறுத்தான். எனக்கோ ஜாஸ் இசையும் அமெரிக்கத் திரைப்படங்களும் மிகவும் பிடிக்கும். எனவே, அவனது உறுதியான அணுகுமுறை எனக்குப் புரியாமல் இருந்தது. அமெரிக்காவில் இருந்து வரும் எந்த விஷயமும் நல்லதல்ல, அவைத் தீங்கு விளைவிக்கக்கூடியவை. எனவே, புறக்கணிக்கப்பட வேண்டியவை என்று கருதினான். உதாரணமாக, அவன் கொக்கோகோலா அருந்த மாட்டான். தன் அமெரிக்க எதிர்ப்பினை அவன் வெளிப்படுத்தும் முறை அது. என்னைப் பொறுத்தவரை, குறிப்பாகக் கோடைக்காலத்தில், சிறிய அளவிலான கொக்கோகோலா ஒன்றைக் குடிக்கப் பிடிக்கும். இந்தச் செய்கையால் வியட்நாமில், அமெரிக்கப்படை இழைத்த அடக்குமுறைகளில் எனக்கும் பங்கு வந்துவிடும் என்று நான் நினைக்கவில்லை.

புகைவண்டி அமைதியாக மீண்டும் புறப்பட்டது. என் அண்ணன் தூக்கத்தில் ஆழ்ந்தார். கோழிகள் வைத்திருந்த கிராமவாசியிடம் இருந்து கெட்ட வாடை வீசியது. அந்த நபர் அணிந்திருந்த பழைய சட்டையின் காலரில், அது ஆணோ பெண்ணோ, ஒரு பேன் இருந்ததைக்கூடப் பார்த்ததாக நினைவு. பெரிய சுருட்டு ஒன்றை வெளியில் எடுத்த அந்த ஆள் அதில் புகையிலையைக் கிட்டித்துப்

பற்றவைத்தான். அது கிஃப் எனப்படும் கஞ்சா வகை. ஏதாவது இடைஞ்சலா என எங்களிடம் கேட்கக்கூடத் தோன்றாமல் அவன் அமைதியாகப் புகைத்துக்கொண்டிருந்தான். எனக்குத் தலைவலி அதிகமாவதை உணர்ந்தேன். வலி வரப்போகிறது என்பது எனக்கு முன்னரே தெரியும். என் பையிலிருந்து ஆஸ்பிரின் மாத்திரையை எடுத்தேன். அந்தக் கிராமவாசி தண்ணீர் பாட்டில் ஒன்றை என்னிடம் நீட்டினான். கிளாஸ் இருந்தால் நல்லது என நினைத்தேன். அவனுக்கு நன்றி கூறிவிட்டு மாத்திரையை விழுங்கினேன். இருக்கையிலிருந்து எழுந்து வண்டியிலேயே சிறிது தூரம் நடந்தேன். தூரத்தில், மரத்தின் கீழ் ஆடு மேய்ப்பவன் ஒருவன் பகல் தூக்கத்தில் ஆழ்ந்திருப்பது தெரிந்தது. எப்படிப்பட்ட அதிர்ஷ்டமான வாழ்க்கை தனக்கு வாய்த்துள்ளது என்பதை அவன் அறிந்திருக்க வாய்ப்பில்லை என்று நினைத்தேன். அவனைத் தண்டிக்க என யாரும் இல்லை. அவன் எந்தத் தவறும் செய்யவில்லை என்று எனக்குத் தெரியும். அப்படிப் பார்த்தால், நானும் அப்பாவிதான். இருந்தாலும் இப்போது எனக்கு என்ன நேரப்போகிறது என்று தெரியாததோடு இராணுவ முகாமுக்குச் செல்ல இந்த மோசமான புகைவண்டியில் பயணம் செய்துகொண்டிருக்கிறேன். கிராமப் பெண்மணி ஒருத்தி அந்த வழியாகப் போவதைப் பார்த்தேன். எனக்காக நிச்சயிக்கப்பட்ட பெண்ணை அவள் நினைவூட்டினாள். என் மனதில் வலி உண்டானது. நான் புறப்படும்போது என்னை வழியனுப்ப ஸயனா வரவில்லை. எனினும், அவளிடம் நான் தொலைபேசியில் பேசினேன். அவளுடைய அம்மா வெடுக்கென பதில் அளித்தாள். எனக்கு நேர்ந்ததை ஸயனாவிடம் நான் தெரிவித்தபோது அவள் எதுவும் பேசவில்லை. ஏதோ அவளை நான் தொந்தரவு செய்வதுபோல் பெருமூச்சு விட்டாள். "பார்க்கலாம்" என்று சொல்லிவிட்டுத் தொலைபேசித் தொடர்பைத் துண்டித்து விட்டாள். நான் அவள்மீது காதலில் இருக்கிறேன். பிரஞ்சு நூலகத்தில் நாங்கள் இருவரும் சந்தித்துக்கொண்ட காட்சியை எப்போதும் நினைத்தபடி இருப்பேன். அல்பெர் கமுய் எழுதிய 'அந்நியன்' புதினத்தின் மீது எங்கள் இருவரது கைகளும் சேர்ந்திருந்தன. "இதைப் பற்றி நான் ஒரு கட்டுரை எழுதியாக வேண்டும்" என்றாள். நான் வேகவேகமாக, "என்னால் உனக்கு உதவ முடியும். ஏற்கெனவே அதை நான் வாசித்துள்ளேன்" என்றேன்.

இப்படித்தான் ஃபேஸ் வீதியில் உள்ள ஃபினோ கஃபே என்னும் உணவு விடுதியில் பல பகல் நேரங்களில் நாங்கள் இருவரும் சந்தித்துக்கொண்டோம். வெயிலின் காரணமாகவோ வெறுப்பின் காரணமாகவோ அரேபியன் ஒருவன் கொலை செய்யப்பட்ட இக்கதையைப் பற்றி விரிவாகப் பேசினோம். அவள் என்னிடம், "அவன் அம்மா இறந்துவிட்டார். சரியாக எப்போது இறந்தார் என்று அவனுக்குத் தெரியவில்லையா? பிள்ளையாக இருப்பதற்குத் தகுதியில்லாதவன் அவன். மகன் ஒருவனால் தன் அம்மா இறந்த நாள் குறித்துச் சரியாகத் தெரியாமல் எப்படி இருக்க முடியும் என்று எனக்குப் புரியவில்லை." இப்படி ஆச்சரியப்பட்டு முடித்ததும் கேரி கிராண்ட், இன்கிரிட் பெர்க்மேன் போன்று நாங்கள் இருவரும் ஒருவரையொருவர் பார்த்துக்கொண்டோம். பெரும்பாலும் அவள் வீடுவரை கொண்டுபோய் விட்டுவிட்டு வருவேன். ஒரு நாள் இரவு, மின் தடையைப் பயன்படுத்திக்கொண்டு அவளிடம், ஒரு முத்தத்தைக் களவாடினேன். அவள் என்னை இறுக்கமாக அணைக்க, காதல் கதை தொடங்கியது. பின் அது பெரிய அளவில் வளர்ந்தது. எங்கள் காதலை மறைவாக வைக்க வேண்டியிருந்தது. தன் கற்பை அவள் பாதுகாக்க நினைத்தாள். எனவே, நான் அவளை வருடுவதோடு நிறைவடைந்தேன். இருள்தான் எங்கள் கூட்டாளி. இத்தகைய அவசரமான அணைப்புகளின்போது கிடைத்த உற்சாகம் எங்களுக்குப் பதற்றத்தை உண்டாக்கியது. சந்தேகங்கள், பதற்றங்கள் ஆகியவை நிறைந்த காதல், ஒருவித போதையில் எங்களைத் திளைக்க வைத்தது. அத்தகைய பொழுதுகளை மறப்பது என்பது இயலாத காரியம். ஏனெனில், அவை எங்கள் கனவிலும் தொடர்ந்தன. அடுத்த நாளில் முந்தைய இரவின் அனுபவத்தை இருவரும் பகிர்ந்துகொள்வோம். நாங்கள் காதல் பைத்தியங்களாக சந்தோஷமாக இருந்தோம். இவை அனைத்துக்கும் முற்றுப்புள்ளி வைக்க மேன்மைப் பொருந்திய மன்னரின் காவல்படை முனைப்புக் காட்டியது.

இரவு ஏழு மணி வாக்கில் புகைவண்டி மெக்னேஸ் நிலையத்தை அடைந்தது. கடும் வெப்பம். மெக்னேஸ்ஸுக்கு எல் ஹஜெப்பிலிருந்து செல்லும் வாடகை வண்டி அரை மணி நேரத்துக்கு முன்தான் புறப்பட்டு இருந்தது. முன்பின் தெரியாத இந்த நகரின் தெருவில் இரவைக் கழிப்பது என்பது நல்லதாகத்

தோன்றவில்லை. கொஞ்சம் விலை மலிவான விடுதி ஒன்றை என் அண்ணன் தேர்வு செய்தார். வரவேற்பிடத்தில் இருந்தவனுக்கு ஒற்றைக்கண். சில நாட்கள் மழிக்காத தாடியுடன் காட்சியளித்த முகம். உரத்த ஓசை எழுப்பித் தரையில் துப்பியபடி இருந்தான். அது அவனுடைய தவிர்க்க முடியாத பழக்கமாக இருந்தது. கட்டணத்தை முன்கூட்டியே கட்டச் சொன்ன அந்த நபர், எங்களிடம் பெரிய சாவி ஒன்றைக் கொடுத்து, "இங்கே விலைமாதர்கள் இல்லை" என்று சொன்னான். என் அண்ணன் எதிரில் இருக்கவே, சங்கடத்துடன் பார்வையைக் கீழே தாழ்த்திக்கொண்டேன். இரண்டு கட்டில்கள் கொண்ட அறை தரப்பட்டது. அழுக்கான போர்வைகள். அங்குமிங்கும் இரத்தக்கறைகள். எதுவும் பேசாமல் ஒருவரையொருவர் பார்த்துக்கொண்டோம். வேறு வழியில்லை. ஏழைகள் அழுக்கான போர்வைகளைக் கண்டு முகம் சுளிக்கக் கூடாது. கோழி வறுவலைத் தன் பையிலிருந்து என் அண்ணன் எடுத்தார். எங்கள் அம்மா எல்லாவற்றையும் முன்கூட்டியே தயாராக ஏற்பாடு செய்திருந்தார். பெரிய ரொட்டி ஒன்று, 'வாஷ்க்கிரீ' சீஸ் என்னும் பாலாடைக்கட்டி, இரண்டு ஆரஞ்சுகள் என எல்லாம் இருந்தன. தரையில் அமர்ந்தபடியே எந்தப் பேச்சும் இல்லாமல் சாப்பிட்டோம். கைகளைக் கழுவும் நேரம் வந்தபோதுதான் அந்த அறையில் கை கழுவும் இடமோ கழிவறையோ இல்லை என்பது தெரிந்தது. அனைத்தும் அருவருக்கத்தக்க, அசுத்தமான நிலையில் கிடந்தன. வழி தெரியாமல் திகைத்து நிற்கும் இரண்டு மனிதர்களைப் போல் ஒருவரையொருவர் பார்த்துக்கொண்டோம். பிறகு வெறுத்துப்போய் தலையைக் குனிந்துகொண்டோம். நாங்கள் அணிந்திருந்த ஆடைகளுடனேயே உறங்கச் சென்றோம். மெத்தையின் நடுவில் ஓட்டை ஒன்று இருந்தது. ஏறக்குறைய ஊஞ்சல் போல் அழுந்தி, வளைந்து இருந்தது. மரம், வசந்த காலம், காக்டெயில், ஆலிவ் ஆகியவை இல்லாததுதான் குறை. நான் தூங்கவில்லை. ஒற்றைத் தலைவலி வந்துவிட்டது. கட்டிலின் விளிம்பில் உட்கார்ந்திருந்தேன். என் பின்கழுத்தில் ஏதோ கடிப்பதைப் போல் உணர்ந்தேன். அந்த இடத்தில் தேய்த்து ஒரு மூட்டைப்பூச்சியைப் பிடித்தேன். என் விரல்களுக்கிடையில் அதை நசுக்கினேன். கெட்ட வாடை வந்தது. அந்த இரத்த வாடையையும் மக்கிப்போன வைக்கோலின் நாற்றத்தையும் மீறி என்னால் தூங்க

தடாகம் / 25

முடியுமா? அங்குக் கேட்ட சத்தமும் கெட்ட நாற்றமும் தூக்கத்தைக் கலைக்க என் அண்ணனும் விழித்துக்கொண்டார். கையைக் கழுவி வரலாம் என அந்தக் கூடத்தின் கோடிக்குச் சென்றேன். தண்ணீர் மிகவும் குறைவான வேகத்தில் வெளியேறியது. உடைந்துபோன கைக்கழுவும் பேஸின் ஓட்டைகளின் இடுக்குகளில் எச்சில். அறைக்குத் திரும்பிய நான் மீண்டும் கட்டிலின் விளிம்பில் அமர்ந்துகொண்டேன். மிகவும் மங்கலான விளக்கொளியிலும், தலையணைமீது இரண்டு மூட்டைப்பூச்சிகளைப் பார்க்க முடிந்தது. தலையணையை ஆட்டி அவை விழுந்ததும் என் செருப்பால் நசுக்கினேன். நாற்றமடிக்கும் பூச்சிகளை விரட்டும் வேலையில் அண்ணனும் இறங்கினார். எங்கள் விதியை நினைத்து அழ வேண்டும்போல் இருந்தாலும் அன்றைய பொழுதில் முதன் முறையாகச் சிரித்தோம். ஏனெனில், இந்தப் பாழாய்ப் போன காவலர்கள் எங்கள் வீட்டுக்கு அறிவிப்பு ஆணையைக் கொண்டு வந்த நாள் முதல் எங்கள் பெற்றோருக்கு உடல்நலமில்லாமல் போய்விட்டது.

ஒரு நாள் அரசு ஊழியர்கள் சிலர் வந்து நம் வீட்டு அழைப்பு மணியை அழுத்தும்போது அவர்களது அடையாள அட்டைகளைச் சரிபார்க்க நாம் துணிவதில்லை. வழக்கமாக நடைபெறும் சோதனை என்று அவர்கள் தங்களை அறிமுகம் செய்துகொள் வார்கள். “உங்கள் கணவரிடம் ஒரு சில விஷயங்கள் குறித்து விளக்கம் பெற வேண்டியுள்ளது, அவ்வளவுதான். இன்னும் சில மணிநேரத்தில் அவர் திரும்பிவிடுவார். பயப்பட வேண்டாம்” என்று கூறுவார்கள். பிறகு பல நாட்கள் கடந்துவிடும். சென்ற கணவர் வீடு திரும்ப மாட்டார். அடக்குமுறையும் அநீதியும் பரவலாக இருக்கவே நாங்கள் பயத்தில் வாழ்ந்து வந்தோம். வட திசை நாடுகளைப் போன்றதொரு அமைப்பை என் அப்பா கனவு கண்டார். சூடான், டென்மார்க் ஆகிய நாடுகளைக் குறித்தும் மக்களாட்சி குறித்தும் அவர் எங்களிடம் அடிக்கடிப் பேசுவதுண்டு. அவருக்கு அமெரிக்காவையும் பிடிக்கும். அங்குக் குடியரசுத் தலை வர்கள் கொல்லப்பட்டாலும் அனைத்து மக்களும் பழிவாங்கப் படுவதில்லை. “ஜான் கென்னடி இறந்தார். அவரைக் கொன்றவன் கொல்லப்பட்டான். அவ்வளவுதான்” என்று ஒரு நாள் அவர் என் னிடம் விளக்கினார்.

நள்ளிரவின்போது சோர்வாக இருப்பதாக உணர்ந்தேன். என் தலை சூடாக இருந்தது, வியர்த்தது. ஜன்னலைத் திறந்தேன். கொசுக்கள் கூட்டமாக உள்ளே நுழைந்தன. ஜன்னலைச் சாத்தி விட்டேன். பச்சைப்பசேலென்ற புல் தரையைக் கற்பனை செய்து பார்த்தேன். அங்கு இருந்த பெஞ்சின் மீது அமர்ந்து சில நண்பர்களுடன் அரட்டையடித்துக்கொண்டிருப்பதாக நினைத்துப்பார்த்தேன். தூரத்தில், மென்மையான உடையணிந்த பெண் ஒருத்தி நடந்து செல்வது தெரிந்தது. அது ஒரு கனவு. மூட்டைப்பூச்சி ஒன்று மீண்டும் கடிக்கவே விழித்துக்கொண்டேன். படுக்கையில் இருந்து எழுந்துவிட முடிவு செய்தேன். என் பையைத் துழாவிப் பார்த்தேன். என் அம்மா தயாரித்து வைத்திருந்த இரண்டு பிஸ்கட்டுகளை எடுத்துச் சாப்பிட்டேன். பிஸ்கட் துகள்கள் கீழே சிந்தின. தகவலறிந்த எறும்புகள் உடனடியாக ஓடி வந்தன. அவற்றைப் பார்த்துக்கொண்டிருப்பது வேடிக்கையாக இருந்தது. நேரத்தை ஓட்ட அவை உதவின. என் அண்ணன் எப்படியோ தூங்கிவிட்டார். குறட்டை வந்தது. நான் விசில் அடித்துப் பார்த்தேன். பயனில்லை. அடுத்த பக்கமாகத் திரும்பிப் படுத்து குறட்டையைத் தொடர்ந்தார். அவரைக் கூர்ந்து கவனித்தபோது, வழுக்கை விழத் தொடங்கியிருப்பது தெரிந்தது. என்னைவிடப் பன்னிரண்டு வயது மூத்தவரான என் அண்ணன் சிரித்த முகம் கொண்டவர். தாராளக் குணமுடையவர். மாமன் மகளுடன் இளம் வயதிலேயே திருமணமானவர். அவருக்கு அரசியல் பிடிக்கும் என்றாலும் என் அப்பாவைப் போலவே பிரச்சினைக்குரிய விஷயங்களை அணுகும் போது கவனமாக இருப்பார். உருவகங்களை வைத்துப் பேசுவார். எந்தக் குறிப்பிட்ட பெயரையும் உச்சரிக்க மாட்டார். ஆனால், அவர் முகபாவத்தில் அனைத்தும் தெளிவாகத் தெரியும். இராணுவத்தில் இருந்து வந்துள்ள இந்த அழைப்பாணை ஒரு தண்டனை என்பதை அவர்தான் என் பெற்றோருக்கு விளக்கினார். என் அம்மா அழ ஆரம்பித்துவிட்டார். "தண்டனை அனுபவிக்கும் அளவுக்கு என் மகன் என்ன குற்றம் செய்தான்? எதற்காக அவனைச் சிறையில் அடைக்க வேண்டும்? அவனது இளமையை ஏன் பாழாக்க வேண்டும்? அவனுடைய உடல் நிலையோடு என் உடல்நலத்தையும் ஏன் கெடுக்க வேண்டும்?" என்று அரற்றினார். என் அப்பா அம்மாவுக்குப் பதில் அளித்தார்:

"உனக்குத்தான் காரணம் தெரியுமே. அவன் அரசியலில் ஈடுபட்டான்!" இதற்கு என் அம்மா, "அது என்ன அரசியல்? அது ஒரு குற்றமா?" என்று கோபத்துடன் கேட்டார். ஆச்சரியத்தோடு அவரைப் பார்த்துக்கொண்டிருந்த என்னிடம் அப்பா ஒரு பத்தியைப் படித்துக் காண்பித்தார். "அரபு மொழியில் அரசியல் என்பது சியாஸா. அச்சொல் சாஸா எனும் வினைச்சொல்லில் இருந்து வருகிறது. இச்சொல்லுக்கு நிர்வகித்தல், விலங்கு ஒன்றை, அதாவது பெட்டைக்குதிரை அல்லது கழுதையை மேய்த்தல் என்று பொருள். நாம் போய்ச்சேர விரும்பும் இடத்தைச் சென்றடைய வேண்டும் என்றால் அந்த விலங்கை வழிநடத்திச் செல்லத் தெரிய வேண்டும். அரசியல் செய்வது என்பது மக்களை ஆளத் தெரிந்துகொள்வதாகும். இந்தத் தொழிலைக் கற்றுக் கொள்ள நம் பிள்ளை விரும்பினான். இதில் தோல்வி கண்டு விட்டான். அதற்கான தண்டனை அவனுக்குக் கிடைத்திருக்கிறது. வேறு நாடாக இருந்திருந்தால் அவனுக்குப் பாராட்டுக் கிடைத்திருக்கும். நம் நாட்டில், தங்கள் அதிகாரத்தைப் பயன்படுத்தக் கூடிய ஆற்றல் கொண்டவர்களுக்கென ஒதுக்கப்பட்ட துறை யொன்றில் யாரும் போட்டிக்கு வருவதை அவர்கள் விரும்புவதில்லை. இத்துறையில், தான் செய்த தவறுக்காக வருந்தும்படிச் செய்ய இவனை அவர்கள் ஒரேயடியாகச் சோர்வடையச் செய்கின்றனர். பிரச்சினை தெளிவாகத் தெரிகிறது. நம் பிள்ளை ஏமாந்து விட்டான். நமக்குச் சொந்தமில்லாத துறை ஒன்றில் முயன்று திசைமாறிவிட்டான்."

உண்மையில், தான் கூறுவது சரிதான் என்று தன் மனதினை ஏற்கச் செய்ய அவர் முயற்சி செய்துகொண்டிருந்தார். அநியாயத்தைக் கண்டால் என் அப்பாவுக்குக் கடும் கோபம் உண்டாகும். வாழ்நாள் முழுவதும் அதனை எதிர்த்து வந்த அவர் தன்னால் இயன்றவரை அதற்கு எதிராகப் போராடினார். அநீதிகளுக்கு எதிரான போராட்டம் இந்நாட்டில் மோசமான முடிவைச் சந்திக்கக் கூடும் என்பது அவருக்கு நன்றாகத் தெரியும். "இந்நாட்டில் ஊழல் என்பது மேல்மட்டத்தில் ஆரம்பித்துக் கடைநிலை ஊழியன்வரை வேரூன்றி உள்ளது" என அவருடைய சகோதரரின் மகன் பொது மக்கள் முன்னிலையில் துணிந்து கூறினான் என்பதற்காக அவன் கைது செய்யப்பட்டுச் சிறையில் அடைக்கப்பட்டான். அச்சம்பவம்

அவருக்குக் கலக்கத்தை ஏற்படுத்தியிருந்தது. கைதுசெய்யப்பட்ட வரைச் சிறைக்குச் சென்று சந்தித்துத் திரும்பிய மூன்றாம் நாள், வீட்டுக்கு இரண்டு பேர் வந்தனர். அப்பாவைக் கேள்விகளால் துளைத்தெடுத்தனர். ஒரு கட்டத்தில், வந்திருந்தவர்களில் ஒருவன் அவரைப் பார்த்து, "உனக்கு இருப்பது இரண்டு பிள்ளைகள் தானே?" என்று கேட்டான். இனி அடக்கி வாசிக்க வேண்டு மென்பதை உடனடியாக அப்பா புரிந்துகொண்டார். இச்சம்பவம் அவரது உடல்நிலையைப் பாதித்தது. அன்று இரவு, காய்ச்சல் வந்து எதுவும் பேசாமல் தூங்கிப் போனார். அடுத்த நாள் எங்களை அழைத்து அப்பா அறிவுரை வழங்கினார். "கவனமாக இருங்கள், அரசியல் வேண்டாம், நாம் இருப்பது டென்மார்க் இல்லை. அதுவும் முடியாட்சிதான். இங்கு நம்மை நிர்வகிப்பது காவல்துறைதான். எனவே, எங்கள் உடல்நிலையை யோசித்துப் பாருங்கள். குறிப்பாக, உங்கள் அம்மாவின் உடல்நிலையை நினைத்துப் பாருங்கள். அவளுக்கு இருக்கும் நீரிழிவு நோய் அதிகமாகிவிடும் அபாயம் இருக்கிறது. ஆகவே, சந்திப்புகளோ அரசியலோ இனி எதுவும் வேண்டாம்."

"எந்த அரசியல் நடவடிக்கையிலும் கலந்துகொள்ளாவிட்டா லும் கூட ஆட்சியாளர்கள் நமக்குத் தீங்கிழைப்பார்கள்" என்று நாங்கள் அவரிடம் கூறினோம். அனைத்தும் கண்காணிக்கப் படக்கூடியதொரு அமைப்பில் நாம் வாழ்ந்துகொண்டிருக்கிறோம். அச்சமும் சந்தேகமும் அதில் அங்கம் வகிக்கின்றன. தகவல் தரும் கூட்டத்தினரிடம் நெருக்கமாக இருக்கும் என் அப்பாவின் அண்ணன் மகன் ஒருவர், ரபாத் மாணவர் இயக்க நிர்வாகி ஒருவ ருடன் நான் காபி சாப்பிட்டதை யாராவது பார்த்திருக்கக்கூடும் என்று என் அப்பாவிடம் எச்சரித்திருந்தார். காபி சாப்பிட்டதாம்! அது குற்றச் செயல் என்று ஏற்கெனவே தெரிவிக்கப்பட்டுப் பதிவு செய்யப்பட்டுள்ளது. என்னைப் பொறுத்தவரை, அக்காலகட் டத்தில் நாட்டில் நிலவிய தீவிரப் பாதுகாப்பு ஏற்பாடுகள் குறித்து எனக்கு எதுவும் தெரியாது. தாஞ்சியரின் திரைப்படக் குழுவைக் கவனித்து வந்தேன். அதில் எந்த அரசியலும் இருப்பதாக நான் நினைக்கவில்லை. எனினும், ஐசென்ஸ்டீனின் 'லெ குயிராசே பொத்தாம்கின்' என்னும் திரைப்படம் குறித்துப் பேசிய மறுநாளே எனக்குக் காவல்துறையிலிருந்து அழைப்பாணை வந்தது. எனக்கு

தடாகம் / 29

அப்போது 15 வயது. காவல் நிலையத்தில் அடியெடுத்து வைப்பது அதுதான் முதல்முறை. ஓரளவு மூத்த அதிகாரியாக இருக்க வேண்டும், அந்த நபர் என்னைப் பார்த்து,

"இது புரட்சியைத் தூண்டிவிடும் படம் என்று உனக்குத் தெரியுமா?" என்று கேட்டார்.

நான் எதுவும் பேசாமல் நின்றேன். பிறகு சுதாரித்துக்கொண்டு, "அப்படி எதுவும் தெரியாது சார்... இந்தப் படம் வரலாற்றுச் சம்பவம் ஒன்றை விவரிக்கிறது. நம் நிகழ்காலத்துக்கும் அதற்கும் எந்தத் தொடர்பும் இல்லை. இது கலைத் தன்மை நிறைந்த படம். ரஷ்ய திரைப்பட இயக்குநர் செர்ஜி ஐசென்ஸ்டீன் ஒரு பெரிய திரைப்பட இயக்குநர் என்பதுதான் உங்களுக்குத் தெரியுமே!" என்றேன்.

"இந்தக் கதை எல்லாம் என்னிடம் வேண்டாம். எனக்கு ஐசென்ஸ்டீன் குறித்துத் தெரியும். ஒரு காலத்தில் நானும் திரைப்பட இயக்குநராக ஆக விரும்பினேன். பாரீஸில் உள்ள திரைத்துறை உயர்கல்வி நிறுவனத்தில்கூடப் பயிற்சிக்காகச் சேர்ந்தேன். ஆனால், திடீரென என் அப்பா இறந்துபோனதால் அந்தப் படிப்பைப் பாதியில் கைவிட வேண்டியதாகிவிட்டது. காவல்துறையில் பணி கிடைக்கவே நான் இங்குச் சேர்ந்துவிட்டேன்."

"போகட்டும், இனிக் கவனமாக இரு. நல்ல வேளையாகத் திரைப்படத்துறையை விரும்பும் என்னிடம் மாட்டியிருக்கிறாய். சரி, சினி-கிளப்பில் அடுத்த படம் என்ன?"

"இங்மார் பெர்க்மேனின் லா சூர்ஸ்."

"அருமையான தேர்வு. அதிலாவது அரசியல் எதுவும் இருக்கக் கூடாது!"

காலை ஐந்து மணி வாக்கில் எனக்குத் தூக்கம் வந்தது. மூட்டைப்பூச்சிகளோ, கொசுக்களோ எதுவும் இருப்பதை இப் போது என்னால் உணர முடியவில்லை. எறும்புகளும் காணாமல் போயிருந்தன. நான் தூங்கிவிட்டேன். நல்ல கனவும் இல்லை. கெட்ட கனவும் இல்லை. காலை எட்டு மணிக்கு என் அண்ணன் என்னை எழுப்பினார். நாங்கள் புறப்பட்டாக வேண்டும். அருகில் இருந்த உணவகத்தில் காலைச் சிற்றுண்டியை முடித்தோம்.

அசுத்தமான உணவகம்தான். ஆனால், அருமையான புதினா தேநீர், அப்பங்கள். என் அண்ணன் என்னிடம், "கவனம், இந்த எண்ணெய் போன வருஷம் ஊற்றியதாக இருக்க வேண்டும்" என எச்சரித்தார். மூட்டைப்பூச்சிகளைவிட இது எவ்வளவோ மேல். அந்த அப்பங்கள் ஃபேஸ் நகரின் மெதினா பகுதியில் நான் கழித்த என் இளம்பிராயத்தை நினைவூட்டின. வாரம் ஒருமுறை, ஹம்மாமில் குளியலுக்குச் செல்லும் நாள் அன்று, வீட்டுக்குத் திரும்பும் வழியில் என் அப்பா இந்த அப்பங்களைத்தான் எங்க ளுக்குச் சிற்றுண்டியாக வாங்கித் தருவார். அவற்றைத் தேனில் தோய்த்திருப்பார்கள். அந்தச் சுவை என்றும் மறக்க முடியாத தாகும். தேன் இருக்கும் பாத்திரத்தில், அப்பத் துகள்களும், செத்த ஈக்களும் இருக்கும். பாத்திரத்தைக் கழுவும்போது என் அண்ண னும் நானும் கேலி செய்து மகிழ்வோம். சிரித்துக்கொண்டே விரல்களைச் சப்பிக்கொள்வோம்.

பிச்சைக்காரன் ஒருவன் கையை நீட்டினான். என்னிடமிருந்த அப்பங்களைத் தந்தேன். அவற்றை அவன் விழுங்கிக்கொண் டிருக்க இன்னும் ஒருவன் வந்தான். அவனுக்கு நான் வைத்திருந்த தேநீரைத் தந்தேன். அதைவிடக் காபி அதிகம் பிடிக்கும் என்றான். எங்கள் தலைகளின் மீது ஈக்களும் கொசுக்களும் மொய்த்தபடி இருந்தன. மெக்னேஸ் நகரம் விழிக்கத் தொடங்கியிருந்தது. புதினா விற்பவன் அந்தப் பக்கமாக, "நல்ல புதினா, இப்பத்தான் பறித்தது" என்று கூவியபடிச் சென்றான். அது மெக்னேஸ் அருகில் உள்ள முலே இதிரீஸ் ஸெரூன் பகுதியின் புதினாவாகும். தூக்கமின்றிக் கழிந்த அந்த மோசமான இரவுக்குப் பின் எதையும் சந்திக்க நான் தயாராக இருந்தேன்.

எல் ஹஜெப் போக வாடகை கார் கிடைக்குமா என்று தேடினோம். அந்த ஊருக்குப் போய்ச்சேர அரைமணி நேரம் ஆகும். மக்கள் சிலர் காத்திருந்தனர். பிச்சைக்காரர்கள் அங்குமிங்கும் திரிந்து கொண்டிருந்தனர். வெற்றுக் கால்களுடன் சிறுவன் ஒருவன் சிகரெட் துண்டுகளைப் பொறுக்கிக்கொண்டிருந்தான். அவனைவிட வயதில் மூத்தவன் ஒருவன் அவனை விரட்டினான். சில சுற்றுலாப் பயணிகள் வழி தெரியாமல் தவித்துக்கொண்டிருக்கப் போலி வழி காட்டிகள் அவர்களை நச்சரித்த வண்ணமிருந்தனர். அவர்களை

போலீஸ்காரர் ஒருவர், "உங்களுக்கெல்லாம் வெட்கமாக இல்லையா! உங்களால் நம் நாட்டுக்குக் கெட்டப் பெயர்" என்று கத்தியபடி விரட்டிக்கொண்டிருந்தார். அங்கிருந்த யாரோ ஒரு நபர், வெளியில் இருந்து பார்த்தாலும் உள்ளிருந்து பார்த்தாலும் நாட்டின் பெயர் ஏற்கெனவே மிகவும் கெட்டுப்போய்தான் இருக்கிறது என்று சொல்லிவிட்டு அங்கிருந்து ஓட்டம் பிடித்தான். அவனைப் பார்த்து எச்சரிக்கும் தொனியில் அந்தக் காவலரும், "உன்னை எனக்குத் தெரியும். நீ எங்கு வசிக்கிறாய் என்பதும் தெரியும். உன்னை எப்படியும் பிடித்துவிடுவேன். உன் நாட்டையும் அரசரையும் அவமதிக்கிறாய். இரு, இதற்கெல்லாம் நன்கு அனுபவிப்பாய்" என்று கத்தினான். நாட்டின் முழக்கத்தையும் சொன்னான். "அல்லா, அல் வதான், அல் மாலிக்" (இறைவன், தாய்நாடு, மன்னர்).

அங்கு இருந்தவர்கள் சிரித்தனர். அந்தக் காவலரின் முகத்தில் காணப்பட்ட பெருமிதம் மறைந்துபோயிருந்தது.

ஒரு வாடகைக்கார் வந்து நின்றது. மக்கள் முண்டியடித்து ஏறப்பார்த்தனர். அந்தக் காவலர் எல்லோரையும் ஒழுங்காக வரிசையில் வருமாறு சொல்லிவிட்டு என் அண்ணனைப் பார்த்து, "உங்களைத்தான், நீங்கள் இந்த ஊர் இல்லை. அப்படித்தானே?" என்று கேட்டார்.

ஒருவரையொருவர் நெருக்கிக்கொண்டு முன்னிருக்கையில் உட்கார்ந்துகொண்டோம். இருக்கையின் பிளாஸ்டிக் பகுதி கிழிந்திருக்க, உள்ளே இருந்த பஞ்சு வெளியில் தெரிந்தது. அதன் அசல் நிறம் எதுவாக இருக்கும் என்று ஊகிக்க முடியாதபடி இருந்தது. ஓட்டுநரிடமிருந்து வெண்ணெய் வாடை வீசியது. சற்று முன்தான் சிற்றுண்டியை அவர் முடித்திருந்தார். மிகவும் மோசமான நெடி வீசிய சிகரெட் ஒன்றை அவர் பற்றவைத்தார். நான்கு பேர் பின்னிருக்கையில் அமர்ந்திருந்தனர். கருஞ்சிவப்பு நிற ஜெலாபா அங்கி அணிந்திருந்த வயதான பெரியவர் ஒருவர், வெள்ளை நிற ஹயீக் ஆடையுடன் கிராமப் பெண்மணி ஒருவர், துணையாக அவருடைய மகன், இவர்களுடன் விடுப்பில் வந்துள்ள படைவீரர் ஒருவர். ஓட்டுநரின் அறிவிப்பு வந்தது. கட்டணம் செலுத்த வேண்டும். தங்கள் பயணத்துக்கான கட்டணத்தை ஒவ்வொருவராகச் செலுத்தினர். வழியில் அப்பகுதியின் கால்பந்து

அணியைப் பற்றிப் பேச்சு திரும்பியது. தான் ஆதரிக்கும் அணியான 'லெ மாஸ்' அணிக்காகப் பரிந்து பேசினார் என் அண்ணன். ஏனெனில், அவர் ஃபேஸ் பகுதியைச் சேர்ந்தவர். இதன் காரணமாக வாகனத்துக்குள் இறுக்கம் நிலவியது. மெக்னேஸ் அணியின் பரம எதிரணியைக் கொண்டாடுவது முட்டாள்தனம் இல்லையா என்று அங்கிருந்தவர்கள் நினைத்திருக்க வேண்டும். ஓட்டுநர் உடனடியாகப் பேச்சை மாற்றினார். தக்காளி விலையைப் பற்றிப் பேசினார். இதனால் எல்லோரும் அமைதியடைந்தனர். இன்னும் கொஞ்சம் வேகமாக ஓட்டும்படி ஓட்டுநரிடம் அந்தப் படைவீரர் கூறியதுடன் "ஆக்காவிடம் எனக்குப் பிரச்சினை ஏற்படப்போகிறது" என்றார். உண்மையில் ஆக்கா முக்கியமான புள்ளியாக இருக்க வேண்டும் என்பது தெளிவாகியது. படை வீரரைப் பார்த்து, "பாவம் நீ" என்று ஓட்டுநர் கூறினார். பின் இருக்கையில் அமர்ந்திருந்த வயதானவர் ஆக்காவைப் பற்றிக் கருத்து தெரிவித்தார். "ஆக்கா மிகவும் கடுமையானவர். அவர் தன்னை இதுவரை சந்திக்காதவர் உட்பட எல்லோரையும் அச்ச மூட்டுபவர்" என்றார். அவர் கூறியதைத் தலையசைத்து ஓட்டுநர் ஆமோதித்தார்.

எல் ஹஜெப் முதலில் ஒரு இராணுவ முகாமாக இருந்தது. அதன் வரலாற்றைப் பற்றி என் அண்ணன் விசாரித்து வைத் திருந்தார். "பெனி எம்தீர்" என்னும் அந்நிய கிளர்ச்சிப் படை களை முறியடிக்க இந்தக் கிராமத்தில் சுல்தான் முலே ஹசன் ஒரு காஸ்பாவை (கோட்டை) கட்டியிருந்தார். அத்தகைய இடத்தைத் தன் கட்டுப்பாட்டில் வைத்துக்கொண்ட இராணுவம், அதனை அரசின் முக்கிய இராணுவ முகாம்களில் ஒன்றாக அமைத்துக் கொண்டது. அது ஒரு கடினமான காலகட்டம். "சிபா காலம்" என்று அழைக்கப்பட்டது. கிளர்ச்சி, பீதி, அலங்கோலம், அமளி ஆகியவற்றின் கலவையைக் குறிக்கும் சொல் அது. என் அண்ணன் என்னைப் பார்த்து, "பார்த்தாயா, அரபு எவ்வளவு வளமையான மொழியாக இருக்கிறது!" என்று பிரஞ்சில் கூறினார். "*சிபா*" என்ற சொல் எத்தனையோ நிகழ்ச்சிகளோடு தொடர்புடையதாகும் என்றும் கூறினார். இதைக் கவனித்த ஓட்டுநர், அரபு மொழியில் பேசுவதே நல்லது என்பதை என் அண்ணனுக்குச் சுட்டிக்

காட்டினார். தன் செயலுக்கு வருத்தம் தெரிவித்த என் அண்ணன் அதன் பிறகு வாயைத் திறக்கவேயில்லை.

இராணுவ வாகனங்கள் நின்ற இடத்துக்குச் சில அடிகள் தூரத்தில் எங்களை அந்த ஓட்டுநர் இறக்கிவிட்டார். என்மீது அவர் வீசிய பார்வையில் கனிவு இருப்பதுபோல் தெரிந்தது. புறப்படுவதற்கு முன் “கடவுள் உங்களைக் காப்பாற்றட்டும்” என்று சொல்லிவிட்டுச் சென்றார். உடன் வந்த காவலர் வேகமாக நடந்தார். மேலதிகாரியைப் பார்த்து வணக்கம் தெரிவித்துவிட்டுப் பின் அவர் மறைந்துபோனார்.

முகாம் வாயிலுக்கு என்னை அழைத்துச் செல்லும் முன் தன் கைகளால் அண்ணன் என்னை இறுக்க அணைத்துக்கொண்டார். அவர் அழுவதை என்னால் உணர முடிந்தது. தாழ்ந்த குரலில், “தம்பி, உன்னை மிருகங்களின் கைகளில் ஒப்படைக்கப் போகி றேன். உன்னை அவர்கள் இந்த இடத்தில் எத்தனை நாட்களுக்கு வைத்திருப்பார்கள் என்றோ, ஏன் வைத்திருக்கப்போகிறார்கள் என்றோ தெரிந்துகொள்ளக்கூட எனக்கு உரிமை இல்லை. தைரிய மாக இரு. முடிந்தால் எங்களுக்குத் தகவல் அனுப்பு. பொதுவான விஷயங்களை மட்டும் எழுது. அதிலிருந்து தேவையானதை நாங்கள் புரிந்துகொள்கிறோம்.”

சில சங்கேத வாசகங்களை எனக்குச் சொல்லித்தந்தார். “எல் லாம் நன்றாக இருக்கிறது” என்றால் “நன்றாக இல்லை” என்று பொருள். “எல்லாம் மிக நன்றாக உள்ளது” என்றால் “எல்லாம் மிக மோசம்” என்று அர்த்தம். “அம்மா சமையல்போல் சாப்பாடு அவ்வளவு நன்றாக இருக்கிறது” என்றால், “இங்கு நன்றாக இல்லை” என்று பொருள். இறுதியாக, ஏதாவது அசம்பாவிதம் நடந்தால், “வசந்தம் எங்களிடம் வந்து குடியேறியுள்ளது” என்று எழுத வேண்டும். நிச்சயமாக அப்படியே தெரிவிக்கிறேன் என்று சொன்ன நான், வாசல்வரை என்னுடன் வந்ததற்கு அவருக்கு நன்றி கூறினேன்.

விடுதலையின் கடைசி நொடிகள்

நண்பகல் நேரம். அப்போதைய உச்சி வெயிலும், நான் அனுபவிக்கும் இந்தக் கொடுமையில் பங்கேற்கிறது. என் அண்ணன் நம்பிக்கையில்லாமல் சுற்றும்முற்றும் பார்க்கிறார். அவரது கண்களில் சோகம் தெரிகிறது. மாயமாகிப்போனவர்கள் மீண்டும் ஒருமுறை அவருடைய நினைவுக்கு வந்திருக்க வேண்டும். உதாரணமாகச் சில மாதங்களுக்கு முன், யாரோ இரண்டு பேர் என் வீட்டின் அருகே வசிப்பவருடைய அழைப்புமணியை அழுத்தியிருக்கின்றனர். பேசலாம் என வெளியே வந்த எங்கள் நண்பர் அவர்களுடன் சென்றிருக்கிறார். அதன் பிறகு அவரை நாங்கள் யாரும் பார்க்கவேயில்லை. அவருடைய மனைவியும் பிள்ளைகளும், என் தந்தையின் உதவியுடன் காணாமல்போனவர் அறிவிப்பினைத் தயாரித்து, செய்தித்தாள்களில் வெளியிட்டனர். அடையாளம் தெரியாதவர்களால் பலர் கடத்தப்படுகிறார்கள். காவல்துறையினர் விசாரணை செய்த போதிலும் இதுவரை யாரையும் கண்டுபிடித்ததில்லை. என் நெருங்கிய நண்பனின் தந்தையும் இப்படித்தான் காணாமல்போனவர்களில் ஒருவராகிப் போனார். தலைமைத் தளபதி உஃப்கீரின் கொடுங்கரம்தான் அதற்குக் காரணம் என்று கூறப்படுகிறது. இன்னும் சிலர், "அரண்மனைக்கும் இதற்கும் தொடர்பு இல்லை" என்கின்றனர். உண்மையில், நாட்டின் ஒழுங்கினை நிலைநாட்ட தனக்கு விசுவாசமானவர்களுக்கு மன்னர் அனுமதியளித்துள்ளார். மன்னருக்கு எதிராகச் சதித்திட்டத்தில் ஈடுபடுவதாகச் சந்தேகிக்கப்படுபவர்கள் அல்லது சதித்திட்டம் தீட்டத் தயாராக இருப்பவர்களாகச் சந்தேகிக்கப்படுபவர்கள் ஆகியோரை இந்த நிழல் மனிதர்கள் தயவு தாட்சண்யமின்றி ஒரேயடியாகத் தீர்த்துக்கட்டிவிடுவர். இரகசிய போலீஸ் போன்ற இந்த நிழல் மனிதர்கள் தளபதியிடம் மட்டுமே பதில் கூறக் கடமைப்பட்டவர்கள். மற்றவர்களுடைய எண்ணங்களை ஊகிக்கக்கூடிய சக்தி தளபதிக்கு உள்ளது எனக் கருதப்படுகிறது. பல நேரங்களில், எந்தக் காரியத்திலும்

ஈடுபடாதவர்களைக்கூட அவர் கைது செய்வதுண்டு. இந்தோ சீனப் போர் நிலவிய காலகட்டத்தில் பிரஞ்சுக்காரர்களால் பயிற்சி தரப்பட்டவர். தடுமாற்றமோ தயக்கமோ அவரிடம் கிடையாது. மிருகத்தனத்தோடு கடுமையாக நடந்துகொள்வதுதான் அவரது வழக்கம். மிகக் கொடூரமான சித்திரவதை முறைகளைப் பிரஞ்சு வல்லுநர்கள் அவருக்குக் கற்றுத் தந்துள்ளனர். அப்படிக் கற்றுக்கொண்டதில் அவருக்குப் பெருமை எனத் தெரிகிறது. முடிவைக் கண்டடைவதற்கு எந்த முறையாக இருந்தாலும் அது நல்ல முறைதான். சட்டம், ஒழுங்குதான் முதன்மையானதாகும். தழும்பேறிய முகம், கணிக்க முடியாத கூர்மையான பார்வை, பொங்கி அடங்கிய எரிமலைக்குழம்பின் நிறத்தில் உடல். சித்திரவதையின் போது, இதயம் வெடித்துத்தான் பென் பர்கா மரணமடைந்ததாகப் பேசிக்கொண்டனர். இத்தகைய விசாரணை முறையில் கைதேர்ந்த காவலர்களின் கேள்விகளுக்கு பர்கா பதில் அளிக்க மறுத்திருக்கிறார். அவரைத் தன்னிடம் தனியாக விடும்படி உஃப்கீர் அவர்களிடம் கேட்டிருக்கக்கூடும். பேச்சு, கேள்வி என எதுவும் இல்லை. கன்னத்தில் அறைந்ததுதான் தாமதம். பல் கீழே விழுந்துவிட்டது. அவர் அமர்ந்திருந்த நாற்காலியிலிருந்து தூக்கி நிறுத்திப் பலமாக உலுக்கினார். அதிர்ச்சியிலிருந்து மீண்டு சுவாசிக்க முடியாமல் தவித்த மெஃதி பென் பர்கா மயக்கமடைய அப்படியே இதயம் நின்றுவிட்டது. உடனடியாக, உஃப்கீர் தன் ஆட்களை அழைத்துக் "குளியல் தொட்டிக்கு ஏற்பாடு செய்யுங்கள்" என்று கட்டளை பிறப்பித்திருப்பார். அமிலத்தில் அந்த உடல் கரைக்கப்பட்டிருக்கும். இப்படித்தான் மொராக்கோ எதிர்க்கட்சித் தலைவரைப் பற்றிய எந்தவொரு தடயமும் இல்லாமல் போய் விட்டது. மெஃதி பென் பர்காவின் உடல் கடைசிவரை கண்டு பிடிக்கப்படவேயில்லை. இந்த அமில முறை மிகவும் சாத்திய மானதாகவே தோன்றுகிறது. இதுவரை சந்தித்திராத இந்த மெஃதி பென் பர்காவைப் பற்றிப் பல இரவுகள் நான் சிந்தித்துப் பார்த்திருக்கிறேன். அவருடைய பிள்ளைகளில் ஒருவனாக என்னை நினைத்துக்கொள்வேன். அவனுக்கு என் வயதுதான் இருக்க வேண்டும். இந்தக் காலகட்டத்தை உலுக்கிய இத்தகைய சோகத்தை அந்தப் பையன் எப்படித் தாங்கியிருப்பான் என்று யோசித்துப் பார்ப்பேன். இந்தச் சம்பவத்தில் தொடர்புடைய

அத்தனை பேரும் தீர்த்துக்கட்டப்பட்டனர். யாரோ ஒருவர் மட்டுமே மரணத்திலிருந்து தப்பித்ததாகத் தெரிகிறது. பிரஞ்சு ஆளுகைக்கு உட்பட்ட மொராக்கோ காவற்படை, மாஃபியா முறைகளைக் கையாண்டது. அந்தக் காலகட்டத்தில் நடந்த இத்தகைய சம்பவங்களால் பிரஞ்சு நாட்டுத் தளபதி தெகோல் பெரிதும் கலக்கமடைந்தார். எனினும், இந்த இரண்டு நாட்டுக் காவல்துறையினரும் தொடர்ந்து கூட்டாகச் செயல்பட்டு வந்தனர். இப்படிக் காணாமல்போகும் சம்பவங்கள் என் அப்பாவுக்குப் புதிதல்ல. வீட்டு ஜன்னல்களை மூடிவிட்டுத் தாழ்ந்த குரலில் அவர் பேசியது என் நினைவில் உள்ளது. "தனக்குக் கணித ஆசிரியராக இருந்த ஒருவர் தன்னை எதிர்ப்பதை மன்னரால் ஏற்றுக்கொள்ள முடியவில்லை. எனவே அவரைத் தீர்த்துக்கட்டியது இயல்பானதுதான். போகட்டும், இப்போது நான் கூறியதை எங்கும் சொல்லிக்கொண்டிருக்காதே. மூச்சுவிடக் கூடாது." பயம் இருப்பதை ஒப்புக்கொண்டபடியே சில விஷயங்களை அவர் கூறுவதுதான் எனக்குச் சில நேரத்தில் எரிச்சலாக இருக்கும். என் அப்பாவுக்கு பயம். அவருக்கு மட்டுமா. எனக்கும் அந்த பயத்தை உண்டாக்கினார். அது எனக்கு அவமானமாக இருக்கும். மேலும், அவருடைய உறவினர் அவருக்கு அறிவுரை ஒன்றைக் கூறியிருக்கிறார். பொதுமக்களிடம் பேசும்போது கவனமாக இருக்க வேண்டும் என்றும், வாடிக்கையாளர்கள் போர்வையில் சிலரைக் கடைக்கு அனுப்பி அதன் மூலம் வியாபாரிகளை ஆட்டி வைக்கும் முயற்சியிலும் போலீஸார் ஈடுபட்டிருப்பதாகத் தெரிகிறது என்றும் அவர் கூறியிருக்கிறார். எனவே, தன்னிடம் வரும் வாடிக்கை யாளர்களிடம் அரசியல் தொடர்பான எந்தச் சம்பவம் குறித்தும் என் அப்பா பேசுவதில்லை. ஒருமுறை, யாரோ ஒருவர் என் அப்பாவிடம் உண்டியல் ஒன்றை நீட்டி, "பாலஸ்தீனுக்கு வழங்க வேண்டும்" என்று பணம் கேட்டிருக்கிறார். "இந்தப் பணம் உண்மையில் பாலஸ்தீனியர்களுக்குத்தான் போகும் என்பதற்கு யார் உத்தரவாதம்?" என்று அவரைக் கேட்டிருக்கிறார். பதில் எதுவும் கூறாமல் அந்த நபர் போய்விட்டாராம்.

மெஃதி பென் பர்கா காணாமல் போன விஷயம் செய்தித் தாள்களில் இடம்பெறும்போதெல்லாம் என் அப்பா வழக்கமாகக் கூறும் வாசகம், "ஒன்றும் அலட்டிக்கொள்ளாதீர்கள். இச்செய்தி

குறித்த உண்மை நிலை ஒருபோதும் தெரியப்போவதில்லை. நிச்சயமாக இல்லை."

மீண்டும் ஒருமுறை என் கைகளைப் பற்றிக்கொண்ட என் அண்ணன், "நம் பெற்றோரின் ஆசீர்வாதம் உன்னைக் காக்கட்டும்" என்றார். "ஆனால், இருப்பதிலேயே சிறந்த ஆசீர்வாதம் இறைவனுடையதுதான்" என்றும் அவர் கூறினார். இதற்குப் பின் ஒருவரையொருவர் பார்த்துக்கொள்ளப்போவதில்லை என்பதைப் போல் என் கைகளை இறுகப் பற்றிக்கொண்டார். இவ்வாறு பேசி முடித்ததும் உயரமான நபர் ஒருவனிடம் என்னை ஒப்படைத்தார். மழித்த தலையுடன் இருந்த அந்த உயரமான நபர் பருமனாகவும் எடை அதிகமாகவும் காணப்பட்டான். என் அண்ணனிடம் மிகவும் மரியாதையாக நடந்துகொண்ட அந்த ஆள், ஏற்கெனவே பழகியவர்போல் அவரைப் பற்றி விசாரித்தான். என்மீது கனிவான பார்வையை வீசியபடி என் அண்ணனிடம், "நிம்மதியாகப் போங்கள். உங்கள் தம்பியைச் சரியான ஆளிடம்தான் ஒப்படைத் திருக்கிறீர்கள்" என்றான். என் அண்ணன் அந்த இடத்திலிருந்து புறப்பட்டவுடன் என் முதுகில் அவன் விட்ட குத்து என்னைக் கீழே விழச் செய்தது. நான் எழுந்து நின்றபோது இரண்டு காவலர்கள் என் அருகில் வந்தனர். என்னை இழுத்துச்சென்று இருட்டான அறை ஒன்றில் தள்ளினர். வட்டமாக இருந்த அந்த அறையின் மேற்புறப் பக்கவாட்டில் சிறிய அளவில் திறப்பு ஒன்று இருந்தது. கரடுமுரடான சுவர்மீது சாய்ந்துகொண்டே மேல்தளத்தைப் பார்த்தேன். பார்த்தேன் என்பதைவிட உற்றுக் கவனித்தேன். சில இரும்புக் கொக்கிகள் இருப்பதுபோல் தெரிந்தது. தண்டனைக் கைதிகளை அந்த இடத்தில்தான் தூக்கிலிடுவார்கள் அல்லது சித்திரவதை செய்வார்கள் என்பது உறுதியானது. என்னை என்ன செய்யப்போகிறார்கள் என்று தெரியவில்லை. எனக்குப் பசித்தது. என் பையை அவர்கள் எடுத்து வைத்துக்கொண்டனர். வெப்பமாக இருந்தது. நல்லவேளையாக எனக்கு நிழலாவது கிடைத்திருக் கிறது. செங்கற்களால் கட்டப்பட்ட அந்த அறை 'தத்தா' என்று அழைக்கப்பட்டது. தற்காலிகச் சிறை போன்றதோர் அமைப்பு. வெளிப்புறமாகப் பூட்டப்படக்கூடிய கதவு. வெளியே தப்பிச் செல்வதென்பது இயலாத காரியம். எனக்கு மூச்சு முட்டியது. என் நினைவுகள் தப்புவதுபோல் உணர்ந்தேன். உண்மையில்

அவற்றை நினைவுகள் என்று சொல்ல முடியாது. அனைத்தும் நிலைகுலைந்துபோய், எந்தப் பொருளும் தத்தமது இடத்தில் இல்லாமல் இருப்பதைப் போன்றதொரு வினோதமான உணர்வு என்று சொல்லலாம். கூடத்தில் இருக்க வேண்டிய நாற்காலிகள் மேற்கூரையிலும், நிலைக்கண்ணாடிகள் இருக்க வேண்டிய இடத்தில் சிகை அலங்கார இருக்கைகளும் இருப்பது போன்ற உணர்வு. பகலில் இரவு கொட்டப்பட்டுவிட்டதைப் போன்ற உணர்வு. கடிகாரங்கள் தம் முட்களை இழந்து நிற்பதைப் போன்ற பிரமை. இனிக் காலம் என ஒன்றில்லை. தப்பிச்செல்லும் கள்வர்கள் கூட்டம் ஒன்று காலத்தைக் கடத்தியிருந்தது. சுவர்கள் இடம்பெயர்ந்திருந்தன. அவை தண்டவாளங்கள்மீது வழுக்கிக் கொண்டு ஓடின. அப்படிச் செல்லும் சுவர்கள் ஏனைய சுவர்களை அடைத்து வைத்திருக்கும் பெரிய கிடங்கு ஒன்றை நோக்கிச் செல்கின்றன. அங்கு மனிதர்கள் பண்டைய மனித வகையினரின் மண்டை ஓடுகளைப் போல் சுருங்கியிருந்தனர். எலிகளைப் போல் காணப்பட்டனர். ஆம், மனிதர்கள் எலிகளாய் மாறியிருந்தனர். அதற்காக அவர்கள் வியப்படையவில்லை. இந்தச் சிறைக்குள் நான் சுற்றி வருவது ஏதோ மனிதக் கை ஒன்றை அல்லது என் அண்ணனின் முகத்தைத் தேடி அலைவதைப் போல் இருந்தது. எலியாக மாறாமல் இருக்க நான் பின்வாங்குவதைப் போல் உணர்ந்தேன். அந்த இனத்தைக் கண்டாலே பயந்துவிடுவேன். அவை திரையில் தோன்றும்போது நான் கண்களை மூடிக்கொள்வேன். அதாவது, எலிகள், பெருச்சாளிகள், சுண்டெலிகள் ஆகியவை மீது எனக்கு அந்த அளவுக்கு வெறுப்பு இருந்தது. சுவற்றின் மீது கைகளை வைத்தபடிச் சில நொடிகள் இருந்தேன். நான் கொடுங்கனவு எதையும் காணவில்லை. மாறாகச் சிறைச்சாலையைப் போன்ற தொரு அறையில் நான் கைதியாக இருக்கிறேன் என்பதை உறுதி செய்து கொண்டேன். இங்கு எலிகள் இல்லை. எதுவும் அசைய வில்லை. சுவர்கள் பலமாக இருக்கின்றன. நானும் ஏறக்குறைய பலமாகத் தான் இருக்கிறேன். எப்படியும் இத்தகைய சூழ்நிலைக்கு மண்டி யிடாமல் நான் பலமாக மாறித்தான் ஆக வேண்டும்.

இரவு வெகு நேரம் கழித்து எனக்குச் சாப்பாடு கொண்டு வந்தனர். கெட்டியாக இருந்த அந்த மஞ்சள் நிறக் குழம்பின் குமட்டும் வாசனையை என் வாழ்நாள் முழுவதும் மறக்க

முடியாது. அது ஒட்டகக் கறியின் கொழுப்பு. கறி இல்லை. சில காய்கறித் துண்டுகள். கல்லைப் போன்ற ரொட்டி. மாவுடன் சுண்ணாம்பைக் கலந்து செய்ததைப் போல் அவ்வளவு உறுதியாக இருந்தது. எதையும் விழுங்காமலே இருந்தால்தான் நல்லது என்று நினைத்தேன். பிளாஸ்டிக் குவளை ஒன்றில் தண்ணீர் குடித்தேன். அப்படியே சுருண்டு படுத்துத் தூங்க முயற்சி செய்தேன். ஏதோ சப்தம் வருவது கேட்டது. மலிவான சிகரெட் புகை வாடையை உணர முடிந்தது. இராணுவ வீரர்களால் அவை "துரூப்பு" என்று அழைக்கப்படுவதைப் பின்னர் தெரிந்து கொண்டேன். இதில் வேடிக்கை என்னவென்றால், என்னிடமிருந்த பதற்றம் மறைந்திருந்தது. அடுத்து என்ன நடக்கும் என்று எதிர் பார்த்திருந்தேன். தலைவலியைக் குறைக்கக் கைகளை என் நெற்றி மீது வைத்து அழுத்திக்கொண்டேன். சுவர்மீது சாய்ந்தபோது என் முதுகைக் கூழாங்கல் ஒன்று குத்தியது. ஆனாலும் விலகிக் கொள்ளாமல் அப்படியே இருந்தேன். அந்த வலி என் தலைவலியை மறக்கச் செய்தது. தலைவலி என்பது என் கூடவே பிறந்தது. அது அப்படித்தான். முதல்முதலில் எனக்கு எப்போது தலைவலி வந்தது என்று நினைவில்லை. அது எனக்குள்ள உடற் குறை. எனக்குள்ள துன்பம் அது. அதற்கு நான் பழகியாக வேண்டும். சில நேரங்களில், ஊசி ஒன்று என் தலையைக் குத்துவதுபோல் இருக்கும். இன்னும் சில நேரங்களில் துளைப்போடும் கருவி என் தலையில் துளை போடுவதுபோல் உணர்வேன்.

நான் தனியாக இருந்தேன். என்னைச் சந்திக்க யாரும் வருவ தில்லை. ஒருவேளை என்னை மறந்துவிட்டார்களா? எண்ண ஓட்டத்தைவிட என் கற்பனை ஓட்டம் மிக வேகமாக இயங்கியது. கட்டற்ற வெண்ணிற வெளி ஒன்றில் ஓடுவதைப் போன்ற விவரிக்க முடியாத நிலையை உணர்ந்தேன். தலைவலிதான் என்னை நிஜ வாழ்க்கைக்கு மீளச் செய்தது. எழுந்து நின்று பத்துப் பத்து அடியாக எடுத்து வைத்தேன். சுற்றிச்சுற்றி வந்தேன். இதுதான் மனப்பிறழ்வின் தொடக்கம் என்று நினைத்தேன். "*திக்குத் தெரியாதவர்களின் குன்று*" என்ற கறுப்பு வெள்ளைத் திரைப்படம் ஒன்று நினைவுக்கு வந்தது. சுரங்கங்களுக்கு மத்தியில் பசியுடனும் தாகத்துடனும் இருந்த அந்த மனிதர்களில் ஒருவனாக என்னை உணர்ந்தேன். யார் மீதாவது இடறி விழாமல் இருக்க என்னைக்

குறுக்கிக்கொண்டு பொறுமையாக முன்னேறினேன். பசி எடுத்தது. அந்த உறுதியான ரொட்டித்துண்டு ஒன்றை எடுத்தேன்; அதை அந்த மஞ்சள் நிறக் குழம்பில் முக்கி எடுத்து மூக்கைப் பிடித்துக் கொண்டு அப்படியே வாயில்போட்டு விழுங்கினேன். பாதி உருளைக்கிழங்கைக் கிள்ளித் தண்ணீர் குடித்தபடிச் சாப்பிட்டேன். எனக்கு மூச்சு முட்டியது. இருமல் ஏற்பட்டது. இரவு நீண்ட நேரம் கழித்துப் படை வீரன் ஒருவன் கதவைத் திறந்துகொண்டு உள்ளே வேகமாக நுழைந்தான். என்னை இழுத்துக்கொண்டு போய் முதன் முதலில் பார்த்த அந்த ராட்சச மனிதன் முன் நிறுத்தினான்.

ஆக்கா

"என் பெயர் ஆக்கா. இங்கே நான் வைத்ததுதான் சட்டம். துணைத் தளபதி ஆக்கா. மரணம் போன்ற இந்தப் பெயரை மறந்துவிடாதே. மனிதன் என்பதற்கான உன்னிடம் உள்ள அத்தனை அடையாளங்களையும் இல்லாமல் ஆக்கிவிடுவோம். நகரத்தில் அணியும் இந்த உடையைக் கழற்று. இவையெல்லாம் முடிந்த கதை. இங்கே மனிதன் என்பவன் மனிதனாக இருக்க வேண்டும். தலைமுடி அலங்காரம், அதற்கான கிரீம், சென்ட் இவை எதுவும் கூடாது. சீக்கிரம். கேட்கிறதா? சொல்வதைச் செய்!" என்றான் அவன்.

நான் உடைகளைக் களைந்துகொண்டிருந்தபோதே என் முடிக் கற்றையைப் பிடித்து அவன் இழுத்தான். நான் பெரிதும் விரும்பும் கருநிற முடிக்கற்றை அது. டிவிஸ்ட், ராக் பாணியில் நீளமான தலைமுடி வைத்திருந்த காலம் அது. படை வீரனைப் பார்த்து அவன் கத்தினான்:

"ஒரு முடியும் இருக்கக் கூடாது. இங்குத் தண்டனை என்றால் முடியில்தான் தொடங்குகிறது என்பதை அவன் தெரிந்துகொள்ள வேண்டும்."

"உங்கள் உத்தரவு தளபதி" என்றான் அவன்.

அந்தப் படை வீரன் நடுங்குவது தெரிந்தது.

எனக்கும் நடுக்கம் ஏற்படப்போகிறதா அல்லது மயக்கம் வரப் போகிறதா; சிரிப்பதா, தலையில் அடித்துக்கொண்டு கத்துவதா; ஊளையிடுவதா அல்லது ஆட்டுக்குட்டியைப் போல் சிரைக் கட்டும் என்று விட்டுவிடுவதா என்று யோசித்துக்கொண்டிருந்தேன்.

ஆக்கா போய்விட்டான். சாம்பல் நிற டீ சர்ட்டும் நீளமான பேண்டும் போட்டுக்கொண்டேன். எனக்குக் கொடுக்கப்பட்ட செருப்புகள் என் கால்களுக்குப் பொருந்தாமல் பெரிதாக இருந்தன. நடந்து பார்த்தேன். ஆனால், அவை நழுவிச்சென்றன. என்னை

விடக் குள்ளமாக இருந்த படைவீரன், தன் உறுதியான கையால் என்னைப் பிடித்து அங்கிருந்த சிறிய பெஞ்சில் உட்காரவைத்தான்; “உடலுக்குப் பொருத்தமான அளவு பற்றியெல்லாம் பிறகு பார்க்கலாம்” என்றான். அந்த நபரிடம் இருந்த நடுக்கம் இப்போது இல்லை; அதிகாரம் தந்துள்ள ஆணவம், பலம் அவனுக்குள் ஓர் உயர்வு மனப்பான்மையை உண்டாக்கியிருக்கிறது என்பதையும் உணர முடிந்தது. கத்தரிக்கோல் ஒன்றைப் பையிலிருந்து வெளியில் எடுத்து என் தலைமுடியை வெட்ட ஆரம்பித்தான். தலைமுடிக் கற்றைகள் தரையிலும் என் தொடைமீதும் விழுந்தன. நிறைய முடிகள். உள்ளுக்குள் அழுதேன். முடிக்கற்றைகளையே பார்த்துக் கொண்டிருந்தேன். என்னவோ நடக்கப்போகிறது என்று நினைத்துக் கொண்டேன். அந்தப் படை வீரன் என் தலையில் தண்ணீர் தெளித்து ஈரமாக்கினான்: ரேசர் ஒன்றை எடுத்து அதில் பிளேடு ஒன்றைச் சொருகினான்; என் தலையை மழிக்க ஆரம்பித்தான்; அது மிகுந்த வலியை உண்டாக்கியது; ஒரு சொட்டு இரத்தம் என் தாடையில் வழிந்தோடியது; நான் வாயைத் திறக்கவில்லை. அந்த பிளேடு பலமுறை பயன்படுத்தியதாக இருக்க வேண்டும். அன்றைய மாலைப்பொழுதில் மழிக்கப்பட்டவர்களில் நான் பத்தாவது ஆள் என்று எனக்கு அவன் உறுதிபடக் கூறினான். அவன் அவசரப்படவில்லை. மீண்டும்மீண்டும் மழித்தபடி இருந்தான். சில இடங்களில் காயம் ஏற்பட்டது. நான் அசையவில்லை. அவன் உடலிலிருந்து வெளியேறிய வியர்வையின் நெடி அதிக மாக இருந்தது. அந்த நாற்றம்தான் அவனைப் பொறுத்தவரை ‘ஆண்மை’யின் அடையாளம் என்பதைப் புரிந்துகொண்டேன். அவனிடம் இருந்த எல்லாமே நாற்றமடித்தன. என் பக்கமாக அவன் குனிந்தபோது, அவனது வாயின் துர்நாற்றம் எனக்கு மயக்கத்தை வரவழைத்தது. துணிச்சலை வரவழைத்துக்கொண்டு அந்த முகாமில் ஏதாவது குளிக்கும் இடம் உள்ளதா என்று விசாரித்தேன். அவனோ, வாரம் ஒருமுறை ‘ஹம்மாம்’ என்னும் பொதுக்குளியல் இடத்துக்குச் செல்வதையே பெரிதும் விரும்புவ தாகக் கூறினான்.

அரைமணி நேரத்துக்குப் பின் அந்தச் சித்திரவதை முடிவுக்கு வந்தது. அவனது வியர்வை, உடை ஆகியவற்றின் நாற்றம் எனக்குக் குமட்டலை ஏற்படுத்தியது. என் வயிறு காலியாக இருந்த

போதிலும் வாந்தி வருவதைப்போல் இருந்தது. என் மொட்டைத் தலைமீது கையைக் கொண்டுபோகும் துணிவு வரவில்லை. தலை குனிந்தபடி உட்கார்ந்திருந்தேன். திரும்பி வந்த படைவீரன், எனக்கான மாற்றல் ஆணை வரும்வரை இந்த 'தத்தா'விலேயே இன்று இரவு நான் தூங்கியாக வேண்டும் என்று தெரிவித்தான். அவனுக்கு என் வயதுதான் இருக்கும். கிராமத்து ஆளான அவன் பொதுவான நடைமுறையின்படி இராணுவத்தில் சேர்ந்திருக்க வேண்டும்.

அவன் பெயர் என்னவென்று கேட்டேன்.

"இரண்டாம் வகுப்புப் படைவீரன், மூன்றாம் படைப்பிரிவு" என்று மட்டும் கூறினான்.

தன் பொருட்களைக் கட்டி எடுத்துக்கொண்டு தரையில் துப்பி விட்டுச் சென்றுவிட்டான். அந்த நபருக்கு 'ஹஜ்ஜாம்' என்று பட்டப் பெயர் வைத்திருந்தேன். அவனுக்கு அரபு மொழியைச் சரியாகப் பேசத் தெரியவில்லை. ஆப்பிரிக்காவிலிருந்து வந்தவ னாக இருக்க வேண்டும். அவன் திரும்பி வந்தான். மீண்டும் ஒருமுறை தரையில் துப்பிவிட்டுத் தன் சிகரெட் துண்டு எங்கோ தவறிவிட்டது என்றான். ஆக்கா அருகில் வந்தபோது அதனை அவசரமாக அணைத்திருப்பான். அறை எங்கும் தேடினான். அவன் தொலைத்த சிகரெட் துண்டின் சுவடு கூடத் தெரியவில்லை. அமெரிக்க சிகரெட் பெட்டியை அப்படியே முழுமையாக அவனுக்குத் தர ஆசைதான். ஆனால், நான் புகைப்பதில்லை என்பதால் என்னிடம் எதுவும் இல்லை. எப்படியும் கனிவை எதிர்பார்க்க இது சரியான நேரம் இல்லை. நகரத்திலிருந்து வரும் ஆட்களைத் திட்டியபடியே அறைக் கதவை ஓங்கி அடித்துச் சாத்திவிட்டுப் போனான். நான் இருக்கும் இந்தப் புதிய நெருக்கடியான நிலையில் என்ன செய்வது? இதை ஏற்றுக் கொள்ளத்தான் வேண்டுமா? அப்படிச் செய்வது கடினம். இருபது வயதில் எந்த விஷயத்தையும் ஏற்றுக்கொள்ள முடியாது. எதிர்த்து நிற்பதுதான் வழக்கம். நான் கலந்துகொண்ட முதல் அரசியல் கூட்டத்தை மீண்டும் ஒருமுறை நினைத்துப் பார்த்தேன். 'பாக்' என்னும் உயர்நிலைக் கல்வித் தகுதியைப் பெறும் காலம் அது. என் வாசிப்பு மூலமாகவும் சில திரைப்படங்கள் மூலமாகவும்

அறிமுகமான சிலரைப் பற்றித் தெரிந்துகொண்டேன். அது மிகவும் எரிச்சலாகவும் சலிப்பூட்டுவதாகவும் இருந்தது. சில நேரங்களில் உடனடியாக எழுந்து அந்த இடத்தைவிட்டுப் போய்விட வேண்டும் என்பதுபோல் தோன்றும். ஆனால், என் நண்பர்களின் பார்வை தான் என்னைப் பொறுத்தவரை முக்கியமானதாகும். என்னைக் கோழையாகவோ துரோகியாகவோ நினைப்பதை நான் ஒரு போதும் ஏற்றுக்கொள்ள முடியாது. எனினும், ஃபவுஸி என்ற ஒரு நபர் இதைப் பற்றியெல்லாம் யோசிக்கவில்லை. கூட்டத் திலிருந்து எழுந்து வெளியே சென்றுவிட்டான். போகும்போது, "வாழ்த்துகள்! இது எனக்கான இடம் இல்லை" என்று சொல்லிக் கொண்டே போனான். அவனுக்கு உடல்நலம் சரியில்லாமல் இருந்தது என்பதால் நான்குமணி நேரத்துக்கு ஒருமுறை மருந்து உட்கொள்ள வேண்டிய கட்டாயத்தில் இருந்தான் என்பதைக் குறிப்பிட்டாக வேண்டும். எனவே, அவனுக்காவது ஒரு காரணம் இருந்தது. எனக்கோ அப்படி எதுவும் இல்லை. "நான் காதலிக் கிறேன். என் காதலியைச் சந்திக்கப்போகிறேன்" என்று சொல்லி யிருக்கலாம். ஆனால், எல்லோரும் என்னைப் பார்வையாலேயே எரித்துவிட்டிருப்பார்கள். அப்படித்தான் நான் செய்திருக்க வேண்டும். ஆனால், போதிய துணிச்சலின்மையும் எனக்கே உள்ள தயக்கங்களும் எனக்குத் தடையாக இருந்தன. கவிஞர் ரேம்போவையும் கார்ல்மார்க்ஸின் சில மேற்கோள்களையும் வாசித்திருந்த எனக்கு, நம்மால் முடிந்த அளவுக்கு உலகினை மாற்றுவதே அடிப்படையான விஷயமாகத் தோன்றியது. எனக் கிருந்த அச்ச உணர்வுகளைக் கடந்து அந்தக் கூட்டத்தில் கலந்து கொண்டேன். அந்தக் கூட்டம் பல மணிநேரம் நடந்தது. எல்லாம் வெற்று வார்த்தைகள், வாக்கியங்கள், வாக்குறுதிகள் அவ்வளவு தான். அதன்பிறகு ஒன்றுமில்லை. எங்களைவிட நான்கு வயது அதிகமிருக்கக்கூடிய ஆள் ஒருவன் ரபாத் பகுதியிலிருந்து வருவான். தாஞ்சியர் நகரில் அலுவலகம் அமைக்க வேண்டிய பொறுப்பு அவனுக்குத் தரப்பட்டது. அந்த ஆள் ஒரு முழு அரசியல்வாதி. அவனுடைய நண்பரான மெஃதி பென் பர்காவுக்கு அஞ்சலி செலுத்தும் விதமாக ஒரு நிமிடம் மௌனமாக நின்ற பின் அன்றைய கூட்டம் தொடங்கியது. அவன் உரையாற்றும்போது நன்றாக விளங்கும்படியும் எல்லோரும் ஏற்றுக்கொள்ளும்படியும்

பேசவும் கற்றிருந்தான். ஆனால், உரை முடித்துச் சென்றதும், அவன் பேச்சின் சுருக்கத்தை என்னால் நினைவுகூர முடியாது. அவன் குள்ளமாகவும் கடுமையான தோற்றத்துடனும் இருப்பான். தன் வாழ்க்கையையே ஏதோ ஒரு நல்ல விஷயத்துக்காக அர்ப்பணித்தவன் போன்ற பாவனை செய்கிற வகையைச் சேர்ந்தவன். ஏனெனில், அதை விடுத்து அவன் வேறு எதற்கும் பயன்படாதவன். இதனை நான் பிறகுதான் புரிந்துகொண்டேன். அவனுக்குத் தண்டனை விதிக்கப்படவில்லை. அரசவையின் 94 'தண்டிக்கப்பட்டவர்கள்' பட்டியலில் அவன் பெயர் இல்லை. அவன் அதிகாரபூர்வமாக அரசியலில் ஈடுபட்டு வந்தான். அவனுக்குப் பின்னால் சிறிய கட்சி ஒன்று இருந்தது. செல்வாக்குள்ள நபர்கள் அதில் இருந்திருக்க வேண்டும். நாங்களோ, ஆட்டு மந்தைகள் போன்றவர்கள்.

ஆக்கா மீண்டும் அங்கு வந்தான். அவனைக் கீழிருந்து மேல் நோக்கிப் பார்த்தேன். திகில் படங்களில் வரும் ராட்சசனைப் போல் பிரம்மாண்டமாக இருந்தான். என்னை வெறுப்புடன் பார்த்துவிட்டு, "டேய், நீ பொது வாழ்விலிருந்து வெளியேறப் போகிறாய். நாளை முதல் நீ ஒரு படை வீரன்" என்றான்.

படை வீரனாக வேண்டும் என்ற விருப்பம் துளியும் எனக்கில்லை. நான் வாயைத் திறக்கவில்லை. இத்தகைய முரட்டு ஆளிடம் பேச்சுக் கொடுக்கக் கூடாது என்று என் உள்ளுணர்வு கூறியது.

சிறியவனான உன்னைப் பெரிய ஆளாக மாற்றப்போகிறோம். இங்கு 'பொலித்தீக்' (அரசியல்) எல்லாம் நடக்காது. (பிரஞ்சு மொழியை வழக்கம்போல் கொலை செய்தான்) நீ 'பொலித்தீக்' செய்ததால்தான் இங்கு நிற்கிறாய். பரவாயில்லை. உன்னை "நிமித்திடுவோம்" (நிமிர்த்திடுவோம்). ஆக்கா கோட்டையில் நிறைய பணம் இருக்கு. "புஞ்சிதா? (புரிந்ததா)."

நான் பதில் எதுவும் கூறவில்லை. வெளியே போய் எனக்கான 'தத்தா' இருக்கிறதா என்று தேடினேன். அவை எல்லாமே ஒன்றைப் போலவே இருந்தன. ஆக்கா மீண்டும் என்னிடம் வந்து, நாங்கள் இருவரும் வெகுநாட்கள் பழகியவர்கள் போல் பேச்சு கொடுத்தான். இந்தோ-சீனம், தான் கையாண்ட ஆயுதங்கள்,

சீனர்களின் அறிவுக்கூர்மை எனப் பலவற்றைப் பற்றிப் பேசினான். அவனைப் பொறுத்தவரை, ஆசியாவைச் சார்ந்தவர்கள் அத்தனை பேரும் சீனர்கள்தான்.

"அவர்கள் சாத்தானைப் போன்ற வஞ்சகர்கள். எலிகளைப் போல் குள்ளமானவர்கள். வேகமாக ஓடுவார்கள். கண்களுக்குத் தெரியாது. திடீரென உங்கள் மேலே விழுந்து உங்களை விழுங்கிவிடுவார்கள். நிறைய சீனர்களை நான் கொன்றிருக்கிறேன். அவர்கள் எங்கும் இருப்பார்கள். இரவு நேரத்தில் திரும்பி என் 'தத்தா'வுக்கு வந்தால், அதன் அடியிலும் பதுங்கியிருப்பார்கள். இங்கு 'தத்தா'க்களை நான்தான் அமைத்தேன். இந்தோ-சீன அனுபவம் அது. தளபதி பிரான்சுவா எனக்குப் பல விஷயங்களைக் கற்றுத் தந்துள்ளார். ஒரு நாள் அவர் திருப்பி அழைக்கப்பட்டார். நம் சகோதரர்களைக் கொல்ல அவர் அல்ஜீரியாவுக்கு அனுப்பப்பட்டார். அன்றுமுதல் அவர் எனக்குப் பிடிக்காமல் போய்விட்டார். அவரைப் பழி வாங்குவதற்காக நம் அல்ஜீரிய சகோதரர்களுக்கு நான் உதவி செய்தேன். இவை எல்லாம் 'பொலித்தீக்'.

'தத்தா'வில் நான் தரையிலேயே படுத்துக்கொண்டேன். எப்படியும் அங்குக் கட்டில் எதுவும் இல்லை. என் உடைகளைப் பரப்பி அவற்றின் மேல் தூங்கியிருக்கலாம். ஆனால், நான் மிகவும் சோர்வாக இருக்கவே உடனடியாகத் தூங்கிப்போனேன். எனக்குக் கனவு எதுவும் வரவில்லை.

அலாரம் 6 மணிக்கு அடித்தது. தூரத்தில் காபி போன்ற ஏதோ ஒரு வாசனை வந்தது. எவ்வித சுவையும் இல்லாமல் சூடான உப்புநீர். முந்தைய நாளைப் போலவே கடினமாக இருந்த ரொட்டி. நல்லவேளையாக வாஷ்கிரீ பாலாடைக்கட்டி கொஞ்சம் இருந்தது. அதனை விழுங்கிவிட்டு, அது இருந்த காகிதத்தை நக்கினேன்.

மிகவும் குள்ளமாகப் போய்விட்டதைப்போல் உணர்ந்தேன். தலைமுடி இல்லாமல் அப்படியே குன்றிப்போய், நொறுக்கப் பட்டவன்போல் உணர்ந்தேன். முரடர்களின் கைகளில் சிக்கிக் கொண்டதொரு மூட்டைப்பூச்சியைப்போல், ஒரு புழுவைப்போல் உணர்ந்தேன். சிறைக்கப்பட்ட ஒரு ஆட்டுக்குட்டியாய் இருந்த நான் மரணதண்டனைக் கைதிபோல் இருந்தேன். 'சாம்ஸனும் தாலிலாவும்' கதை நினைவுக்கு வந்தது. அதில் வரும் கதா

நாயகனின் பலம் அவனது தலைமுடியில்தான் இருக்கும். முடி இல்லை என்றால் எந்த சக்தியும் இல்லை. சில விஷயங்கள் எனக்குத் தெளிவாகத் தெரிந்தன. நான் வேறு ஒரு ஆளாக மாறியிருந்தேன். எனினும் இப்போதுள்ள இந்த நிலையினை நான் தக்கவைத்தாக வேண்டும். இல்லையென்றால் முற்றிலுமாக நான் மறைந்துவிடுவேன். எனக்கு ஏற்பட்டிருக்கும் நிலை வேறு ஒருவருக்கானது. என் பெயரை மட்டுமே அந்த நபருக்குத் தந்துள்ளேன். அதாவது அந்த நபர் என் புனைபெயரில் உள்ளவன், என் பிம்பம், என் நிழல், என் ஆவி. எந்த உணர்வும் எனக்கு வரக் கூடாது. குறிப்பாக, எதைப் பற்றியும் மீண்டும் யோசித்துப் பார்க்கக் கூடாது. அதாவது, எதையும் யோசிக்காமல், வருவதைச் சாதாரணமாக ஏற்றுக்கொள்ள வேண்டும். நான் மீண்டும்மீண்டும் எனக்குள் சொல்லிக்கொள்வதெல்லாம் இவைதான். அது நான் இல்லை. அது நான் இல்லை. என் தலைமீது கை வைத்துப் பார்த்தேன். அங்கு ரத்தத் துளிகள் உறைந்து கட்டிகளுடன் துகள்களும் இருந்தன. பாவம் என் தலை. அதனைக் கொத்தி வைத்திருந்தனர். போனது போகட்டும். இனி என்னைப் பற்றிப் பேசப் போவதில்லை. அது வேறு ஒருவனுடையது. தலையை வருடும் கையும் என்னுடையதல்ல. தலையும் என்னுடையது இல்லை. என்னைவிட்டு விலகிச் செல்லும் நிலையில் இருந்தேன். தனிமைப் படுத்திக்கொண்டு வேறு கதைகளைத் தேடி நீந்திச் செல்லும் நிலையில் இருந்தேன். நான் இந்த இடத்தில் இல்லை. எனக்கு நானே ஒரு நாடகத்தை அரங்கேற்றிக் கொள்கிறேன். இந்த நாடகத்தில் சிரிப்பதுதான் நல்லது. நான் ஓட்டம் பிடிக்கிறேன். விடுவிக்க மறுக்கும் என் உடம்பில் இருந்து வெளியேற முயற்சி செய்கிறேன். அந்த நேரத்தில் ஹஜ்ஜாம் வந்து நின்றான். "தயாராக இரு. இப்போது மருத்துவச் சோதனை" என்று கூறினான்.

மருத்துவப் பரிசோதனை

கடந்த சில நாட்களாக இங்கு வந்துசேர்ந்தவர்களை இளம் பிரஞ்சு மருத்துவர் ஒருவர் பரிசோதித்தார். அவர் கடுகடுவென இருந்தார். கோபம் எங்கள்மீது இல்லை. அவரை இங்குப் பணியில் ஈடுபடுத்திய இராணுவத்தின் மீதுதான் அவருக்குக் கோபம். நான் பிறந்த மேனியாய் நின்றேன். என்னைப் பரிசோதித்த அவர், என் விரைகளில் ஒன்று அசாதாரணமாக இருப்பதாகத் தெரிவித்தார். என்னை விசாரித்தார். சில நேரங்களில் இடதுபுற விரைப் பகுதியில் வலி ஏற்படும் என்று சொன்னேன். "நீங்கள் மருத்துவமனைக்குப் போக வேண்டியிருக்கும்" என்றார் அவர். தாள் ஒன்றில் 'தொற்று' என்று எழுதினார். பிறகு என்னை விடுதலை செய்ய வேண்டும் என முடிவு செய்தார். படிவம் ஒன்றில் 'விலக்கு அளிக்கப்பட்டது' என்று முத்திரையிட்டுக் கையொப்பமிட்டார். அது ஒரு மந்திரச் சொல். அங்குப் பதிவு செய்யப்பட்டவர்கள் அனைவரும் கனவு காணும் சொல். 'எக்ஸா' என்று வழங்கப்படும் அச்சொல் ஒன்று போதும், உங்களுக்கு விடுதலை என்று தெரிந்துவிடும்.

"நீங்கள் வீட்டுக்குத் திரும்புங்கள். இராணுவச் சேவை செய்ய உங்களுக்குத் தகுதியில்லை."

பாவம் அவர்! இந்த முகாமில் என்ன நடக்கிறது என்று அவருக்குத் தெரிந்திருக்காது. நான் எதுவும் சொல்லாமல் உடைகளை எடுத்து அணிந்துகொண்டு சிரித்தபடியே வெளியே வந்தேன். இப்போது என் வீட்டுக்குச் செல்ல அனுமதிக்கும் அதிகாரபூர்வமான ஆவணம் என்னிடம் உள்ளது. விரைப்பை வலி எனக்குப் பிரச்சினையாக இல்லை. எனக்கு எந்த மாற்றமும் தெரியவில்லை. இந்த வீணாய்ப்போன விரைப்பையின் உதவியால் இந்த முகாமிலிருந்து எனக்கு விடுதலை கிடைக்கப்போகிறது.

தளபதியின் வீட்டுக்குப் போகும் வழியில், ஆக்காவைச் சந்தித்தேன்.

"அவன் எங்கும் இருப்பான், அவனுக்கு எல்லாம் தெரியும். எல்லாவற்றையும் கண்காணித்துக்கொண்டிருக்கிறான்" என்று நினைத்தேன். அவனைப் பார்த்ததும் எனக்குப் பயம் ஏற்பட்டது.

"எங்கே போகிறாய்?"

"தளபதி அலியூயாவைப் பார்க்கப் போகிறேன்."

"எதற்கு?"

"மருத்துவர் அவரைப் போய்ப் பார்க்கச் சொன்னார்."

"உன்னிடம் சான்றிதழ் ஏதாவது கொடுத்தாரா?"

"கொடுத்திருக்கிறார்."

"எங்கே, காட்டு."

தாளைத் தலைகீழாக எடுத்த அவன், நேராக வைத்துப் பார்த்து விட்டு, "ஓ! நீ எக்ஸா (விலக்கு அளிக்கப்பட்டவன்) எனக்குத் தெரியாது" என்று கூறினான்.

"போய்த் தளபதியைப் பார். இன்று காலை ஒரு 'எக்ஸா' கிடைத்ததற்குச் சந்தோஷப்படுவார்."

தளபதி அலியூயா வடக்குப் பகுதியைச் சேர்ந்தவன். சுக்கேல் அர்பா என்ற ஊரைச் சேர்ந்தவன் என்று நினைக்கிறேன். "நாமெல்லாம் ஏறக்குறைய அண்டை வீட்டுக்காரர்கள் மாதிரிதான். நீ தாஞ்சியர். நான் சுக்கேல் அர்பா" என்று அவன் சொல்லித்தான் எனக்குத் தெரியும். அவன் கண்ணியமான தோற்றத்துடன் காணப் பட்டான். நல்ல குடும்பத்திலிருந்து வந்தவன்போல் தெரிந்தான். அவனிடம் நல்ல பண்புகள் இருப்பது தெளிவாகத் தெரிந்தது. எனவே, அவன் இங்கு இராணுவத்தில் என்ன செய்கிறான் என்று ஆச்சரியப்பட்டேன். தன் நகரத்தைப் பற்றியும், தன் பாட்டியின் ஊரான ஃபேஸ் நகரைப் பற்றியும் என்னிடம் பேசினான். ஏன் இதையெல்லாம் அவன் என்னிடம் சொல்கிறான் என்றும் எனக்குத் தெரியவில்லை. பிறகு, என் அருகில் வந்த அவன், கொஞ்சம் உறுதியான தொனியில் பேசினான்.

"மருத்துவர் கொடுத்த சீட்டை இப்படிக் காட்டு. ஆ! நீ எக்ஸா! நல்லது. இனி நீ வீட்டுக்குத் திரும்பலாம். உனக்கு அதிர்ஷ்டம்தான். 'எக்ஸா'வாக இருந்தாலும் உன் கன்னம் நல்ல சிவப்பாக இருக்கிறது.

நல்ல திடமானவன் என்றுதான் யாரும் சொல்வார்கள். ஆனால், நீ 'எக்ஸா' என்றால் உண்மையில் 'எக்ஸா'தான். இங்கு 'எக்ஸா' என்பது மிகவும் அபூர்வம்! ஓர் அசல் 'எக்ஸா'வைப் பார்ப்பது எனக்குச் சந்தோஷமாக இருக்கிறது. ஏனென்றால், இங்கு நிறைய ஏமாற்றுப் பேர்வழிகள் இருக்கின்றனர். தங்களைப் பைத்தியங்களாகக் காட்டிக்கொண்டு திரியும் சில இளம் வயது போக்கிரிகள் உள்ளனர். நான் ஒன்றும் ஏமாந்தவன் இல்லை. அவர்களை மனநல மருத்துவமனைக்கு அனுப்பிவைப்பேன். அங்கே சென்றதும் அவர்கள் உண்மையிலேயே பைத்தியமாகிவிடுவர். ஆனால், நீ நேர்மையானவன். அந்தப் பிரஞ்சு மருத்துவர் சரியாக உன்னைப் பரிசோதித்திருக்கிறார். நீ 'எக்ஸா' விலக்குப் பெற்றுவிட்டாய்! உனக்கு உண்மையிலேயே அதிர்ஷ்டம்தான் என்ன திருப்தியா? அந்த மொட்டைத்தலை ஆக்காவின் கண்காணிப்பில் இருக்கும் இந்தச் சிறிய சிறையில் இருந்து தப்பித்துச் செல்ல முடிவதை எப்படி உணர்கிறாய் என்று சொல்." இப்படிக் கூறிவிட்டு வாய்விட்டு அவன் சிரித்தது எனக்குப் பயத்தை உண்டாக்கியது.

என்னிடம் பேசிக்கொண்டிருக்கும்போதே இராணுவமுகாமிலிருந்து விலக்கு அளிக்கப்பட்ட என் மருத்துவச் சான்றிதழைச் சுக்குநூறாகக் கிழித்துவிட்டான்.

"இப்போது பார்த்தாயா? இனி நீ 'எக்ஸா' இல்லை. இதுதான் மாயம். ஒரு நிமிடத்துக்கு முன் நீ 'எக்ஸா' ஆனால், இனி கிடையாது. பேடிப் பயலே" என்று என்னை உதைக்கக் காலை உயர்த்தினான்.

"ஓடு, இடத்தைக் காலி செய். இங்கு இனி உன்னைப் பார்க்கக் கூடாது."

'தத்தா'வுக்குத் திரும்பிய என்னை ஆக்கா பிடித்து,

"இனி நீ எக்ஸா இல்லை! புரிந்ததா. நீ இப்போது இரண்டாம் பிரிவு. அங்கு உன் இளைய தோழர்களோடு சேர்ந்துகொள்ளலாம். அதாவது, கம்யூனிஸ்ட்கள், துரோகிகள், நோஞ்சான்கள்... நிறையக் கூத்து காத்திருக்கிறது. சீனர்களை நினைவிருக்கட்டும். போகட்டும், என்னைப் பொறுத்தவரை நீங்களெல்லாம் அந்தச் சிறுமைச் சீனர்கள் கூட்டத்தைச் சேர்ந்தவர்கள். ஆனால், துணிச்சல் இல்லாதவர்கள்" என்று ஏளனமாகக் கூறினான்.

மன்னரின் தண்டனைக்கைதிகள்

என் பதிவு எண் 10,366. இன்றும் எனக்கு அது நன்றாக நினைவில் உள்ளது. 10300 எனத் தொடங்கும் பதிவு எண் களைக் கொண்டவர்கள் மன்னரின் தண்டனைக்கைதிகளாவர். அது வாய்மொழியாகவோ அல்லது எழுத்து மூலமாகவோ தெரிவிக்கப் படுவதில்லை. தண்டனை, சீர்திருத்தம், பாடம், பணியவைத்தல் இவை எல்லாம் நம் மனதில் உள்ளவைதான். நாங்கள் அப்படி என்ன தீவிரமான குற்றம் இழைத்துவிட்டோம்? சட்டப்படி அமைப்பை ஏற்படுத்தினோம். விடுதலை, மரியாதை ஆகிய வற்றைக் கோரி அமைதியான முறையில் ஊர்வலம் சென்றோம். இயல்பாக நாங்கள் எப்படி இருக்க வேண்டுமோ அப்படி இருந்தோம். அதிக எளிமையுடனும் நிறைய கனவுகளுடனும் இருந்தோம். இது போன்ற நிலையில் நாங்கள் மட்டும் இல்லை என்றும் தெரிந்தது. எகிப்து நாட்டின் மன்னர் நாசரும் தன்னை எதிர்க்கும் மார்க்ஸிஸ்டுகளைப் பாலைவனத்துக்கு அனுப்பி அங்குள்ள சமூக விரோத சக்திகள் மூலம் அவர்களைத் துன்புறுத்திக் கொண்டிருந்தார்.

தண்டனைக்கைதிகளாகிய நாங்கள் இரண்டு பிரிவுகளாகப் பிரிக்கப்பட்டு இருந்தோம்; ஒரு பிரிவில் 45 பேர், மற்றொன்றில் 49 பேர். நாங்கள் அனைவரும் மாணவர்கள். சிலர் மட்டும் விதிவிலக்கு. உயர் அதிகாரியான ஒருவர், விவசாயப் பொறியி யலாளர். அரண்மனை முடிவு செய்த பணி மாற்றத்தை ஏற்க மறுத்த குற்றத்திற்காக அவர் இங்கு இருக்கிறார். இதே போல், பல்கலைக்கழகப் பேராசிரியர் ஒருவர் 1965ஆம் ஆண்டு மார்ச் 23ஆம் தேதி நடைபெற்ற ஊர்வலத்தை ஏற்பாடு செய்து, முன் நின்று நடத்தியவர்களில் இவரும் இருந்திருக்கக்கூடும் என்ற சந்தேகத்தில் அடைக்கப்பட்டிருந்தார். இவர்களைத் தவிர மீத முள்ள நாங்கள் அனைவரும் பெரும்பாலும் 'யூனெம்' என்னும் இடதுசாரி ஆதரவு அமைப்பான மாணவர் சங்கத்தின் பல்வேறு

அலுவலகங்களைச் சார்ந்தவர்களாக இருந்தோம். ஆக்காவைப் பார்த்தவுடன் எங்களுக்குள் இருந்த பெரும் இடைவெளி புரிந்து போனது. இது ஒன்றும் புதிதோ புதுமையானதோ இல்லை. உணர்வுகளுக்கும் அறிவுக்கும் எதிராக அடக்குமுறையினையும் வெறுப்பினையும் அதிகாரம் களத்தில் இறக்குகிறது. முதல் ஆயுதம் அவமதித்தல். எங்களை ஒதுக்கி விளிம்புக்குத் தள்ளிச் சென்று ஓங்கி வயிற்றில் உதை தரப் போவதாக மிரட்டும் வன்முறைச் செயல் இந்த அவமதிப்பில் அடங்கும். நான் வாசித்திருந்தவற்றை நினைத்துப் பார்த்தேன். நான் வாசித்தவற்றை அப்படியே மனனம் செய்து ஒப்பித்தேனா அல்லது நானே வாக்கியங்களைப் புதிதாக உருவாக்கினேனா என்று தெரியவில்லை. *தாஸ்தாயேவ்ஸ்கி, செக்காவ், காஃப்கா, விக்தோர் உய்கோ* எனப் பலரும் என் நினைவுக்கு வந்தனர். அரண்மனை முடிவு செய்தபடி எங்களை நேர்வழிக்குக் கொண்டுவர வேண்டும் என்னும் ஆணை இராணுவத்தினருக்கு இடப்பட்டிருந்தது. இறுதியில், தேசியப் பாதுகாப்புத்துறையின் கீழ் உள்ள பாதுகாப்புச் சிறை அலுவலகம், அவமதிப்பதற்கும் தரக்குறைவாக நடத்துவதற்குமான செயல் திட்டம் ஒன்றைத் தயாரித்தது. தங்கள் கண்காணிப்பில் உள்ள தண்டனைக்கைதிகளைப் போல் அல்லாமல் எங்களைத் தண்டிக்கும் பொறுப்பில் அமர்த்தப்பட்ட சிறை அதிகாரிகள் தோராயமாகவே பிரஞ்சு மொழி பேசினர். "*ரஸ்ஸாம்பலமான்*" (எல்லோரும் ஒன்றுகூடுங்கள்) என்பதை "*ரஸேமா*" என்றும் "*ஆ மோன் கொமாந்துமான்*" (என் ஆணையின்படி) என்பதை "*அக்காமாத்மா*" என்றும், "*உயின், தே*" (ஒன்று, இரண்டு) என்பதை "*ஊன், தூ...*" என்றும் உச்சரித்து வந்தனர்.

அவர்களுடைய பார்வையில் எங்கள் மூளை கரடுமுரடானது. ஆக்காவும் அவனுடைய அடியாட்களும் இங்கு இருப்பது அதனைச் சீர்செய்வதற்குத்தான். எங்கள் தலையைப் பதம் பார்த்த அந்தப் பழைய கத்தி, எதிர்காலத்தில் மன்னரின் இராணுவ வீரர்கள் எங்களுக்காகத் தயாராக வைத்திருக்கும் ஆயுதத்தின் முன்னோட்டம் மட்டுமே.

சார்லி சாப்ளின் படக் காட்சிகள் என் மனத்திரையில் அணி வகுத்தன. வெறுக்கத்தக்க இராணுவத்தினரால் அசுத்தமாகிப்போன மோசமான இடம் இது. நல்லவரான சார்லி ஏன் என்னை இங்கு

வந்து பார்க்க வருகிறார்? நான் சத்தம் வராமல் சிரித்தேன். இத்தகைய துயரமான நேரத்தில் இதுபோன்ற சிந்தனைகள் வருவது எனக்குச் சந்தோஷமாக இருந்தது. தன்னைத் துன்புறுத்தும் முரடர்களை அந்தச் சிறிய உருவமுடைய மனிதர் கேலிக்குள்ளாக்கும் செயலை என்னால் மறக்க இயலவில்லை. இவ்வுலகில் லட்சக்கணக்கான மக்களை அவமதிப்புக்குள்ளாக்கியவர்களை அந்த அறிவாளி பழி தீர்த்துள்ளார். அதுதான் அவருடைய நோக்கம், திட்டம் எல்லாம். நன்றி சார்லி.

உச்சி வெயிலில் எடை மிகுந்த கற்கள்

எங்கள் முகாமின் தலைமை அதிகாரியான அபாபுவை நாங்கள் இதுவரை பார்த்ததில்லை. இந்த முகாமின் வடக்கு வாயிலிலிருந்து ஐந்து கிலோமீட்டர் தொலைவில், 150 மீட்டர் நீளமும் 5 மீட்டர் உயரமும் கொண்ட சுவர் ஒன்றைக் கட்ட அவன் முடிவெடுத்தான். இந்தச் சுவரால் யாருக்கும் எந்தப் பயனுமில்லை. ஒவ்வொரு ஆண்டும் குளிர் காலத்தில் மழைக்குத் தாங்காமல் சரியும் வீடுகளைக் கொண்ட கிராமவாசிகளுக்கு வீடுகள் கட்டிக்கொடுத்தாவது இவர்கள் உபயோகமாக இருக்கக் கூடாதா? உண்மையில் உதவியும் பாதுகாப்பும் தேவைப்படும் மக்களுக்கு ஏன் பயனுள்ள சேவையைச் செய்யக் கூடாது? ஏன்? நான் சிந்திப்பதை நிறுத்தினேன். நாம் இருப்பது அபத்தத்தின் பகுதியில். எதையும் கூற முடியாது. எந்த ஆலோசனையையும் தர முடியாது. தான் கண்டுபிடித்த பணியைக் குறித்து அபாபு பெருமையடைந்திருக்க வேண்டும். அதாவது, எவ்விதக் காரணமு மின்றி ஒரு சுவர். சுவர் ஒன்றை வெறுமனே கட்டி, பின் இடிக்க வேண்டும். இழிவாக நடத்தப்படும் மக்களின் மூலம் கிடைக்கும் தாராளமான உடலுழைப்பு.

வெளியிலிருந்து முகாம் இருக்கும் பகுதிக்குச் சீரான அளவில் உள்ள கற்குவியல்கள் சரக்குந்து மூலம் கொண்டுவரப்பட்டன. சுமார் ஒரு சதுர மீட்டர் அளவுடைய துணித்துண்டு ஒன்று எங்க ளுக்குத் தரப்பட்டிருந்தது. அதில் கற்களை வைத்துத் துணியின் நான்கு முனைகளைக் கொண்டு முடிச்சுப் போட்டுக்கொள்ள வேண்டும். முதுகில் தூக்கிச் செல்ல வேண்டிய அந்தப் பொதி 20முதல் 30 கிலோவரை இருக்கும். மண்டையைப் பிளக்கும் வெயில் அடிக்கும்போதுதான் இந்த வேலை நடக்கும். கீழே விழுபவர்களுக்குக் கம்பினால் அடி கிடைக்கும். அதன் பிறகு உதை தொடரும். விரைவாக வேலை செய்ய வேண்டும். நடக்கும் அடியை வேகமாக எடுத்துவைக்கும்படி எங்களைக்

கட்டாயப்படுத்தினர். குடிக்க நீர் கிடையாது. நடுவில் ஓய்வு கிடையாது. ஒரு மணிநேரத்துக்குள் ஐந்து கிலோ மீட்டர் தூரத்தைக் கடந்தாக வேண்டும். ஆக்காவின் மொழியில் சொன்னால், "ஓட்ட நடையில்" (ஓட்டமும் நடையுமாக) போக வேண்டும்.

உடன் வரும் காவலர்கள் எங்களைத் திட்டிக்கொண்டே வருவார்கள். "உங்களால்தான் எங்களுக்கும் தண்டனை!" இடம் வந்துசேர்ந்ததும் சுமையை இறக்கி வைக்க வேண்டும். என் முதுகில் வலி ஏற்பட்டது. வலியைக் குறைக்கச் சில உடல் அசைவுகளைச் செய்து பார்த்தேன். காவலர்களில் ஒருவன் என்னைப் பார்த்து விட்டான். வேகமாக என் அருகில் வந்து என் பின்கழுத்தில் கழியால் அடித்தான். கீழே விழுந்துவிட்டேன். எழுந்திருக்க முடிய வில்லை. என்னைத் திட்டியதோடு தரையில் துப்பிவிட்டுச் சென்றான். எங்கள் குழுவில் அமைதி நிலவியது. எங்கள் பார்வைகள்கூடக் கண்காணிக்கப்பட்டன. என் சட்டை உடலோடு ஒட்டிக்கொண்டிருந்தது. யாரோ ஒருவர் கொஞ்சம் தண்ணீர் கேட்டார். தண்ணீர் இல்லை! திரும்பிச் செல்லும்போது சுமை எதுவுமின்றிக் துணியை மட்டும் எடுத்துப் போக முடியாது. திரும்பி எடுத்துச் செல்ல மணலும் மரத்துண்டுகளும் இருந்தன. எங்களுக்கான சுமையை எடுத்துக்கொண்டு முகாமை நோக்கி நடந்து சென்றோம். அவற்றைக் கொண்டுபோய்ச் சேர்த்த அடுத்த நொடியே புதிதாகக் கற்களை ஏற்றித் திரும்பவும் அனுப்புவார்கள். இந்த நேரத்தில் நாங்கள் சிறிதளவு தண்ணீர் குடித்துக் கொள்ளலாம்.

ஒரு வாரத்துக்குப் பின் அந்தச் சுவர் கட்டி முடிக்கப்பட்டு உடனடியாக இடிக்கப்பட்டது. இடிக்கப்பட்ட கற்களை முகா முக்குத் திரும்பக் கொண்டுவர வேண்டும். எங்கிருந்து எடுத்து வரப்பட்டனவோ அதே இடத்துக்கு மீண்டும் அவற்றைக் கொண்டுச்செல்ல சரக்குந்துகள் அங்குத் தயாராக இருந்தன. அதாவது மீண்டும் ஒருமுறை ஓடிஓடி முதுகில் கற்சுமையுடன் அந்தப் பாதையைக் கடந்தாக வேண்டும்.

இந்த நடவடிக்கை சுமார் பதினைந்து நாட்கள் நீடித்தது. இதன் பிறகுதான் தலைமை அதிகாரி அபாபு எங்களைக் கூட்டி நீண்ட உரையொன்றை ஆற்றினான்.

"பால்கூம்! (நேராக நில்லுங்கள்). உங்கள் தாயகத்தை நேசிக்கவும் அதன் முக்கியத்துவத்தை உணரவும் கற்றுக்கொள்ளவும்தான் இங்கு வந்திருக்கிறீர்கள். இந்த அற்புதமான கொடியின் கீழ் இருப்பதற்கான தகுதியைப் பெற இங்கு இருக்கிறீர்கள். சிலவற்றைக் கற்பதற்கும் சிலவற்றை மறப்பதற்கும் இங்கு வந்துள்ளீர்கள். கீழ்ப்படிதல், சேவை செய்தல் தவிர ஒழுக்கம், மேன்மை ஆகியவற்றையும் கற்றுக்கொள்வதோடு கோபம், தீங்கு விளைவிக்கும் எண்ணங்கள், கோழைத்தனம், வெட்டிப்பேச்சு ஆகியவற்றை மறக்கவும்தான் இங்கு வந்துள்ளீர்கள். இங்கே வந்தபோது நீங்கள் பேடிகளாக வந்தீர்கள். திரும்பிச் செல்லும் போது, என்றாவது ஒருநாள் நீங்கள் அப்படிச் செல்ல நேர்ந்தால், நீங்கள் ஆண்களாக, உண்மையான ஆண்களாக அதாவது இறக்கு மதி செய்யப்பட்ட பால் பவுடர், தயிர் ஆகியவற்றை உண்டு கொழுத்து வீணான குழந்தைகள்போல் இல்லாமல் மாற்றம் பெற்றுத் திரும்புவீர்கள். இங்கே நீங்கள் மனித உருவங்களாக இல்லை. நீங்கள் ஒரு பதிவு எண் அவ்வளவுதான். உங்கள்மீது அத்தனை அதிகாரமும் எனக்கு உண்டு. உங்களுக்கோ எந்த அதிகாரமும் இல்லை. அது அப்படித்தான். யாருக்காவது இதில் திருப்தி இல்லை என்றால் சொல்லிவிடலாம். என் பெயர் தளபதி அபாபு. நான்தான் இந்த முகாமின் தலைவர். அனைத்தும் என் வழியாகத்தான் நடக்கும். இங்கு இருக்கும் துணைத் தளபதி ஆக்கா எனக்கு அடுத்த நிலையில் உள்ளவர். நான் இல்லாத நேரத்தில் அவர்தான் நான். அவர் மனம் கோணும்படி நடக்க வேண்டாம் என்றும் எல்லாவற்றுக்கும் மேலாக அவருக்குக் கீழ்ப் படியாமல் இருக்க வேண்டாம் என்றும் உங்களை அறிவுறுத்து கிறேன். அவருக்குத் தெரிந்ததெல்லாம் பலம், அடிகள், வன்முறை ஆகியவை மட்டுமே. இவை யாரையும் மிருக நிலைக்குத் தள்ளி விடும். புரிகிறதா?"

இவ்வாறு பேசிய தளபதி, "கலைந்து செல்லுங்கள்" என்று சொல்வதற்குச் சற்றுமுன் பரிதாபத்துக்குரிய ஒருவன் முன்னே வந்து நின்றான். கையில் வைத்திருந்த தடியால் அவனை ரத்தம் சொட்ட அடித்ததோடு அவனை உதைக்கவும் செய்தான். கீழே விழுந்த அவனுடைய அம்மா, அப்பா, முன்னோர்கள் அனை வரையும் திட்டித்தீர்த்தான். வியர்வை சொட்ட நின்ற தளபதி,

எச்சில் ஒழுகக் கத்திக்கொண்டிருந்தான். எங்கு அடிக்கிறோம் என்றுகூட அவனுக்குத் தெரியவில்லை. தன் எதிர்ப்பைத் தெரிவிக்கத் துணிந்தமைக்குத் தண்டனை தொடர்ந்தது. ஒரு வழியாக ஆக்கா தலையிட்டு மயக்கமுற்று இருந்தவன் மேல் நிகழ்த்தப்பட்ட சித்திரவதையை முடிவுக்குக் கொண்டுவந்தான்.

அபாபு சராசரியான உயரம் கொண்டவன். ஓரளவு பருத்து இருந்த அவனது கண்கள் தெளிவாக இருந்தன. உறுதியான நடை, தீர்க்கமான கடும் பார்வை கொண்ட அவன், எதையும் தயக்கமின்றிச் செய்பவன். எதுவும் நடக்காததுபோல் அவன் அங்கிருந்து கிளம்பினான். அடிபட்டவனை இரண்டு காவலர்கள் மருத்துவ விடுதிக்குக் கொண்டுச்சென்றனர். இரண்டு எலும்புகள் முறிந்திருந்தன. ஒரு பல் விழுந்திருந்தது. நாங்கள் பயந்துவிட்டோம். ஆனால், ஆச்சரியமாக இல்லை. விமர்சனத்துக்கு அவசியமில்லை. எப்படியும் நாங்கள் பேசும் அனைத்தும் கவனிக்கப்படுகிறது என்று தெரிகிறது. நாங்கள் கண்காணிக்கப்பட்டுச் சிறியதொரு எதிர்ப்பு எண்ணம் எழுந்தாலும் உடனே அது முறியடிக்கப்படுகிறது. ஏனெனில், அபாபுவுக்கு எங்கள் எண்ணங்களை உணரும் சக்தி இருந்தது.

எங்களுக்குக் கற்றுத்தர நினைத்திருக்கும் பாடம் புரிந்துபோனது. கீழ்ப்படியவும் பேசாமல் இருக்கவும் தலையைக் குனிந்தபடி இருக்கவும் கட்டளைக் குரல் கேட்டதும் வரிசையில் விறைத்தபடி நிற்கவும்தான் நாங்கள் அங்கு இருக்கிறோம்.

என்னைச் சுற்றிலும் ஒரு நோட்டம்விட்டேன். நாங்கள் அனைவரும் பயத்தால் நிலைகுலைந்துபோய் முடக்கப்பட்டுள்ளோம். இதுவரை கேள்விப்படாத உணர்வாக அது இருந்தது. இங்கு உள்ளதெல்லாம் வன்முறை, உதை, இரத்தம். சிலவேளை மரணமாகவும் இருக்கலாம். வெறுப்பு, முரட்டுத்தனம் ஆகியவற்றாலான நெருக்கடிக்குள் சிக்கியிருக்கிறோம். இங்கு இருக்கும் இராணுவ ஊழியர்கள் அனைவரும் மிகுந்த கவனத்துடன் தேர்ந்தெடுக்கப்பட்டிருக்க வேண்டும். ஒருவேளை மனநல மருத்துவமனைக்குப் போய் அவர்களைத் தேர்ந்தெடுத்திருக்கவும் வாய்ப்புள்ளது. ஆனால், ஒன்று மட்டும் உறுதி. இராணுவம் என்பது தண்டிக்கவும் இழிவாக நடத்தவுமான எந்திரமாக மட்டும் இருக்க முடியாது.

எப்படி இருந்தாலும் ஆக்காவும் அவனுடைய அடியாட்களும் இந்த நடவடிக்கையில் தங்கள் பங்கு குறித்துப் பெருமையடைந்தனர். என்னைப் பயம் கவ்வியது. இன்னும் நீண்ட நேரத்துக்கு அது நீடிக்கும். இருபது வயதில் நம்மைக் கொல்லக்கூடிய கோபக்காரப் பைத்தியம் ஒருவன் கையில் சிக்கித் தன் வாழ்வைப் பொசுக்கிக்கொள்ள யாருக்கும் விருப்பமிருக்காதுதானே! நாங்கள் உலகிலிருந்து தனிமைப்படுத்தப்பட்டு இந்த முகாமில் இருக்கிறோம். உதவிக்கு அழைக்க எந்த வழியும் இல்லை. எங்கள் குரல் யார் காதிலும் விழாது. யாரும் எங்களைக் காப்பாற்ற வர மாட்டார்கள். இது சமூகத்திலிருந்து விலக்கிவைக்கப்பட்ட முகாம். அடைக்கப்பட்ட பகுதி. பல குடும்பங்கள், நாங்கள் இராணுவச் சேவையில் ஈடுபட்டிருப்பதாக நினைத்துக்கொண்டிருந்தனர். எனினும், யாரையும் ஏமாற்ற முடியாது. எங்களைச் சிறையில் அடைப்பதற்கு முன் இத்தகைய கட்டாயச் சேவை நடைமுறையில் இல்லை. தேசியக் கல்வி அமைச்சகம் எடுக்கும் ஒரு தலைபட்சமான முடிவுகளைத் தங்கள் வழியில் எதிர்க்கத் துணிந்த துடிப்புமிக்க இளைஞர்கள் கூட்டத்தின் முயற்சியை ஒடுக்க இராணுவத்தினர் கண்டுபிடித்ததுதான் இந்த உபாயமாகும். தான் எதிர்ப்புக்குள்ளாகி இருப்பதாக அரசு உணர நேர்வது இதுதான் முதல்முறையாகும். இதுவரை இது போன்றதொரு அனுபவம் மன்னராட்சிக்கு ஏற்பட்டதில்லை. நாங்கள் இச்சம்பவத்திற்கு ஒரு சாட்சியாகிவிட்டோம்.

எங்களுக்குத் தரப்பட்ட உணவு எனக்குப் பிரச்சினையை உண்டாக்கியது. நான் ஒன்றும் தொட்டாச்சிணுங்கி இல்லை. எனினும், கெட்டுப்போன பொருட்களை என் வயிறு ஏற்றுக் கொள்ள மறுத்தது. இது இயற்கைதான். எனவே நான் சாப்பிடுவதைத் தவிர்த்து வந்தேன் என்றாலும் நேற்றிலிருந்து கடும் வலியுடன் வயிற்றுப்போக்கு ஏற்பட்டது. நாங்கள் அடைக்கப்பட்டிருந்த முகாமில் இருப்பதிலேயே அசுத்தமான இடம் கழிவறைகள்தான். அவை அனைத்தும் குந்து கழிப்பறைகள். குழி ஒன்று இருக்கும். அதிலிருந்து அடிக்கடி மூர்க்கமாக எலி ஒன்று எட்டிப்பார்க்கும். நான் பயந்து கூச்சலிடுவேன். இத்தகைய மோசமான இடத்துக்குச் செல்ல வேண்டிய கட்டாயத்தைத் தவிர்ப்பதற்காக ஒருநாள் முழுவதும்கூட இயற்கை உபாதைகளை

அடக்கிக்கொண்ட அனுபவம் எனக்குண்டு. சிலர் தங்கள் இயற்கைத் தேவைகளை வெட்டவெளியில் தீர்த்துக்கொள்வர். ஆனால், அவர்கள் பிடிபட நேர்ந்தால் சிறையில் அடைக்கப்படுவர். அதிகாரிகளின் உணவுக்கூடத்தில் கழிப்பறைகள் சுத்தமாக உள்ளன என்று யாரோ ஒருவர் எங்களிடம் சொன்னார். ஆனால், எப்படி அங்குப் போவது? அது தடைசெய்யப்பட்ட பகுதியாகும். அதனருகில் நெருங்கும்போதே சமையலறையிலிருந்து நல்ல வாசனை வரும். ஆனால், அங்கு நிற்கவோ உள்ளே நுழையவோ எங்களுக்கு உரிமையில்லை. எங்களுடன் இருப்பவர்களில் ஒருவன் தன் கட்டைவிரலால் சுட்டுவிரலைத் தடவினான். அதற்கு லஞ்சம் என்று பொருள். உணவுக்கூட வாயிலில் உள்ள காவலருக்கு லஞ்சம் தந்தால் அது இயங்காத நேரத்தில் அங்குள்ள கழிப்பறைகளில் சுகாதாரமாக நம் தேவைகளைப் பூர்த்தி செய்துகொள்ள முடியும் என்பதைத்தான் அதன் மூலம் மறை முகமாகக் குறிப்பிட்டான். வரலாம் என்று விசில் மூலம் சைகை செய்யும்வரை சிலர் தங்களைக் கட்டுப்படுத்திக்கொள்வர். எவ் வித இடைஞ்சலுமின்றி இயற்கைத் தேவைகளைப் பூர்த்திசெய்து கொள்ள நாங்கள் தயாராகிக் கொண்டோம்.

இந்தத் துயரமான முகாமில் உள்ள எல்லா இடங்களிலும் லஞ்சம் கோலோச்சியது. ஆனால், மிகவும் விழிப்போடு இருக்க வேண்டும்.

எங்கள் கூட்டத்தில் ஒருவன் இருந்தான். அவனது வெள்ளை முகத்தில் ஏறக்குறைய முடியே இல்லை என்று சொல்லலாம். இங்குள்ள அதிகாரிகளில் ஒருவன் அவனைக் கூப்பிட்டு அனுப்பு வான். போய் பார்த்துவிட்டுத் திரும்பிவர ஒருமணி நேரமோ இரண்டு மணி நேரமோ ஆகும். நாங்கள் கேட்கும் கேள்விகளுக்கு அவன் பதிலளிக்க மாட்டான். அவனை எங்கள் கூட்டத்திலிருந்து தனிமைப்படுத்துவது என்று முடிவு செய்தோம். இது போன்று அதிகாரியைச் சந்திக்கும் நேரத்தில் அவன் என்ன செய்கிறான்? சிறைக்கொட்டடிக்குள் என்ன பேசிக்கொள்கின்றனர், என்ன நடக் கிறது என்பதையெல்லாம் அந்த அதிகாரியிடம் சொல்கிறானா? என்று சந்தேகப்பட்டோம். ஒரு நாள் எங்களுக்கு விஷயம் புரிந்தது. அந்த மேலதிகாரியால் அவன் ஓரினச்சேர்க்கைக்கு உட்படுத்தப்

படுகிறான். எங்கள் கூட்டத்திலிருந்த ஒருவன் இது குறித்து அவனிடம் பேச்சு கொடுத்தபோது கையும் களவுமாகப் பிடிபட்ட சிறுவன்போல் அழ ஆரம்பித்துவிட்டான். அவன் அழுகை அதிகமாகவே அப்படியே விட்டுவிட்டோம். எங்கள் கூட்டத்தில் இருந்த ஒருவர், "அவன் நமக்குப் பயன்பட வாய்ப்புண்டு" என்று கூடச் சொன்னார். அவனிடம் எச்சரிக்கையாக இருந்த அதே நேரம், சற்று அனுதாபத்துடன் நடந்துகொண்டோம். மேலதிகாரியுடன் அவன் பாலியல் தொடர்பு வைத்துக்கொள்ள விரும்பினால் அது அவனுடைய தனிப்பட்ட பிரச்சினை. காட்டிக் கொடுக்காதவனாக மாறாமல் இருந்தால் போதும்.

மழையின்போது சில நடவடிக்கைகள்

'*ரஸேமா*' (ஒன்றுகூடுதல்) நான்கு மணிக்கு. 'ரிவாய்' (விழித் தெழுதல்) மூன்று மணிக்கு. 'பக்தாழ் பிரி' (மூட்டைகள் ஆயத்தம்) மூன்றரை மணிக்கு. 'சாக்காதோ கொம்ப்லி' (முதுகுப் பை தயார்). எப்போதும்போல் மாணவர்களையும் அறிவுத்திறன் படைத்தவர்களையும் அவமதிப்பதற்கென அனுப்பப்பட்ட கல்வி யறிவு இல்லாத காவலர்களில் ஒருவன் கத்திச் சொல்லும் கட்டளைகள் இவை. இன்று ஹஜ்ஜாமின் முறை. நான் இங்கு வந்துசேர்ந்த போது என் தலையை மழித்தவன். 'முழுமொட்டை' என்பதும் இந்த நடவடிக்கையில் அடங்கும். அதேபோல் நகைப்புக்குரிய தோராயமானதொரு பிரஞ்சு மொழியில் எங்க ளிடம் பேசுவதும் தான்.

நூறு 'காவலர்கள்' கொண்ட கூடாரத்திற்கு எங்களில் ஒருவர் சுழற்சி முறையில் தலைமையேற்க வேண்டும். அப்தேனெபி மெலிந்த உருவம் உடையவன்; அறிவுக்கூர்மையானவன். அவன் தான் கூடாரத்தின் தலைமைப் பொறுப்பை ஏற்றுக்கொண்டான். நிச்சயமாக அவனும் கிளர்ச்சியாளன்தான். கம்யூனிஸ்ட்தான் எனினும் தான் ஏற்றுக்கொண்ட பொறுப்பை மிகவும் முனைப்புடன் கவனித்து வந்தான். கட்சி ஒன்றில் காணப்படும் கட்டுப்பாடு, சிறைக்கூடத்திலும் கொண்டுவரப்பட்டது. மலிவு உணர்வுகளுக்கு இடமில்லை. இராணுவ உடையை அணிந்திருந்த அந்த ஆள், எங்களை நன்கு பிழிய வேண்டும் என்ற நோக்கத்தோடு அனுப்பப் பட்ட அந்த இராணுவக் காவலர்களைப் போன்றே நடந்து கொண்டான். அவன் எங்களிடம், "நான் 9.30-க்கு விளக்கை அணைப்பேன். எல்லோரும் காலை மூன்று மணிக்கு உங்கள் கட்டிலின் முன் எழுந்து நிற்க வேண்டும். மற்ற விஷயங்களை கார்போரல் (இராணுவ அலுவலர்) ஹமிதூஷ் உங்களுக்கு ஏற் கெனவே சொல்லியிருக்கிறார்" என்று நினைவூட்டினான். ஹஜ்ஜாம் என்று நான் அழைக்கும் நபரின் உண்மையான பெயர் அவனுக்குத்

தெரிந்திருக்கிறது! இப்படித் தலைமைப் பொறுப்பேற்கும் அளவுக்கு அவனுக்குள்ள அபரிமிதமான திறமை எனக்கு வியப்பாக இருந்தது. சிலர் எப்போதுமே கட்டளையிடுவது, அதிகாரம் செய்வது, நிர்வாகம் செய்வது என்று இருப்பார்கள். யாரிடமிருந்தும் எதிர்ப்புக்குரல் வராமல் எல்லோரையும் பணிந்து இருக்கும்படிச் செய்ய வேண்டும் என்றும் விரும்புவர். ஒருவேளை அப்தேனெபி அத்தகைய வகையான நபராக இருக்கலாம். இந்தக் கூட்டத்தை நிர்வகிக்கும் பொறுப்பில் இருப்பதை எப்போதும் நான் விரும்புவதில்லை. இதுபோல் தலைமைப் பொறுப்பின் மீது எனக்கு ஒவ்வாமை ஏற்படுவது இது முதல்முறை இல்லை. தன்னிடம் பணிந்து போவதைப் பார்ப்பதும் உத்தரவு போடுவதுமாக இருப்பதில் நமக்குப் பெரிதாக என்ன சந்தோஷம் கிடைத்துவிடப் போகிறது? எனக்கு அதில் நாட்டம் இல்லை என்பதோடு மட்டுமல்லாமல் நம் எதிர்ப்பக்கத்தில் போய் நிற்பதை நான் வெறுத்தேன். நான் எப்போதும் விடுதலையுணர்வை மட்டுமல்ல கற்பனையில் மிதப்பதையும் விரும்புபவன். ஒழுங்கு எனக்கு அச்சத்தை உண்டாக்கும். அதுபோல் ஒழுங்கின்மையும்தான். என்னைப் பொறுத்தவரை கனவில் மிதக்கவும், கற்பனை செய்யவும் மனதுக்குள் நடனமாடவும் கோட்டைத் தாண்டி வெளியேற வேண்டும். எவ்வித அடையாளக் குறியீடும் இல்லாமல் யாரும் கணிக்க முடியாதபடி யார் கையிலும் சிக்காதபடி சுதந்திரமாக இருக்க வேண்டும் என்று விரும்பினேன். அர்துயிர் ரேம்போவின் கவிதை என் மனதுக்குத் தெளிவைத் தந்தது. மேலும், நான் கனவு காணவும் நான் நினைத்ததைச் சொல்வதற்கு எதிர்பாராத சொற்களைப் பெறவும் அக்கவிதை எனக்குத் துணிவைத் தந்தது. சுழற்சி முறையில் தண்டனைக்கைதிகளை நிர்வகிக்கும் வேலையில் என் முறை வரும்போது என் துயரம் மேலும் அதிகமாகும். ஏனெனில், காவலராகவோ அதிகாரியாகவோ நடந்து கொண்டு உத்தரவுகளைப் போடக்கூடிய எந்தவொரு தகுதியும் என்னிடம் இல்லை.

அது ஒரு குறுகிய இரவு. பதற்றம் நிறைந்த இரவு. தூக்கம், கனவுகள் ஆகியவை தொலைந்து போன இரவு. என்னை ஆசுவாசப்படுத்திக்கொள்ள மெல்ல மூச்சுவிட்டேன். மிகப் பெரிய அளவிலான பட்டாம்பூச்சிகள் கடந்து செல்லக்கூடிய கோதுமை

வயல் ஒன்றைக் கற்பனை செய்து பார்த்தேன். அமைதியாக இருந்த அழகான நீலக்கடலின் மேற்பரப்பில் கடற்கன்னி ஒருத்தி மென்மையாக மேலெழுந்து வருவதைப் பார்த்தேன். கோடையின் போது ஆலிவ் மர நிழலில் கவிதை எழுதுவதுபோல் கனவு கண்டேன். வானத்தை நோக்கி என் பார்வையைச் செலுத்திய போது நட்சத்திரங்கள் வேகமாக நகர்ந்துகொண்டிருப்பது தெரி கிறது. என் காதலியின் முகத்தை நினைவில் வரவழைத்து அதனை வருடிவிடுகிறேன். ஆனால், எனக்கு எவ்வித உணர்ச்சியும் இல்லை. பிறகு மனிதர்களிடமிருந்து வீசிய எண்ணெய் வாடை யதார்த்த நிலைக்குக் கொண்டுவந்தது. நாற்பது கட்டில்கள் கொள்ளத்தக்க சிறைக்கூடத்தில் அதன் அளவைவிட இரட்டிப்பான எண்ணிக் கையில் கட்டில்கள் இருந்தன. அவ்வளவு சிறிய இடத்தில் ஏராள மான மனிதர்கள் அடைக்கப்பட்டு இருந்ததால் பல மோசமான நாற்றங்கள் வீசின. இதனால் காற்று மிகவும் மாசடைந்திருந்தது. மனித உயிர் எல்லாவற்றுக்கும் பழகிவிடும்போல் தோன்றியது. வியர்வை நாற்றம் மூச்சை முட்டுவதாக இருந்தது. இத்தகைய துர்நாற்றங்களை எவ்வித முனகலுமின்றி நான் தாங்கிக்கொண் டாக வேண்டும். எப்படியும் எதிர்ப்புத் தெரிவிப்பதால் எவ்விதப் பலனும் ஏற்படப்போவதில்லை. ஆக்காவும் எங்களைத் தனித் தனி அறையில் தங்க வைக்கப்போவதில்லை. இது ஒரு தங்கும் விடுதியோ கல்லறையோ இல்லை. இது ஒரு முகாம். இது உடலளவிலும் மனதளவிலும் மேற்கொள்ளப்படும் தாக்குதல் களைத் தாங்கியாக வேண்டிய இடமாகும். நாங்கள் எல்லோரும் கெட்ட பிள்ளைகளாகத் தெரிவதால் எங்களை மூர்க்கமாகக் கையாள வேண்டும் என்பதுதான் நோக்கம். நானும் என் நண்பர்கள் பலரும் ஏழ்மையானதொரு பின்னணியிலிருந்து வந்தவர்கள். இருப்பினும் எங்கள்மீது வெறுப்புப் பார்வையினையே காவலர்கள் வீசினர். நாங்கள் படிப்பறிவுள்ளவர்கள் என்ற ஒரே காரணம், அவர்களைக் கடுமையாகவும் பொறாமை உணர்வோடும் நடந்து கொள்ளும்படி மாற்றியது.

எங்களை எங்கே அழைத்துச் செல்கிறார்கள்? எதற்காக இந்த ஏற்பாடுகளெல்லாம்? கேள்விகளை எழுப்ப எங்களுக்கு உரிமை யில்லை. எது குறித்தும் தெரிந்துகொள்ளத் தடை. பேசத் தடை. இது ஒன்றும் பொதுக்குழுக்கூட்டம் இல்லை. ஒன்றுகூடவும்

தடை. சிறு குழுக்களை ஏற்படுத்திக்கொள்ளவும் உரிமையில்லை. பெருமூச்சுவிடவோ தவறைச் சுட்டிக்காட்டவோ உரிமையில்லை. முகத்தில் எதிர்ப்பைத் தெரிவிக்கவோ வாய்விட்டுச் சிரிக்கவோ முடியாது. அவர்களைத்தான் கேலி செய்வதாக நினைப்பார்கள். அடிபணிதல் என்னும் தற்சார்பற்ற எப்போதும் சமநிலையான தொரு போக்கைக் கடைபிடிக்க வேண்டும். இதில் விவாதத்துக்கே இடமில்லை. அப்தேனெபியின் போக்கு வேறு விதமாக இருந்தது. பணியில் உள்ள காவலர்கள்போல் நடந்துகொண்டான், பேசினான். இப்படி நடந்துகொள்வதில் அவனுக்கு ஒரு ருசி ஏற்பட்டுவிட்டது. வரிசையில் நிற்பவர்களின் அருகில் வந்து எங்களைத் தளபதி போல் ஏற இறங்கப் பார்ப்பான். அப்படி நடந்துகொள்வது அவனுடைய வாடிக்கை அல்லது பொழுதுபோக்கு. அதில் அவனுக்குச் சந்தோஷம். இருக்கும் நிலைமையை எப்படியாவது தனக்குச் சாதகமாகப் பயன்படுத்திக்கொள்ள வேண்டும் என்று யோசிப்பான். பிற்காலத்தில் அவன் இராணுவத்தில் சேர்ந்த தாகவும், அல்ஜீரியாவுக்காக வேலை செய்த இராணுவத்தின் கூலியாட்களால் தாக்கப்பட்டு சஹாராவில் மாண்டுபோனதாகவும் கேள்விப்பட்டேன்.

என் பெற்றோரின் ஆசியை நான் மானசீகமாக வேண்டி நின்றேன். இறைவனையும் அவருடைய தூதரையும் நோக்கிப் பிரார்த்தனை செய்தேன். வானத்திடமும் நட்சத்திரங்களிடமும் வேண்டினேன். மலர்த் தோட்டங்களையும், காய்கறித் தோட்டங்களையும் வேண்டி நின்றேன். நொடிகளைக் கணக்கிட்டுக்கொண்டிருந்தேன். நான் அக்கம்பக்கம் திரும்புவதில்லை. நான் எப்படி இருக்க வேண்டும் என்று ஆக்கா நினைக்கிறானோ அப்படியே இருக்கிறேன். அதாவது, மனிதனாக மாற மேற்கொள்ளும் முயற்சியில் பணிவுடன் நடந்துகொள்ளும் படைவீரனாக இருக்கிறேன். எங்களைப் பாதி மனிதர்களாகத்தான் எங்கள் பெற்றோர் படைத்திருந்தனர் என்பது எனக்கு இதுவரை தெரியவில்லை. மீதி வேலையை முடிக்க ஆக்கா இருக்கிறான். அவனுக்கு நன்றி சொல்லி அவன் கைகள்மீது முத்தமிட வேண்டும். முகாமின் மையப் பகுதியில் அவனுக்கு ஒரு சிலையைக்கூட எழுப்பலாம். ஆனால், தளபதி ஏற்றுக்கொள்ள மாட்டான். ஆக்காவின் கிரானைட் சிலையைக் கற்பனை செய்து பார்த்தேன். தலைகீழாக,

கீழே தலையும், கால்கள் வானத்தை நோக்கியபடியும். இதுபோன்ற கடுமையான விளைவுகளை உண்டாக்கக் கலையால் மட்டுமே முடியும். இராணுவத் துணை அதிகாரி ஒருவன் எப்போதும் தலை கீழாகத்தான் இருக்க வேண்டும். ஒருபோதும் நேராக இருக்க முடி யாது. அவனுடைய தளபதி அபாபு, அந்தக் கலைஞனை உடனடி யாகக் கைது செய்யும்படியும் சிலையமைப்பு வேலையைச் சுக்கு நூறாக உடைத்துவிடும்படியும் உத்தரவிடுவதாக நினைத்துப் பார்த் தேன். இங்குக் கேலிக்கு இடமில்லை. புதுமைக்கு இடமில்லை. எந்த விதமான கற்பனைக்கும் தடைவிதிக்கப்பட்டிருந்தது. இங்கே எல்லோரும் கீழ்ப்படிந்து இருக்க வேண்டும். அவ்வளவு தான். வேறு பேச்சுக்கே இடமில்லை.

காலை நான்குமணி. நாங்கள் எல்லோரும் தயாராக இருந்தோம். பலத்த மழை. இரண்டு குழுக்களாக வரிசையில் நிற்கவைத்தனர். ஒவ்வொருவர் தோள்களிலும் 12 கிலோ எடையுடன் கூடிய தோள் பை, கால்களின் அருகில் துப்பாக்கி (மாஸ் 36 ரகம்). அப்போதே சாப்பிட வேண்டிய காய்ந்துபோன ரொட்டித்துண்டும் வெண்ணெயும் வழங்கப்பட்டன. உலோக டம்ளர்களில் காபிக் கொட்டையும் பொட்டுக்கடலை மாவும் கலந்ததொரு காபி பானம் எல்லோருக்கும் தரப்பட்டது. சகிக்க முடியாத அளவுக்கு இருந்த அந்தக் காபிக்கு எதிர்ப்புத் தெரிவித்து உணவு அதிகாரியின் கோபத்துக்கு ஆளாகி அடிவாங்க நான் தயாராக இல்லை. எப்படியோ காபியை விழுங்கிவிட்டேன். ஒன்றும் பேசவில்லை. என் முகத்திலும் எவ்வித உணர்வும் இல்லை. சின்னஞ்சிறு அதிருப்தியும் இல்லை. அந்தக் கருந்திரவத்தில் ரொட்டியை முக்கி அப்படியே விழுங்கினேன். அதிகாரி ஒருவன் வந்து எங்களைக் கண்காணித்தான். எங்கள் தொப்பியைக் கழட்டிக் காட்டத் தன் கைத்தடியால் தலைமீது தட்டிச் சரியாக மழிக்கப்பட்டுள்ளதா என்று சரி பார்த்தான். ஒழுங்காக மழிக்கப்பட்டுள்ளது என்பதைத் தெரிந்துகொண்டதும் குறிப்பிட்ட காவலரின் தலையில் ஓர் அடி கொடுத்துத் தண்டனைக்கான பதிவு எண்ணைக் கேட்டான். கூடவே, “தளபதி மர்ஸூக்கிடம் அது நடக்காது” என்றும் எச்சரித் தான். என்ன செய்வது என்று யோசித்தேன். அவனை ஏமாற்ற லாமா? அவனை முட்டாளாகக் கருதலாமா? என்னைப் பொறுத்த வரை தங்கள் ஆண்மை சக்தி குறித்துத் திருப்தியடைய வேண்டிய

தேவை அதிகமாக உள்ள இத்தகைய ஆட்களிடம் எவ்விதக் கேளிக்கையிலும் ஈடுபடும் எண்ணம் எனக்கு அறவே இல்லை. நல்லது, நீதான் சரியான ஆள். மிகவும் திடமானவன், குறும்புக் காரன். நிச்சயமாக உன் கால்களுக்கிடையில் பெரியதொரு சாமான் இருக்கும். அப்புறம் என்ன? அப்புறம், அவ்வளவுதான்.

பலத்த மழையில் சொட்டச்சொட்ட நனைந்தபடி வரிசையில் நின்றிருந்தோம். எல்லோரும் முழுக்க நனைந்துவிட்டோம். சட்டைக்கும் உடம்புக்கும் இடையே மழைநீர் நேராக வழிந்து கொண்டிருந்தது. குளிராக இருந்தது. கஷ்டப்படுவதைக் காட்டக் கூடாது. மயங்கி விழக் கூடாது. குளிர் தாங்க முடியாமல் உடல் நடுங்கக் கூடாது. எதுவும் முடியாது. மழையில் நனைந்தபடியே இருக்க வேண்டும். முணுமுணுக்கக் கூடாது. முழுமனிதனாக மாறவேண்டிய செயல்முறைத் திட்டத்தில் உள்ள காவலர் என்றால் அப்படித்தான் இருந்தாக வேண்டும். நாங்கள் வெறுமனே பல வீனமானவர்கள் மட்டும் இல்லை. நாங்கள் பேடிகள், கெட்டுப் போன பிள்ளைகள், எந்த மாமிசமாக இருந்தாலும் சாப்பிடு பவர்கள், கொழுப்பும் தொங்கு சதையும் போர்த்திய தொட்டாச் சிணுங்கிகள். நாங்கள் போலி மனிதர்கள் இல்லை. வெளிப்படை யானவர்கள்.

எங்கள் மனிதம் பெரும் சோதனைக்கு உட்படுத்தப்பட்டது. என் ஆழ்மனதில் அதனைப் பாதுகாத்து வைத்திருக்கிறேன். இந்த மோசமான மூர்க்கத்தை எதிர்த்து நின்று சரணடைந்துவிடாமல் இருக்க வேண்டும் என்றும் சபதமேற்று இருக்கிறேன். பிறரின் உயிர் இருப்பதையும் போவதையும் தம் கையில் வைத்திருக்கும் ஒருவன் அடக்கி ஆள்வது என்பது எளிதான காரியம்தான். எனவே இது அபத்தமானதாகும். படை, பலம், கொடுமை ஆகியவற்றைக் கொண்டு மனிதத்தை மறுப்பது என்பது எளிதான விஷயம்தான். ஆனால், இவையெல்லாம் வெளிவேடம்தான். அதுவும் வெற்று வேடம்.

இவர்கள் வியட்நாமில் அமெரிக்காவின் ஊடுறுவலை நியாயப் படுத்தும், 'லெ பெரே வேர்' என்னும் திரைப்படத்தை இயக்கி நடித்த ஜான் வேன் என தங்களை நினைத்துக்கொள்கின்றனர். மழை என்னை நிற்கவைத்துக் கழுவிக்கொண்டிருக்க, நானோ

தடாகம் / 67

ஜான் வேனை நினைத்துக்கொண்டிருந்தேன். அந்த நடிகனை நான் ஒருபோதும் விரும்பியதில்லை. ஜான் ஃபோர்ட், ஹோவார் ஹாக்ஸ் படங்களைத் தவிர மற்ற படங்களில் அவனை எனக்குப் பிடிக்காது. அவனைவிட கீர்க் துக்லாஸ், கிலென் ஃபோர்ட், ஜேம்ஸ் ஸ்டுவர்ட் அல்லது ராக் ஹுட்சன் ஆகியோர் எனக்குப் பிடித்தமானவர்களாக இருந்தனர். அவர்களை நினைத்தபோது எனக்குள் ஒரு கேள்வி எழுந்தது. அவர்களெல்லாம் உண்மையில் வாழவில்லையா? வெறும் பிம்பங்கள் மட்டும்தானா? என் எண்ணங்களில் குழப்பம் ஏற்பட்டது. எல்லாம் கடும் சோர்வின் வெளிப்பாடு.

கீழ்நிலை அதிகாரி ஒருவன் போட்ட கூச்சல் என்னை மீண்டும் இந்த முகாமுக்கு அழைத்து வந்ததோடு எங்களுக்காகக் காத் திருக்கும் சோதனையை நினைவூட்டியது. நம்மிடையே உள்ள மனிதாபிமானம் குறித்து மீண்டும் யோசித்துப்பார்த்தேன். முந்தைய நாள் இரவு, கழிப்பறையில் எழுதப்பட்டிருந்த கிறுக்கல்களைப் பொறுமையாகப் படித்துப் பார்த்தேன். இந்த இராணுவ வீரர்கள் மௌனமாகத் துன்பத்தை அனுபவித்துவருகின்றனர் என்பது புலனாகியது. “எல் ஹஜெப்பின் மிகப் பெரிய ஆண்குறி தன் பாதையில் வரும் அத்தனையையும் கிழித்துவிட்டுப் போகக் கூடியது” என்பன போன்றவற்றைத் தவிர்த்துப் பல சுவாரஸ்ய மான வாசகங்கள் சிலவற்றைக் கவனித்தேன். “இதன் பெயர் வாழ்க்கை இல்லை.” “நான் வாழ்க்கை என்பதைக் கனவு காண் கிறேன்.” “இதிலிருந்து விடுபட என் விரல் ஒன்றைக்கூட வெட்டிக் கொள்வேன்” “இந்த இராணுவப்படையைக் கடவுள் சபிப்பாராக” “ஆக்கா, ஒரு சாத்தான்” “அந்தத் தளபதியினை ஆக்கா புணர் கிறான்” “எதிர்காலம் இல்லை” “இதோ நரகம்” “சாக வேண்டும்” “வெடிக்குண்டின் மீது விழ வேண்டும்” “வாழ்க சுதந்திரம்” “மண்டியிடுவதைவிடப் பட்டினி கிடப்பது மேல்” “பழங்களும் சர்க்கரையும்” “வேசி மகன்” “இறைவன் பெரியவன்” “இறைவன் எங்களை மறந்துவிட்டான்” “அபாபு சிறியவன்”... இப்படிப் பல வாசகங்கள்.

மற்றுமொரு அதிகாரி வந்தான். “பால்கூம்” (நேராக நில்) என் றான். போர்ப் பயிற்சிகளில் நாங்கள் ஈடுபட இருப்பதை அந்த அதிகாரி எங்களுக்கு விளக்கினான். எங்கள் குழுவின் நிறம் பச்சை.

சிவப்பு நிறக் குழுவை எதிர்த்து நாங்கள் சண்டையிட வேண்டும். சண்டை மிகவும் கடுமையாக இருக்கும். சில விளக்கங்களை அவன் அளித்தான். "உண்மையான போருக்குத் தயாராகுங்கள். இம்முறை வெற்றுத் தோட்டாக்கள் கடைகளில் கிடைக்காததால் நிஜத் தோட்டாக்களையே பயன்படுத்தப்போகிறோம். எனவே அவை உங்கள்மீது படாமல் பார்த்துக்கொள்ளுங்கள். இது விளையாட்டு இல்லை. இது ஓர் உண்மையான போர். இப்படித்தான் ஒருவன் முழு மனிதனாக உருவாக முடியும்." யார் மனிதன், யார் மனிதனில்லை என்பதெல்லாம் அவர்களுக்குத் தெரியும்.

அங்கிருந்து புறப்பட்டுச் செல்லும் முன் அவன் கடைசியாகக் குறிப்பிட்ட விஷயம் என்னைப் பீதியடைய வைத்தது. "இரண்டு விழுக்காடுவரை மரணம் நேர சட்டம் இடம் தருகிறது. உங்கள் விஷயத்தில் அது ஐந்து விழுக்காடுவரை போகலாம் என்பதை உங்களுக்கு முன்னெச்சரிக்கையாகச் சொல்கிறேன். நான் சொல்லச் சொல்ல 'ஷஹாதா' என்னும் தொழுகை வாசகத்தைத் திருப்பிச் சொல்லுங்கள். 'இறைவனைத் தவிர வேறு இறைவன் இல்லை. முகமதுவே அவருடைய தூதர்.' மரணத்தை நெருங்கும் இஸ்லாமியர் ஒவ்வொருவரும் கூற வேண்டிய இந்த இறை நம்பிக்கை உறுதிமொழியை நாங்கள் திருப்பிச் சொன்னோம். இந்த நிகழ்ச்சி நன்கு திட்டமிடப்பட்டிருந்தது. அந்த இடத்தில் பீதி படர்ந்திருந்தது. ஏனெனில் பொழுது சாயும்போது மரணம் ஏற்பட வாய்ப்பு இருக்கிறது.

எங்கள் வீரர்களிடையே அமைதி நிலவியது. எனக்குப் பயமாக இருந்தது. மழை வலுக்கத் தொடங்கியது. நான் முழுவதுமாக நனைந்துவிட்டேன். மழைநீர் என் முதுகின் மீது வழிந்து இடுப்பின் பின்பகுதிகளில் விழுந்து கால்களின் வழியே வெளியேறுவதை உணர முடிந்தது. உடல் நடுங்கியது. எவ்விதக் காரணமும் இல்லாமல் சாகடிக்கும் பயிற்சி. சூடான பானம் ஏதாவது பருக வேண்டும்போல் இருந்தது. வெறுமனே வெந்நீராக இருந்தால்கூட போதும். சமாளித்துவிடலாம்.

காலை ஐந்து மணிக்குப் பயணம் தொடங்கியது. வானம் இருண்டிருந்தது. மழைதான் எங்கள் உற்ற தோழனாக இருந்தது. இரண்டு மணி நேரமாக நடந்துகொண்டிருந்தோம். முகாமை

விட்டு நீண்ட தூரம் வந்துவிட்டோம். மலைகளைச் சென்றடைந் தோம். எதிரிகள் அடுத்த பக்கத்தில் இருப்பதாக எங்களுக்குத் தெரி விக்கப்பட்டது. எந்த நேரத்திலும் எங்கள்மீது அவர்கள் தாக்குதல் நடத்தக் கூடும். தாக்குதலை நாங்கள்தான் தொடங்கி வைப்பது எனும் முடிவை எங்கள் தளபதி எடுத்தார். மாதிரிக்கு, வெடிக் குண்டு ஒன்றை அவர் வீசி வெடிக்க வைத்தார். தோட்டாக்கள் தொடர்ந்தன. போர் தொடங்கிவிட்டது. எங்களைத் தீர்த்துக்கட்ட இராணுவம் நடத்தி வைக்கும் போர்தான் இத்தகைய போர்ப் பயிற்சிகள் என்பது எனக்கு மேலும்மேலும் உறுதியானது. ஒரு வரையொருவர் பார்த்துக்கொண்டோம். சிலர் என்னைப் போலவே நினைத்தனர். எங்களுடன் இருந்த அரசியல்வாதிகளோ, ஒருக் காலும் அவற்றில் ஈடுபடப்போவதில்லை என்று உறுதியளித் தனர். யோசிப்பதற்கும் பேசுவதற்கும் நேரமில்லை. ஓடியாக வேண்டும். ஒளிந்தாக வேண்டும். எந்தப் பக்கமாவது சுட்டாக வேண்டும். மழை தொடர்ந்து பெய்துகொண்டிருந்தது. பூாக் பிரெல் பாடல் ஒன்று நினைவுக்கு வந்தது. அதில் குளிர்காலத்தின்போது நிகழக்கூடிய மரணம் பற்றிய குறிப்பு வரும். இறப்பது சரி. யாருக்காக? எதற்காக? இக்கேள்விகள் எனக்கு அசாதாரணமான தொரு ஆற்றலைத் தந்தது. என்னால் முடிந்தவரை வேகமாக ஓட ஆரம்பித்தேன். கீழே விழுந்து பின் எழுந்து தொடர்ந்து ஓடிக் கொண்டிருந்தேன். மரம் ஒன்றின் பின்னால் மறைந்துகொண்டேன். நண்பன் ஒருவன் என்னுடன் வந்துசேர்ந்து கொண்டான். இது ஒரு விளையாட்டு என்றும் எல்லாம் வெற்றுத் தோட்டாக்கள் என்றும் கூறினான். எனக்கு அதில் முழு நம்பிக்கையில்லை. அப்படி யானால், ஐந்து விழுக்காடு மரணம் நேர்வதற்கு வாய்ப்பு உண்டு என்று ஏன் நமக்கு எச்சரிக்கை விடுக்க வேண்டும்? அவர்களுக் கெனச் சட்டம் இருக்கிறது. நாங்கள் அனுபவிக்கும் துன்பம் குறித்து எங்கள் குடும்பத்திற்கு எதுவும் தெரியாது. நாகரிகமடைந்த நாடுகளில் வழக்கத்தில் உள்ளதைப் போல் நாங்கள் இராணுவச் சேவையில் ஈடுபட்டிருப்பதாக அவர்கள் நினைத்துக் கொண்டிருக் கின்றனர். எங்களைத் தீர்த்துக்கட்ட மன்னரின் இராணுவம் ஏற் பாடு செய்துள்ள மறைமுகத் தாக்குதல்மீது அவர்களுக்குச் சந் தேகம் ஏற்பட்டிருக்காது. மேலும் சில குண்டுகள் சுடப்பட்டன. எங்களுடன் மேலும் சிலர் வந்து சேர்ந்துகொண்டனர். காயம்பட்ட

ஒருவன் தெரிந்தான். என் நண்பனைப் பார்த்து, "தெரிகிறதா, உண்மையான தோட்டா" என்றேன்.

இனிக் கண்மூடித்தனமாக ஓடும் ஆட்டு மந்தைகள்போல் நாம் யாரும் போரில் பங்கேற்பதில்லை என்று அந்த நொடியிலிருந்து முடிவெடுத்தோம். பத்துமணி வாக்கில் பதினைந்து நிமிட இடை வேளை. எங்களுக்குக் காபியும் ரொட்டியும் வழங்கினார்கள். நம் எதிரிகள் தரப்பில் ஏராளமானவர்கள் காயமடைந்திருப்பதாகவும் ஒருவன் இறந்தும்கூட இருக்கலாம் என்றும் அதிகாரி எங்களிடம் தெரிவித்தான். வாக்கிடாக்கியில் பேசிக்கொண்டிருந்தான். எல்லாம் இரகசியக் குறியீடுகளாலான தகவல்கள். மழை ஓய்ந்திருந்தது. சகதிகளைக் கஷ்டப்பட்டுக் கடந்து சென்றோம். மழையில் நனைந் ததால் தோள்பை மேலும் கனத்தது.

எங்கள் அச்சம் அசாதாரணமானதொரு துணிச்சலாக மாறிப் போனது. நடந்தபடியே கவிதை ஒன்றை மனத்திரையில் எழுதிப் பார்த்தேன். உயிர் பிழைத்தால் அதனை நிச்சயமாக எழுத்தில் கொண்டுவர முடிவு செய்தேன். நான் விரும்பிய பெண் நினை வுக்கு வந்தாள். கடுமையான இந்தச் சூழ்நிலையில் என்னை விட்டுப் பிரிந்து சென்ற அவள் ஏன் நினைவுக்கு வந்தாள் என்பது தெரியவில்லை. அவளை மன்னித்துவிட்டுக் கடைசியாக ஒரு முறை பார்த்துவிட விரும்பினேன். கட்டி அணைத்து அவளுடைய இதயத்துடிப்பை உணரவும், என் முகத்தை அவளது அழகான நீண்ட கூந்தலில் புதைத்து அதன் நறுமணத்தை முகர்ந்துவிடவும் தன்னை மறந்த நிலையில் லயித்து இருக்கும்போது அவளது கண்கள்மீது முத்தமிடவும் விரும்பினேன். எதுவும் பேசக் கூடாது. குறிப்பாக வார்த்தைகளுக்கோ குற்றச்சாட்டுகளுக்கோ இடமில்லை. அதுதான் எங்களின் கடைசி சந்திப்பு என்பது தெரிந்துவிட்டதால் அவளைப் புல்மீது கிடத்தி முத்தங்களைக் கொண்டு அவள் உடல் முழுவதையும் வலம் வர வேண்டும். இந்த எண்ணம் என்னை வாட்டியபடியே இருந்தது. கடைசியாக ஒரு சந்திப்பு, கடைசியாக ஒரு முத்தம். கண்கள் கட்டப்பட்ட நிலையில், தன் விதி முடியும் இடத்துக்கு நடந்துச் செல்ல இருக்கும் தூக்குத் தண்டனைக்கைதி விடியலுக்காகக் காத்துக்கொண்டிருப்பான். அவனைப் போன்று கடைசியாக ஒரு முறை. கண்களில் நீர் முட்டுவதை உணர்ந்தேன்.

எனினும் கட்டுப்படுத்திக்கொண்டேன். என்றாவது ஒருநாள் இறுதியானதோர் அணைப்பை அனுபவித்து வாழ்ந்துவிட வேண்டும் என்று யார்தான் கனவு காணாமல் இருப்பார்கள்? பொதுவான, ஆனால், ஆழமான காதல் புதினம் அப்படித்தானே முடியும்.

என் நினைவுகளில் மூழ்கித் திருப்தியடைவது என முடிவு செய்தேன். அவற்றை என் முன் பரப்பிவைத்துச் சோகத்துடன் பார்த்து இரசிப்பது என்ற முடிவுக்கு வந்தேன். நான் காணும் சிறியதொரு காட்சியில் கோர்வையற்ற பல உருவங்கள் வந்து சென்றன. தொடர்ந்து அவளது முகம் வந்துகொண்டேயிருந்தது. வேறு ஒருவனின் அரவணைப்பில் சத்தம் போட்டுச் சிரிப்பதும் வெறிச்சோடிக் கிடக்கும் தாஞ்சியர் கடற்கரையில் ஓடுவதுமாக இருந்தாள். கூந்தலை அவிழ்த்துவிட்டுப் பிறகு தன் காதலன் வந்து தூக்குவான் என எதிர்பார்த்துக் கீழே விழுவதுமாக இருந்தாள். இவற்றை எல்லாம் என் மனத்திரையிலிருந்து ஓட்டிவிட்டு வேறு திசையை நோக்கி என் பார்வையைச் செலுத்தினேன்.

என் எண்ணம் முழுவதும் இலக்கியம், திரைப்படம் ஆகிய வற்றைச் சார்ந்த காட்சிகள் நிறைந்திருந்தன. இது ஒருவகையில் எனக்கு ஆற்றலை மட்டுமல்ல என் உயிரைப் பணயம் வைக்கக் கூடாது எனும் விருப்பத்தையும் தந்தது. நான் முற்றிலும் சோர்ந்து விட்டேன். இதற்குமேல் சக்தி எதுவும் மீதமில்லை. அப்படியே சுருண்டு விழுந்தேன். என்னைத் தூக்கி மரம் ஒன்றின் அடிப் பகுதியின் மீது சாய்வாகக் கிடத்தினர். காவல் அதிகாரி ஒருவன் வந்து என்னைப் 'பெட்டை' என்று திட்டினான். நான் எதுவும் பதில் சொல்லவில்லை. அதிகாரி ஒருவன் வந்தான். மென்று சாப்பிட ஆரஞ்சு நிற மாத்திரை ஒன்றைத் தந்தான். அநேகமாக வைட்டமின் சி மாத்திரையாக இருக்கும். சுதாரித்து எழுந்த நான் எங்கள் குழுவைப் பின்தொடர்ந்தேன்.

நண்பகல், உணவு இடைவேளை. பதப்படுத்தப்பட்ட சர்தீன் மீன், 'வாஷ்கிரீ' பாலாடைக்கட்டி, கசப்பான சாக்லெட் துண்டு ஒன்று ஆகியவை வழங்கப்பட்டன. பெட்டியின் மீது இருந்த காலாவதியாகும் தேதியைக் கவனித்தேன். சந்தேகத்துக்கு இட மின்றிக் காலம் கடந்திருந்தது. எப்படியும் வயிற்று வலியிலிருந்து

தப்ப முடியாது என்பது புரிந்தது. "பன்றிகள்கூடச் சாப்பிடத் தகுதியற்ற கெட்டுப்போன உணவுப் பண்டங்களை நாம் சாப்பிட ஆரம்பித்த நாள் முதலே நம் உடம்புக்குள் நோய் எதிர்ப்புச் சக்தி உருவாகிவிட்டது" என்று என் அருகில் இருந்தவன் கூறினான். நான் வைத்திருந்த சர்தீன்களையும் சாப்பிட்டு முடித்து ஏப்பம் விட்டான். திடீரெனப் பெரும் சலசலப்பு ஏற்பட்டது. ஏதோ மோசமானதொரு சம்பவம் நடந்திருக்க வேண்டும். அநேகமாகப் படைவீரர்கள் சிலர் உண்மையிலேயே இறந்திருக்கலாம். மருத்துவர் ஒருவர் (அவர் அணிந்திருந்த சிவப்புத் தொப்பியை வைத்து அடையாளம் தெரிந்தது) ஜீப்பை வேகமாக ஓட்டி வந்தார். எனவே உண்மையான தோட்டாக்கள், உண்மையான மரணம்.

இந்த நடவடிக்கைகள் மாலை நான்குமணி வாக்கில் நிறுத்தப் பட்டன. போர் நிறுத்தம்! எல்லோரும் திரும்பிச் செல்லப் போகி றோம்! சரி, எந்த நிலையில்?

மிகவும் மோசமான நிலை. முழுக்க நனைந்திருந்த உடல்கள், பசியில் வாடியதோடு பயங்கரத் தாக்குதலுக்கு உள்ளாகி இதற்கு மேல் தாக்குப்பிடிக்க முடியாது என்ற நிலைக்குத் தள்ளப்பட் டிருந்தன. யாரிடமும் மாற்றுத் துணியில்லை. சிறையில் இருந்த அறைக்குள்தான் துணிகளைத் துவைத்து அவற்றைக் காய வைத் தோம். எங்கும் பதற்றம். இதற்குமேல் தாக்குப்பிடிக்க முடி யாத நிலையில் இருந்தோம். பதிவேட்டை அப்தேனெபி சரி பார்த்தபோது இரண்டு வீரர்கள் குறைவது தெரிந்தது. மீண்டும் ஒருமுறை எல்லோரையும் அழைத்தான். எல்லோரும் ஒன்றுகூடி நின்றோம். காணாமல் போன இருவரில் ஒருவன் கழிவறையில் இருந்திருக்கிறான். வயிற்றைப் பிடித்தவாறு வெளியே வந்தான். அவனை அசாதாரணமான மூர்க்கத்துடன் அப்தேனெபி வசை பாடினான். அதிகாரியிடம் தகவல் தெரிவித்துவிட்டு அப்தேனெபி கிளம்பிப் போனான். துணைத் தளபதி ஆக்காவிடம் அதிகாரி இதனைச் சொன்னான். தளபதி அபாபு காதருகில் சென்று இச் செய்தியை ஆக்கா முணுமுணுத்தான். ஒரு நபர் குறைகிறான். அவன் யார் என்று எனக்குத் தெரியவில்லை. நடந்த சண்டையின் போது நேர்ந்த குழப்பமானதொரு தருணத்தைப் பயன்படுத்திக் கொண்டு அவன் தப்பித்துப் போயிருக்க வேண்டும்.

மாலையில் முகாமிலிருந்த அனைவரும் ஒன்றுகூடினர். தண்டனைக் கைதிகளுடன் சுய விருப்பத்தின் பேரில் இராணுவத்தில் சேர்ந்தவர்கள், அதாவது உண்மையான இராணுவ வீரர்கள். நாடகக் காட்சிபோல் அனைத்தும் கனகச்சிதமாகத் திட்டமிடப்பட்டிருந்தது. குழுமியிருந்தவர்களின் மத்தியில் முழு அமைதி. வானம் கருத்திருந்தது. மரங்களில் அசைவில்லை. சுற்றிலுமுள்ள மலைகள் உறங்கிக்கொண்டிருந்தன. தளபதி அபாபு வந்தான். அவனுடைய அதிகாரிகள் பின்தொடர்ந்தனர். அங்கு நடப்பவற்றை அபாபு தனித்து நின்று பார்வையிட்டான். ஆழ்ந்த நிசப்தம். ஏதோ அசம்பாவிதம் நிகழப்போவதற்கான பதற்றமான சூழ்நிலை. முகத்தில் இறுக்கம். எல்லாம் அசைவற்று இருந்தன. திடீரெனக் காகம் ஒன்று அந்தக் கூடம் வழியாகச் சென்றது.

எல்லோரும் கவனியுங்கள்! தளபதியின் உரை:

"போர்ப் பயிற்சி வெற்றிகரமாக முடிந்துள்ளது. மூன்று பேர் சாவு, ஐந்து பேர் காயம். அவ்வளவுதான். ஆனால், காயமடைந்தவர்கள் என யாரும் இல்லை (இதை உறுதியான குரலில் சொன்னான்). யாரும் இறக்கவில்லை புரிகிறதா. இன்று யாரும் இறக்கவில்லை. சரி! கலைந்து செல்லுங்கள்! உங்களுக்குச் சூடான சாப்பாடு வழங்கப்படும்."

காயமடைந்தவர்களும் இறந்துபோனவர்களும் யார் என்று எங்களுக்குக் கடைசிவரை தெரியவில்லை. எங்கள் குழுவில் காய மடைந்தவனைக் காணவில்லை. ரபாத் நகரில் உள்ள ஐந்தாம் முகமது இராணுவ மருத்துவமனைக்கு அவன் கொண்டுசெல்லப்பட்டதாகக் கேள்விப்பட்டோம்.

அன்றைய தினத்திலிருந்து தளபதி அபாபு என்பவன் உண்மையில் யார், என்னவெல்லாம் செய்யக்கூடியவன் என்பது அனைத்தும் எனக்குப் புரிந்துவிட்டது. எளிதில் உணர்ச்சிவசப்படக்கூடியவன் மட்டுமல்ல, ஆத்திரக்காரன். உறுதியானவன், மனிதாபிமான மற்றவன். மிருகத்தனமானவன். கொடூரமானவன். சகாப்தமாக மாறத் துடிக்கும் இராணுவ வீரன். குறித்த நேரத்தில் வெடிக்கக்கூடியதொரு குண்டு.

என் அண்ணனிடம் கையடக்கப் பதிப்பில் வெளியான புத்தகம் ஒன்றை அனுப்பும்படிக் கேட்டிருந்தேன். இருப்பதிலேயே பெரி தானதாக இருந்தால் நல்லது. மூன்று மாதம் கழித்து 900 பக்கமுள்ள பொதி ஒன்று எனக்குக் கிடைத்தது. அதனை இரகசியமாகப் படித்துப் பார்த்தேன். ஜேம்ஸ் ஜாய்ஸ் எழுதிய "உலீஸ்." அத் துடன் சிறு குறிப்பும் இருந்தது: "இதைவிடப் பெரிதாக எதுவும் கிடைக்கவில்லை. நீ படிக்க ஒரு மாத காலத்துக்காவது இது போதுமானதாக இருக்கும்." இது பயண நாவலாக இருக்க வேண்டும். நூலின் பின்னட்டையில் இருந்ததை வாசித்தேன்: "1904ஆம் ஆண்டு, ஜூன் 16ஆம் நாள் டப்ளின் நகரில் நடந்த நிகழ்வைப் பற்றிய கதை. லெயோபோல்ட் புளூம், தெதாலுயிஸ் ஆகிய இருவரும் நகரில் வலம் வருகின்றனர். இக்கதைக்கும் ஒடீசிக்கும் என்ன தொடர்பு இருக்கும் என்று யோசித்துப்பார்த் தேன். அன்று இரவே அந்தப் புத்தகத்தில் மூழ்கிப்போனேன். குழப்பமாக இருந்தது. ஆனால், நண்பன் ஒருவன், புதிதாய்த் தோழன் ஒருவன் கிடைத்திருப்பது மகிழ்ச்சியாக இருந்தது. புதினத்தின் நோக்கம் எனக்குப் புலப்படவில்லை. எனினும், விடுதலைக்கு ஏங்கும் இலக்கிய வாசகன் ஒருவனுக்காக எழுதப் பட்ட நூல் என்று நினைத்துப் பொறுமையாக வாசித்தேன். இந்த நூலைப் பற்றி இன்று மீண்டும் சிந்திக்கும்போது யாருக்கும் தெரி யாமல் நிகழ்ந்த அந்தத் திருட்டு வாசிப்பும், அப்போது எனக்கு ஏற்பட்ட உணர்வுகளும், அது அளித்த இன்பமும் இப்போது நினைவுக்கு வருகின்றன. நான் படித்ததெல்லாம் புரிந்ததா இல்லையா என்று நினைத்துப்பார்த்தேன். எதையாவது வாசிக்க வேண்டும் என்பதற்காக வாசித்தேன். பண்பாடு, ஞானம் ஆகிய வற்றை நினைவூட்டக்கூடிய வகையில் அருமையான கருத்துகள் அடங்கிய பக்கங்களை அப்படியே விழுங்க நான் பெரிதும் விரும்பினேன்.

ஐந்தாம் முகமது மருத்துவமனை

எங்கும் வதந்திகள் உலா வந்தன. அபாபு சரியான இக்கட்டில் மாட்டி இருக்கிறானாம். ஆக்காவும்தான். துஷ்பிரயோகத்தின் வரம்பு மீறியிருக்கிறது. இவர்கள்மீது தலைமைத் தளபதி திரிஸ் பென் ஓமருக்கு அதிருப்தி ஏற்பட்டுள்ளது. மூன்று பேருக்கும் மேலாக இறந்திருக்கலாம். உணவில் சிறிதளவு முன்னேற்றம் தெரிந்தது. இப்போதெல்லாம் ஒட்டகக் கொழுப்பில் பொரித் தெடுத்த வீணாய்ப்போனக் கறியைத் தருவதை நிறுத்தியிருந்தனர். முதன்முறையாகக் கோழிக்கறிகூடக் கிடைத்தது. சற்றே கெட்ட வாடை வந்தாலும் சாப்பிடக்கூடியதாக இருந்தது. உணவு விடுதியில் இருந்த ஒருவன் அந்தக் கறியை இதுவரை பார்த்ததே இல்லை என்று சொன்னான். "உட்கொள்ள தகுதியற்ற உணவுப் பொருட் களையே இராணுவம் வாங்குகிறது. அவை இலவசமாகக் கிடைக் கின்றனவோ" என்ற சந்தேகமும் எனக்கு இருக்கிறது. அவை ஆபத் தானவை என்பதற்கு ஆதாரம் என்னவென்றால், கொதிக்கும் வானலியில் போடும்படி மருந்துக் குப்பிகள் சிலவற்றை எங்க ளுக்குத் தருகிறார்கள்" என்ற தகவலையும் அவன் தெரிவித்தான். இப்படிக் கிடைக்கும் பணத்தில் பெட்டிப்பெட்டியாக மதுப் புட்டிகள், இறக்குமதியான சிறந்த உணவுப்பொருட்கள், பழங்கள், காய்கறிகள் எனத் தளபதி வாங்கிக் குவிப்பதாகப் பேச்சு இருந்தது. பாரம்பரிய ஷிக்காத் நடனக் கலைஞர்களை ஏற்பாடு செய்து தண்டனைக்கைதிகளின் பணத்தில் அவன் கொண்டாட்டங்களை நடத்துகிறானாம்.

எங்கள் உடல்நலம் பற்றிய கவலை அவர்களுக்குச் சிறிதும் இல்லை என்பது தெரிந்ததுதான். நகர வாழ்க்கையின்போது நாங்கள் மேற்கொண்ட நடவடிக்கைகளுக்காக வருந்தவும் தண்டனை அனுபவிக்கவும்தான் அங்கு வந்துசேர்ந்திருக்கிறோம் என்பது எங்களுக்குத் தெரியும். ஆனால், நாங்கள் அப்படி என்னதான் தீங்கு செய்துவிட்டோம்? எதிர்ப்பு மற்றும் மறுப்பு உணர்வை வெளிப்படுத்துதல் ஆகியவையா? கடைகளின் கண்ணாடிகளை

உடைக்கவில்லை, திருடவில்லை, கொள்ளையடிக்கவில்லை. நாங்கள் செய்ததெல்லாம் ஏற்றத்தாழ்வுகள், ஏதேச்சதிகாரம், அடக்கு முறை ஆகியவற்றை எதிர்த்துக் குரல் கொடுத்தோம். அவ்வளவு தான். என் அப்பா அடிக்கடிக் கூறுவது போல், "நாம் இப்போது டென்மார்க்கில் வாழவில்லை. ஆமாம், மன்னரும் அவருடைய அடியாட்களும் அபகரித்துள்ள அழகானதொரு நாட்டில் வாழ்கி றோம். இத்தகைய அடியாட்கள் இங்கே அதிக அளவில் இருப்ப தோடு பல்வேறு வகைகளைச் சேர்ந்தவர்களாகவும் இருக்கின்றனர். மன்னராட்சிக்குச் சேவகம் செய்து பிழைக்கும் இந்த ஆட்கள் தங்கள் சுயமரியாதை அனைத்தையும் இழந்து அடிபணிந்து வாழ்ந்து வருகின்றனர். மற்றவர்களும் இவர்களைப் போலவே நெடுஞ்சாண்கிடையாகக் கீழேயே விழுந்து கிடக்க வேண்டும் என்று விரும்புகின்றனர். அதாவது துடைக்கப் பயன்படும் துணி யைப் போலவோ மன்னர் தன் கால்களைத் துடைத்துக்கொள்ள உதவும் கம்பளம் போலவோ கிடக்க வேண்டும்.

போல் நிஸான் எழுதிய 'ஆதென் அராபி' என்னும் புதினத்தின் தொடக்க வாக்கியம், விடுதி ஒன்றின் முகப்பில் நின்றுநின்று ஒளிரும் எழுத்துகளைப் போல் என் மனத்திரையில் தெரிந்தது: "எனக்கு அப்போது இருபது வயது. அதுதான் வாழ்க்கையின் மிகச் சிறந்த காலகட்டம் என்று யார் கூறினாலும் ஏற்க மாட்டேன்."

ஆம். எனக்கும் இருபது வயதாகியிருந்தது. என்றாவது ஒரு நாள் இந்த நரகத்திலிருந்து வெளியேற முடியுமா என்று தெரிய வில்லை. அந்த வாக்கியத்தைப் பித்துப்பிடித்தவன் போல் மீண்டும் மீண்டும் சொல்லிக்கொண்டிருந்தேன். நான் எந்த நிலையில் இருக்கிறேன் என்ற தகவல் எதுவும் தெரியாமல் தவிக்கும் என் பெற்றோரின் நிலையை எண்ணிப்பார்த்தேன். நான் நேசித்த அந்தப் பெண்ணைப் பற்றி யோசித்துப் பார்த்தேன். இந்நேரம் அவள் வேறு யாரோ ஒருவனுடன் இருப்பாள். அவள் ஏற்படுத்தியிருந்த வெற்றிடம் துன்பத்தைத் தந்தது. அவளுக்காக நான் ஏங்கினேன். முன்புபோல் இனி அவளை நெருங்க முடியாது என்பதையும் அவள் தனக்கான ஒரு வாழ்க்கையைத் தேர்ந்தெடுத்துக்கொண் டிருப்பாள் என்பதையும் நினைத்துப்பார்த்தேன். காதலுக்கு ஏற் பட்ட தடங்கலை எதிர் கொள்ளும் அளவுக்கு எங்கள் காதல் உறுதி யானதாக, அசைக்க முடியாததாக இல்லை எனக் கருதுகிறேன்.

இத்தனைக்கும் நாங்கள் முதன்முதலில் சந்தித்துக்கொண்டதுமே, கண்டதும் காதல் என்பது போன்ற உணர்வு ஏற்பட்டது. அதாவது தீவிரமான பற்று, பரவசம் போன்ற உணர்வு. எங்களுக்கு ஏறக் குறைய ஒரே வயதுதான் இருக்கும். என்னைவிட ஆறு மாதம் குறைவானவள். நாங்கள் மறைவிடத்தில் தழுவிக்கொள்வது வழக்கம். விரக்தியோடும் பதற்றத்தோடும் காதலித்து வந்தோம். நாங்கள் மிகவும் விழிப்பாக இருக்க வேண்டியதாயிற்று. எங்க ளைப் பற்றிப் பலரும் பலவாறு தவறாகப் பேசிவந்தனர். புற நகரில் உள்ள வயல் ஒன்றின் மரத்தடியில் நாங்கள் தழுவலில் ஈடுபட்டிருந்தபோது வாலிபர்கள் சிலர் வசைபாடியதோடு எங்கள் மீது கல்லும் எறிந்தனர். அங்கிருந்து தப்பிவந்தோம். அவள்மீது அடிபடாமல் நான் பார்த்துக்கொண்டேன். நான் கைதாகிய ஒரு வாரத்திற்கு முன்தான் என் அப்பாவைச் சந்திக்க அவளுடைய அப்பா வந்திருந்தார். அவர் கூறியதை என் அப்பா பலமுறை என்னிடம் சொல்லியிருகிறார்: "உங்கள் மகன் என் மகளை அடிக் கடிச் சந்திக்கிறான். இரண்டில் ஒன்று தெரிய வேண்டும். உண்மை யில் அவன் தீவிரமாக இருந்தால் ஆகவேண்டியதைச் செய்வோம். வெறுமனே பொழுதைக் கழிப்பதாக இருந்தால் இனிமேல் என் மகளிடம் நெருங்க வேண்டாம் என்று உங்கள் மகனிடம் சொல்லி வையுங்கள்" என அவர் கூறியிருந்தார். அந்த நபர் நல்ல உயரம். பார்க்க வாட்டஞ்சாட்டமாக மிகக் கடுமையான தோற்றமுடைய வராக இருந்தார். எனக்காகப் பெண் கேட்கும்படி ஒருவழியாக என் பெற்றோரைச் சம்மதிக்கவைத்தேன். திருமண ஒப்பந்தங்கள் கையொப்பமிடும் நிகழ்வும் முடிந்தது. அதிகாரபூர்வமாக நாங்கள் இருவரும் மணமக்களாகிவிட்டோம். முதன்முறையாகக் கைகோத்த படி நகரத்தில் வலம் வந்தோம். ஃபினோ உணவுவிடுதியின் திறந்தவெளி மேல்தளத்தில் ஆரஞ்சுச்சாறு அருந்தினோம். வேடிக் கையான வெறுமை. வினோதமான நினைவுகள். இப்போது எனக்கு உரியவளாக இல்லை. அவள் இல்லாதது எனக்கு ஏக்கத்தை ஏற்படுத்துவது விந்தைதான்.

எங்களை நிச்சயமாக இறந்துபோனவர்களாகவோ அல்லது காணாமல் போனவர்களாகவோ எல்லோரும் நினைத்திருப்பர். எங்கள் நிலையில் இதே போக்கு நீடித்தால் இறந்துபோவது என்று

முடிவு செய்தேன். முதன்முறையாகத் தற்கொலை எண்ணம் என் மனதில் தோன்றியது. "மரணத்தை மடியில் கட்டியபடி வாழ்தல்" என்று எழுதிய பிரஞ்சுக் கவிஞனின் பாடல் வரிகள் மீண்டும் நினைவுக்கு வந்தன. தற்போது அனுபவித்துவரும் அவமரியாதை தாங்கிக்கொள்ள முடியாத அளவுக்குப் போவதற்குள் தன்னை மாய்த்துக்கொள்ளும் உரிமையைப் பற்றிய சிந்தனை அது. இப்படி ஒரே எண்ணத்திலேயே தேங்கிவிடக் கூடாது. ஏனெனில், தற்கொலை செய்துகொள்வதை இஸ்லாம் தடை செய்துள்ளது என்பது என் நினைவுக்கு வந்தது. அனைத்து மதங்களும் தற் கொலையைக் கண்டிக்கின்றன. அது படைப்பவனுக்கு எதிரான சவால். இறைவனைச் சினமூட்டும் செயல். எனக்கு அவ்வளவாக மத உணர்வு கிடையாது. இங்கு யாரும் இஸ்லாம் குறித்துப் பேசுவ தில்லை. மேலும், இந்த முகாமில் பள்ளிவாசலும் இல்லை. அது இயற்கைதான். எங்களையெல்லாம் நாத்திகர்களாகத்தான் கருது கின்றனர். நாங்கள் நல்ல குடிமகன்கள் இல்லை. எதிர்க்கத் துணிந் தவர்கள் என்றால் நாத்திகர்கள் அல்லது இறைவனைப் பற்றிக் கவலைப்படாதவர்கள் என்று பொருள்.

பயிற்சி நடக்கும்போது அந்தப் பக்கமாகப் போகும் வாய்ப்புக் கிடைத்தது. அப்போது, சிறைக்கைதி ஒருவர் நல்ல வெயிலில் வதைபட்டுக்கொண்டிருப்பதைப் பார்த்தேன். அவரைப் படுக்க வைத்து முகத்தில் மட்டும் வெயில் படும்படி கழுத்துவரை அவரை மண்ணால் மூடியிருந்தனர். அவருடைய வயிற்றின் மீது கனமான கற்களை வைத்திருந்தனர். அத்தகைய கோலத்தில் அந்த நபரைப் பார்த்ததும் எனக்குப் பயம் மட்டுமல்ல வெறுப்பும் ஏற்பட்டது. இந்தச் சித்திரவதையை அனுபவிக்கும் அளவுக்குப் பரிதாபத்துக்குரிய அந்த நபர் என்ன பாவம் செய்திருப்பார்? ஆக்காவுக்குக் கீழ்ப்படியாமல் இருந்திருப்பார். இந்த விஷயத்தில் அதற்கு மேல் யாருக்கும் நினைத்துப்பார்க்கக்கூடத் தெரியவில்லை.

வெப்பம் கடுமையாக இருந்தது. என் தலை சுற்றியது. தள்ளாடியபடி விழப்போனேன். சுதாரித்துக்கொண்டு எழுந்தேன். தாக்குப்பிடித்தாக வேண்டும் என்று எனக்குள் சொல்லிக்கொண் டேன். சித்திரவதை முகாம்களில் நடப்பதைப்போல் பலவீன மானவர்களை இங்குத் தீர்த்துக்கட்டிவிடுகின்றனர். தசைபிடிப்பு,

மூச்சுத் திணறல் ஆகியவற்றின் விளைவாக இந்தப் பரிதாபத்துக் குரிய சிறைக்கைதி இறந்துதான் போவார். சத்தம் போடக்கூடத் தெம்பில்லாதவராக அவர் இருந்தார்.

என் உடல்நிலை பாதிப்புக்குள்ளானது. கடும் காய்ச்சல். உடலில் நடுக்கம். சிகிச்சைக்கூடத்தில் எனக்குச் சில மாத்திரைகள் கிடைத்தன. தாஞ்சியர் பகுதியைச் சேர்ந்த நண்பன் ஒருவனின் நிலை மிக மோசமாக இருந்தது. அவனை ரபாத்துக்குக் கொண்டு சென்றனர். என் காய்ச்சல் நீங்கியது என்றாலும் பேதி நிற்கவில்லை. பசியே எடுப்பதில்லை. அந்த மோசமான காபியில் நனைத்து ரொட்டித்துண்டுகளை மட்டும் சாப்பிட்டேன். வேகவேகமாகச் சாப்பிடும் கெட்ட பழக்கம் வந்துவிட்டது. சாப்பிடுவது என்பதை விட விழுங்குவது என்றுதான் சொல்ல வேண்டும். மற்ற வேலை களில் இருந்து தப்பிக்கத் தொடர்ச்சியாகப் பல நாட்கள் சோர்வாக இருப்பதுபோல் பார்த்துக்கொண்டேன். கற்களை வைத்து வேலை கொடுத்ததற்குப் பின் சுண்ணாம்பு அடிக்கும் வேலையைக் கண்டு பிடித்தனர். அத்தனை சிறைக்கொட்டடிகளுக்கும் வெள்ளை யடிக்கப்போகிறார்களாம். நான் மேன்மேலும் சோர்வுக்குள்ளாகி வந்தேன். சில நேரம் மயக்கம்கூட வந்தது. என்னால் நீண்ட நேரம் நிற்க முடியவில்லை. என் பெற்றோர், என் அண்ணன் என யாரையும் பார்க்காமலும் என் காதலியுடன் பேசாமலும் இறந்துவிடுவேன் என்று நினைத்தேன். கடலைப் பார்க்காமல் கற்குவியலாலான ஒரு படுக்கையில் இறக்கப்போகிறேன். உடல் நலமில்லாமல் இருந்ததால் மீண்டும் என் காதலியையும் அவளது துரோகத்தையும் நினைத்துப் பார்த்தேன். இருபது வயதில் அழி யாக் காதல் வாய்க்கும் என யாரும் எதிர்ப்பார்க்க முடியாது. அவள் மிகவும் அழகாக இருப்பாள். மிதமிஞ்சிய அழகுடனும் கொஞ்சம் கிறுக்குத்தனமாகவும் இருந்த அவளைப் பார்க்க எவ் வளவு நேரமும் காத்திருக்கலாம். கிடைக்காத போதுதான் காதலின் அடர்த்தியையும் அது ஏற்படுத்தும் சேதத்தையும் உணரமுடிகிறது. எனினும் சோகத்திலும் விரக்தியிலும் நான் மூழ்கிவிடக் கூடாது.

தாஞ்சியர் நண்பன் குணமாகித் திரும்பிவிட்டான். ரபாத் மருத்துவமனையில் தங்கிவரக் கொடுத்துவைத்திருக்க வேண்டும் என்றான். நான் மெலிந்துபோயிருந்தேன். எனக்கு அடிக்கடி காய்ச்சல் வந்தது. மருத்துவரிடம் சென்றேன். அதே பிரஞ்சு

மருத்துவர்தான். ஆனால், என்னை அவருக்கு அடையாளம் தெரிய வில்லை. நான் ஏற்கெனவே சந்தித்திருந்ததை அவருக்கு நினை வூட்டினேன். என் இடப்பக்கப் பிறப்புறுப்பின் வலியைப் பற்றிச் சொன்னேன். அப்போதுதான் அவருக்கு நினைவு வந்தது. நாங்கள் அனுபவித்து வரும் சித்திரவதைகள், உடல் ரீதியான வன்முறைகள் முதலிய அவலத்தை அவரிடம் விளக்கினேன். சன்னமான குரலில், "எனக்குத் தெரியும்" என்றார். என்னை ஐந்தாம் முகமது மருத்துவமனைக்கு அனுப்பி வைக்க ஏற்பாடு செய்ய முடியுமா என்று கேட்டேன். அவர் தொலைபேசியில் பேசிவிட்டு என்னிடம் மருந்துச்சீட்டையும் கடிதம் ஒன்றையும் தந்து "முறைப்படி நீங்கள் நாளை புறப்பட வேண்டும்" என்றார். அவர் முகம் நினைவில் இருந்தாலும் பெயர் மறந்துவிட்டது.

எல் ஹஜெப்பிலிருந்து ரபாத்துக்குச் செல்ல இராணுவச் சரக் குந்து ஒன்றில் என்னை அழைத்துச்சென்றனர். அது சரக்குகள் ஏற்றிச் செல்வதற்கான வாகனம். நான் எதுவும் கேட்காமல் பயணம் செய்தேன். அந்த ஓட்டுநர் விடாமல் புகைத்தபடி வந்தார். புகைக்காத நேரத்தில் தன் நண்பருடன் ஆப்பிரிக்க மொழியில் பேசிக்கொண்டு வந்தார். சரக்குப்பெட்டி ஒன்றின் மீது உட்கார்ந்து பயணம் செய்தேன். சரியான பிடிமானம் இல்லாததால் தள்ளாட்ட மாக இருந்தது. மூடியிருந்த தார்பாயில் ஓட்டை ஒன்று இருந்தது. அதன் வழியாக வெளியில் தெரிந்த இயற்கைக் காட்சியை ரசித் தேன். மாடுகளும் ஆடுகளும் வயல்களில் மேய்ந்துகொண் டிருந்தன. அவற்றைக் கண்டு பொறாமைகொண்டேன். ஏனெனில், அவை சுதந்திரமாகத் திரிந்துகொண்டிருந்தன. வயிற்றில் வலி உண் டானது. வண்டியில் இருந்த சரக்குகளின் மீதே வாந்தி எடுத்தேன். ஓட்டுநரின் நண்பன் என்னைத் திட்டினான். நான் பேசாமல் அந்த வசவை வாங்கிக்கொண்டேன்.

மருத்துவமனையை அடைந்ததும், ஓட்டுநரும் அவனுடைய நண்பனும் என்னைச் சரக்குந்திலேயே இருக்கும்படிக் கூறினர். இடத்தைவிட்டு நகரக் கூடாது என்றும் கட்டளையிட்டுச் சென் றனர். நீண்ட நேரமாகியும் திரும்பவில்லை. ஒருமணி நேரம் கழித்து ஆண் செவிலியர் ஒருவருடன் வந்தனர். அந்தச் செவிலியர் சில ஆவணங்களில் கையொப்பமிட்டார். வாகனத்திலிருந்து இறங்கினேன். வெள்ளைச் சீருடையில் இருந்த அந்த நபரின்

கட்டுப்பாட்டுக்குள் வந்துவிட்டேன். காபியும் ஆலிவ் எண்ணெயில் தோய்த்த ரொட்டித்துண்டுகளும் தந்து உபசரித்தபடி என்னிடம் பேச்சுக்கொடுத்தார்.

"போர்ப் பயிற்சியில் கலந்துகொண்டாயா?"

"ஆமாம்."

"நீ கொடுத்துவைத்தவன்தான். சாகாமல் இருக்கிறாயே!"

இல்லை. நான் சாகவில்லை. ஆனால், அது தற்செயலாக அமைந்ததுதான். என் அதிர்ஷ்டம். நான் சுதந்திரமாக இருப்பதாக உணர்ந்தாலும் எனக்கு அத்தகைய உரிமையும் இல்லை என்பதும் தெரியும். அலுவலகம் ஒன்றின் முன் வெள்ளை உடையில் பெண் ஒருத்தி நின்றிருந்ததைப் பார்த்தேன். அவள் தொலைபேசியில் சிரித்தபடிப் பேசிக் கொண்டிருந்தாள். நானும் என் அம்மாவுடன் தொலைபேசியில் பேசத் துடித்தேன். வெறுமனே அவரது குரலைக் கேட்கவும், அவரிடம் இங்கு எல்லாம் நல்ல விதமாக இருக்கிறது என்று ஆறுதல் கூறவும் விரும்பினேன். என் விருப்பத்தைச் செவிலியர் புரிந்து கொண்டார்.

"தம்பி, இந்தக் கனவெல்லாம் வேண்டாம். தொலைபேசியில் பேச உனக்கு உரிமையில்லை. எனக்கும்தான்" என்றார்.

அன்றிலிருந்து அந்தக் கருவியின் மீது எனக்குப் பெரும் மதிப்பு உண்டானது. தொலைபேசியைக் கண்டுபிடித்தது யார் என்று விசாரித்தேன். அதன் வரலாற்றை என்றாவது ஒருநாள் எழுத வேண்டும் என விரும்பினேன். தொலைபேசியைக் கண்டுபிடித் தவர் அந்தோனியோ மெசி என்னும் இத்தாலியர். நாம் கேள்விப் பட்டதைப்போல் கிரகாம்பெல் கிடையாது. இருந்துவிட்டுப் போகட்டும். அவர் அரேபியர் இல்லையே! தன் கட்டிலின் அருகில் இருந்த அந்தப் பொருளைக் "கறுப்பு அடிமை" என்று என் அம்மா அழைப்பதுண்டு. "இந்தப் பொடியன் நல்ல செய்தியை மட்டும் கொண்டுவரவில்லை என்றாலும் அவனிடமிருந்து வரும் இசை எனக்கு மிகவும் பிடிக்கிறது" என்று அவர் அடிக்கடிக் கூறுவார்.

இன்று புதிதாய்ப் பிறந்தேன். மீண்டும் வாழத் தொடங்கினேன். அட்லாண்டிக் பெருங்கடலைப் பார்த்தவாறு அமைந்துள்ள இந்த

மருத்துவமனைக்கு வந்துசேர்ந்தது ஒருவித விடுதலையாகும். எனக்கிருந்த வலி இப்போது மறைந்துவிட்டது. ஒற்றைத் தலை வலியிலிருந்தும் விடுபட்டுவிட்டேன். என் உடல்நிலை குறித்த விஷயம் சிக்கலானது. என் விரையில் ஏற்படும் வலி மருத்துவர் ஒருவருக்கு மர்மமாக இருந்தது. என்னைப் பரிசோதித்துப் பார்த்த அவர் என் விதைப்பையைத் தொட்டு அமுக்கிப் பார்த்தார். அந்த இடத்தில் ஏதாவது பலமாக அடிபட்டதா என்று விசாரித்தார். ஆமாம், என்றேன். ஆனால் சரியாக நினைவில்லை. என்னைக் கண்காணிப்பில் வைப்பதாகக் கூறினார். எனக்கு எக்ஸ்ரே உள்ளிட்ட பல ஆய்வுகளைச் செய்தனர். என் காதில் ஏற்பட்ட கோளாறு களுக்குச் சிகிச்சையளித்தனர். என்னை அக்கறையாகக் கவனித்து வந்தனர். நான் ஏறக்குறைய பரிசோதனைப் பொருளைப் போல் ஆகிவிட்டேன். இரண்டு வாரங்களை அங்குக் கழித்த பின் உடல் நலம் தேறியிருந்த நான் கொஞ்சம் தாள்களும் பேனாவும் தருமாறு கேட்டேன். என் முதல் படைப்புகளை அந்த மருத்துவமனையின் மருந்துச்சீட்டுகளில்தான் எழுதினேன். நான் இருந்த அறையில் மேலும் ஐந்து பேருக்குச் சிகிச்சை பெற இடமளிக்கப்பட்டிருந்தது. என் இடப்பக்கம் இருந்தவன் சாகும் தறுவாயில் இருந்தான். அந்த அளவு சோகையும் சோர்வும் அவனிடம் காணப்பட்டன. அவனது நரை முடிகள் தலையணையில் விழுந்து கிடப்பதைக் கவனித்தேன். அவன் தூங்கும்போது வாய் திறந்த நிலையில் இருக்கும். விட்டுவிட்டு முனகல் ஒலி கேட்கும். செவிலியர் ஒருவர் வருவார். எங்களைப் பார்த்து,

"இவன் நீண்ட நாட்களுக்குத் தாங்க மாட்டான். இவன் ஆன்மா வெளியேறியதும் எனக்குத் தகவல் கொடுங்கள்" என்று சொல்வார்.

'ஆன்மா வெளியேறும்' என்பதைக் கேட்க எனக்கு ஆச்சரியமாக இருந்தது. அப்படி அந்த 'ஆன்மா வெளியேறு'வதைப் பார்த்துவிட வேண்டும் என்று கண்களை அகல விரித்து வைத்து அவனைக் கவனிக்கத் தொடங்கினேன். அவனையே கூர்ந்து கவனித்தேன். எதுவும் வெளியேறவில்லை. களைப்படைந்து தூங்கலாம் என்று பார்த்தேன். திடீரென ஒரு சத்தம் எழும்பிச் சட்டென அடங்கிப் போனது. அவ்வளவுதான். ஆன்மா வெளியேறிவிட்டது. ஆனால் நான் அதனைப் பார்க்கவில்லை.

இப்படியே இரண்டு வாரங்கள் கழிந்ததும் அதிகாரி ஒருவன் என்னை அழைத்துச்செல்ல வந்தான். ஜீப் ஒன்றில் நாங்கள் பயணம் செய்தோம். ரபாத்திலிருந்து வாகனம் வெளியேறியதும் என்னிடம் சில கேள்விகளைக் கேட்க ஆரம்பித்தான். இராணுவ உளவுத் துறை அதிகாரிகளில் ஒருவனிடம் மாட்டியிருக்கிறோம் என்று நினைத்துக்கொண்டேன். அப்படி இருக்கவும் வாய்ப்புள்ளது. எல்லாவற்றையும் தெரிந்துகொள்ள அந்த ஆள் விரும்பினான். தண்டனைக்கான காரணம், இராணுவத்தைப் பற்றி நான் வைத் திருக்கும் மதிப்பீடு, தான் செய்ததுபோல் எனக்கும் இராணு வத்தில் சேர்ந்துகொள்ள விருப்பமுள்ளதா, நான் திருமணம் செய்து கொள்ள இருக்கிறேனா, எனக்குப் பிடித்த ஆயுதம் என்ன, சாம்பல் உடையை மீண்டும் அணிய எனக்கு விருப்பமுள்ளதா, மருத்துவமனையில் தங்கிச் சிகிச்சை பெறக் காரணமான நோய் என்ன, என்னிடம் கடவுச்சீட்டு இருக்கிறதா, நான் பயணம் செய்ய விரும்பும் நாடுகள் எவை என அனைத்து விஷயங்களையும் தெரிந்துகொள்ள விரும்பினான்.

கேள்விகளுக்குப் பட்டும் படாமல் பதிலளித்தேன். அவனிடம் பேச்சை வளர்த்துக்கொண்டுபோவதில் எனக்கு விருப்பமில்லை. இறுதியில், அவன் என்னைப் பார்த்து, “பார்த்தாயா, என்னை நீ நம்பவில்லை. உன்னிடம் உள்ள இரகசியங்களைக் கறக்கும் இரகசிய உளவாளி என்று என்னை நினைக்கிறாய். எங்களுக்கு ஏதாவது தகவல் வேண்டும் என்றால் இப்படிச் சுற்றி வளைத்துப் பேசிக்கொண்டிருக்க மாட்டோம். விரைப்பகுதியில் மின்சாரத்தைப் பாய்ச்சினால் போதும், பேச்சுத் தானாக வரும்” என்றான்.

“எனக்குத் தெரியும்.”

“அது எப்படி உனக்குத் தெரியும்?”

“என் நண்பர்கள் சிலரை காஸா போலீஸ் சித்திரவதை செய்தது.”

“என்ன காரணம்?”

“அதைப் பற்றி எதுவும் அவர்களுக்குத் தெரியாது. தோராய மாகச் சித்திரவதை செய்யப்பட்டது. அப்படித்தான் நடக்கும் என்பது எல்லோருக்கும் தெரிய வேண்டும் என்று காவலர்கள் விரும்பினர்.”

“நீ என்ன அரசியல் நடவடிக்கையில் ஈடுபடுபவனா?”

“இல்லை.”

“அப்படியானால் எதற்காக உன் பதிவெண் 10300-இல் தொடங்குகிறது?

எங்களுக்கு இது ஒரு குறியீடு. அரசியல்வாதிகளையும் ஆசிரியர்களையும் நாங்கள் வெறுக்கிறோம்.”

மெக்னேஸ் நகர நுழைவாயில் அருகில் எங்கள் வாகனம் நின்றது. “பீர் சாப்பிடலாமா?” என்று அதிகாரி கேட்டான். நான் மது அருந்துவதில்லை என்று அவனிடம் கூறினேன். அந்த பீருக்கு நான்தான் பணம் செலுத்த வேண்டும் என்பதையும் பயணத்தின் போது அமெரிக்க சிகரெட் பாக்கட் ஒன்றையும் வாங்கித் தந்தாக வேண்டும் என்பதையும் எனக்குப் புரியவைத்தான். என்னிடமிருந்த சிறிதளவு பணத்தையும் செலவழித்தேன். எனக்கு எலுமிச்சம் பழச்சாறு ஒன்று வாங்கிக்கொண்டேன். மீண்டும் எங்கள் பயணம் தொடர்ந்தது. எனக்கு ஏற்கெனவே ஒரு விஷயத்தில் கொஞ்சம் சந்தேகமிருந்தது. அதைப் பற்றியும் அவன் என்னிடம் பேசினான்.

“உங்கள் பாலுணர்வை அடக்குவதற்காகக் காபியில் ஒரு பொருளைக் கலப்பார்கள். அதன் பெயர்கூட ஏதோ புரு... புரோ... விடு, அது போல ஏதோ ஒன்று...”

“புரோமைட்தானே?”

“ஆமாம். அதுதான். அது உடலுறவுக்குத் தடையாக இருக்கும். ஆனால், இராணுவத்தில் புதிதாய்ச் சேரும் இளம் வீரர்களை, அதிகாரியான ஸெருவால் உடலுறவிற்குப் பயன்படுத்திக்கொள் வான். அவன் மிகவும் பலமானவன். அவன் பேசும்போது உன்னால் எதிர்த்துப் பேச முடியாது. நமக்குள் இருக்கட்டும். இராணுவத்தைப் பொறுத்தவரை ஓரினச்சேர்க்கைக்கு ஒத்துழைப் பவர்களை நம்புவதில்லை. இந்த இடத்தில் ‘ஒத்துழைப்பவர்கள்’ என்றால் சந்தேகம் ஏற்படும்.”

புரோமைட் போட்டாலும் போடாவிட்டாலும் என் பாலுணர்வு பூஜ்ய நிலையிலேயே இருந்தது. எந்தச் சலனமும் இல்லை. சிறு நடுக்கம்கூட ஏற்படாது. இங்குள்ள அதிகாரி ஸெருவால்

போல் இளைஞர்களிடம் தீர்த்துக்கொண்டால்தான் உண்டு. அது தவிர, இந்த இடத்தில் எந்தவிதமான உணர்வுக்கும் இடமில்லை. புதிதாகப் பயிற்சிக்குத் தேர்ந்தெடுக்கப்பட்டிருக்கும் இளைஞர் களுடன் உடலுறவு வைத்துக்கொள்ளும் செயலை அதிகாரி ஸெருவால் மட்டுமே செய்பவன் என்று கூற முடியாது. இந்த இடத்தில் நடப்பவை எல்லாமே கசிந்துவிடும். சிறைக் கொட் டடியில் இருக்கும் அந்தப் பருமனான மூடன், சத்தம் வரும்படி சுய இன்பம் அனுபவிப்பான் என்பது எல்லோருக்கும் தெரியும். வோல்ஸ்வாகன் வாகனத்தின் சாயலில் இருப்பான். உண்மை யிலேயே ஆச்சரியமான ஒற்றுமை. அவனைப் பார்த்த மாத்திரத் திலேயே, சப்பை மூக்குடன் தரையோடு அமுந்திருக்கும் அந்த வாகனம் நம் கண்ணுக்குத் தெரியும். சுய இன்பத்தில் அவனுக்குத் திருப்தி ஏற்படாது. கோபப்படுவான். குளியலறையில் தனியாக இருக்கும்போது தன்னைக் காயடித்துவிட்டதற்காக இராணு வத்தைச் சத்தம்போட்டுத் திட்டுவான்.

என் முன்னாள் காதலியை நினைத்துப்பார்க்கும்போதோ, அவளது மார்பகங்களையும் தொடைகளையும் வருடுவதாகவும் நினைத்துக்கொள்ளும்போதோகூட எனக்கு எந்தவிதமான சலன மும் ஏற்படுவதில்லை. என் உறுப்பில் எழுச்சி ஏற்படுவதில்லை. சுய இன்பம் அனுபவிக்க வேண்டும் என்ற விருப்பம்கூட வருவ தில்லை. எங்களுக்குள் அதைப் பற்றி யாரும் பேசிக்கொள்வது மில்லை.

அமெரிக்க சிகரெட்டுகளைப் புகைத்த அந்த அதிகாரி ஒவ் வொருமுறை புகையை இழுத்து விடும்போதும், “ஆஹா! அருமை” என்று சொல்லி அனுபவித்தான். அவன் விட்ட புகை எனக்குத் தலைவலியை உண்டாக்கியது. நாங்கள் முகாமுக்கு வந்துசேர்ந்தபோது, கக்கத்தில் லத்தியுடன் கதவருகே ஆக்கா காத்திருப்பதைப் பார்த்தேன். நான் ஜீப்பிலிருந்து கீழே இறங்கி யதும் தன் லத்திக் கம்பின் முனையால் என் தலையைத் தடவி னான்.

“போய், இதையெல்லாம் மழித்துவிட்டு வா. சீக்கிரம். போ. வேலை முடிந்ததும் என்னை வந்து பார். போனோம் வந்தோம் என்று இருக்கணும்.”

என் தலையை மழிப்பதில் உதவும்படி என் நண்பனிடம் கேட்டேன். என்னால் முடிந்தவரை குளித்தேன். குளியல் அறைகள் இரவில் மூடியிருக்கும். நான் போய் துணைத் தளபதி ஆக்காவின் எதிரில் நின்றேன்.

"அது சரி. சொல். உனக்கு என்ன நோய்?"

"என் விதைப்பையில் ஒன்று சரியாக இல்லை."

"வீணாய்ப்போன விதையால் ரபாத்துக்கு விடுமுறையில் செல்ல உனக்கு அனுமதி கிடைத்திருக்கிறதா?"

சத்தம் போட்டபடியே எழுந்தான். பிறகு உட்கார்ந்தான். வெறி பிடித்தவன்போல் இருந்த அவனுக்கு வியர்த்துக்கொட்டியது.

"உன்னை எதற்குக் கூப்பிட்டேன் தெரியுமா? தளபதி உன்னிடம் சில விஷயங்களை விசாரிக்கச் சொன்னார். நீ தத்துவவியல் மாணவன் இல்லையா? அது மிகவும் கடினமான பாடமாக இருக்குமே! தளபதிக்கு இதனால் என்ன லாபம் என்று தெரியவில்லை. ஆனால், படித்த தண்டனைக்கைதிகளை அவரிடம் அழைத்துப்போகும் பொறுப்பு எனக்குக் கொடுக்கப்பட்டிருக்கிறது. நீ அதிர்ஷ்டக்காரன்தான். காரணம் தெரியவில்லை. அவருக்கு உன்னைப் பிடித்திருக்கிறது. இல்லையென்றால் இப்படி இரண்டு வாரம் நீ விடுமுறையில் இருந்துவிட்டு வந்ததற்கு உனக்குச் சரியான தண்டனை கொடுத்திருப்பேன். இந்த இடத்தில் இப்படி டிமிக்கிக் கொடுப்பவர்களை எங்களுக்குப் பிடிக்காது. அப்படி என்றால் என்ன தெரியுமா. அதுதான் ஏமாற்றுபவர்கள்..."

சிறைக்கொட்டடிக்குத் திரும்பிய என்னை நண்பர்கள் சூழ்ந்து கொண்டு ரபாத் பற்றி விசாரித்தனர். அங்குள்ள செவிலியப் பெண்கள் அழகாக இருந்தார்களா, சாப்பாடு தரமாக இருந்ததா என்று பல கேள்விகள்... அப்படி விசாரித்தவர்களில் ஒருவனுக்கு நாங்கள் வைத்திருக்கும் பட்டப்பெயர் "மரநாய்". உயரமாகவும் மென்மையான உடலுடனும் இருந்ததால் அப்படி அழைத்தோம். ஒருவரை மருத்துவமனைக்கு அனுப்ப மருத்துவருக்கு எவ்வளவு பணம் தர வேண்டும் என்று அவன் கேட்டான். "ஒன்றும் தர வேண்டாம், உண்மையாகவே உடல்நலமில்லாமல் இருந்தால் போதும். அந்த மருத்துவர் தன் கடமையைச் செய்வார். அவர்

ஒரு பிரஞ்சுக்காரர். வெளிநாட்டில் இராணுவச் சேவையின் ஒரு பகுதியாக இந்தப் பணியில் இருக்கிறார். பொதுவாக, நம் நிலை குறித்தோ நாம் நடத்தப்படும் விதம் குறித்தோ அவருக்கு எதுவும் தெரியவில்லை. எனினும், அதைப் பற்றியெல்லாம் அவரிடம் பேசக் கூடாது. காரணம், அவர் சங்கடமான சூழலில் பணியாற்றி வருகிறார். என்ன இருந்தாலும் அவர் ஓர் அந்நியர்தான்."

நான் முகாமுக்குத் திரும்பிய சில நாட்கள் கழித்து அசாதாரண மான சத்தம் எங்கள் தூக்கத்தைக் கலைத்தது. திருமணம் அல்லது அதுபோல் ஏதோ ஒரு விழாவாக இருக்க வேண்டும். ஒருவேளை, தளபதி அபாபு தனக்குக் கிடைத்திருக்கும் பதவி உயர்வைக் கொண்டாடுகிறானா என்று தெரியவில்லை. ஆனால், அவன் லெப்டினெண்ட் கர்னலாகப் பதவி உயர்வு பெற்றுவிட்டான் என்றே வதந்தி உலவுகிறது. எனவே அதற்கான கொண்டாட்டம். பாரம் பரிய ஆப்பிரிக்க இசைக்கு, ஷிக்காத் நடனக்கலைஞர்கள் போடும் ஆட்டத்தின் சத்தம் கேட்டது. இந்த ஆட்டம் எங்கள் அறையி லிருந்து தூரத்தில் நடந்தாலும், நாங்கள் மீண்டும் தூங்க முடியாத அளவு இரைச்சல். சத்தம் பலமாக இருந்தது. கூடவே சிரிப்பு, கூச்சல், கும்மாளம் ஆகியவையும் எங்கள் காதில் விழுந்தன. "தளபதி, தன் முப்பத்துமூன்றாம் பிறந்த நாளைக் கொண்டாடு கிறான்" என்று யாரோ ஒருவர் சொன்னார். விருந்து தாராளமாக நடக்கும் ஒரு கொண்டாட்டமாக அது இருக்க வேண்டும். அந்தி சாயும் நேரத்தில் வந்த கறுப்பு நிறச் சொகுசு கார்களில் இருந்து நன்றாக உடுத்தியிருந்த சிலர் இறங்கியதைப் பார்த்தோம். ஆனால், ஷிக்காத் நடனக்கலைஞர்கள் இறங்கியதைப் பார்க்க முடிய வில்லை. அநேகமாக அவர்களை இரகசிய வாசல் வழியாக ஆக்கா அழைத்து வந்திருக்க வேண்டும். பார்பிகூயுவில் வாட்டும் மிச்சூயி என்னும் ஆட்டுக்கறி வறுவல் வாசனை காற்றில் மிதந்து வந்தது. அபாபு தன் நண்பர்களுடன் கொண்டாட்டத்தில் இருக்கிறான். அவர்கள் அனைவரும் உயர் அதிகாரிகள். தங்கள் அருகில் 94 இளம் மாணவர்கள் பசியிலும் பட்டினியிலும் வாடுவதையும் மன உளைச்சலில் வருந்துவதையும் மறந்த நிலையில் இத்தகைய கொண்டாட்டங்களில் ஈடுபட்டிருக்கின்றனர். அடுத்த நாள் காலி விஸ்கி புட்டிகள் அடங்கிய பெட்டிகள் முகாமின் வாசலில் குவிக்கப்பட்டிருந்தன. எங்களை வதைப்பதற்காகக்கூட அந்த இடத்தில் அவற்றைக் குவித்திருக்கலாம்.

அபாபு வீட்டில் ஓர் இரவுப்பொழுது

ஒரு நாள் இரவு உணவு முடிந்ததும், தளபதி அபாபு வீட்டிற்கு என்னையும் மேலும் இரண்டு தோழர்களையும் கூப்பிட்டிருந்தனர். தோட்டத்தோடு அமைந்திருந்த அருமையானதொரு வீட்டில் அபாபு வசிக்கிறான். அந்தத் தோட்டத்தில் இரண்டு மரங்கள் இருந்தன. அவனுடைய காவலுக்கு இரண்டு இராணுவ வீரர்கள் இருந்தனர். நாங்கள் வீட்டிற்குள் சென்றபோது அந்த வீரர்களில் ஒருவன் எங்களை வீட்டுக்கூடத்தில் இருந்த போலித் தோலி னாலான சோபா ஒன்றில் அமரச்சொல்லித் தேநீர் வரவழைத்து உபசரித்தான். புதினா தூக்கலாக, இனிப்பாக இருந்த அப்படியான நல்ல தேநீர் ஒன்றை முதன் முறையாக அருந்தினேன். அங்கே எல்லாமே அளவுக்கு அதிகமாக இருந்தன. என் உடல் பெருமை யடையும் அளவுக்கு நான் அமர்ந்திருந்த சோபா மென்மையாகவும் வசதியாகவும் இருந்தது. நாங்கள் ஒருவரையொருவர் மௌன மாகப் பார்த்துக்கொண்டோம். சுவற்றில் மன்னரின் இராணுவப் படைத் தலைமைப் பொறுப்பில் உள்ள இரண்டாம் ஹசனின் புகைப்படம். அதன் பக்கத்தில் ஐந்தாம் முகமதுவின் கறுப்பு வெள்ளைப் புகைப்படம்.

அபாபு வந்துசேர்ந்தான். எல்லோரும் எழுந்து விறைத்தபடி நேராக நின்று மரியாதை செலுத்தினோம். எங்களை உட்காரும்படி சைகை செய்துவிட்டுக் கையுறைகளைக் கழட்டினான். மேசைமீது கோப்பு ஒன்றை வைத்தபின் வசதியாகச் சாய்ந்து உட்கார்ந்தான். சட்டென எங்களைப் பார்த்து,

"உங்களில் யாராவது லெனின் பற்றிப் பேச முடியுமா?" என்று கேட்டான்.

எங்களுக்கு நடுக்கம் ஏற்பட்டது. எங்களைச் சித்திரவதை செய்வதோடு எங்களை அவமதித்துக் கீழ்த்தரமாக நடத்துபவன் வீட்டில் லெனின் குறித்து பேசுவதா? இது என்ன நம்மைச் சிக்கவைக்கும் பொறியா? நம்மைச் சீண்டும் தந்திரமா?

கம்யூனிச கிளர்ச்சியாளரான அபாஸ்ஸைப் பார்த்தேன். விலங்கு களை அடைத்துவைக்கும் கொட்டடிபோல் இருக்கும் எங்கள் சிறைக்கூடத்திலிருந்து இந்த வசதியான வீட்டிற்கு வந்து லெனின் குறித்துப் பேசுவது விசித்திரமாக இருந்தது.

வாழ்க்கை குறித்தும் ரஷ்யப் புரட்சியில் அவரது நடவடிக்கைகள் குறித்தும் பணிவான முறையில் அபாஸ் எடுத்துரைக்க ஆரம்பித்தார். கார்ல் மார்க்ஸ் குறித்தும் பேசிய அபாஸ், மார்க்ஸ் ஜெர்மனியைப் பூர்வீகமாகக் கொண்டவர் என்பதையும் நினைவுகூர்ந்தார். வர்க்கப் போராட்டம், மனிதனை மனிதன் ஏய்க்கும் செயலுக்கு முடிவு காண்பது எனப் பல விஷயங்களைப் பற்றி அபாஸ் பேசினார்.

கவனமாகக் கேட்டுக்கொண்டிருந்த அபாபு குறிக்கிட்டு, "அது சரி, மதத்தைப் பற்றி அவர் என்ன சொல்கிறார்?" என்று கேட்டான்.

"மதம் என்பது மக்களுக்கான போதை என்று மார்க்ஸ்தான் கூறுவார்." "கூடவே கால்பந்தையும் அவர் சேர்த்திருக்கலாம்" என்று சொல்லி அபாபு சத்தம் போட்டுச் சிரித்தான்.

பிறகு என்னைப் பார்த்து அவன் கேட்ட கேள்வியில் விசாரணை ஒன்றின் தொனி இருந்தது:

"நீ மாணவர் இயக்கம் ஒன்றை நடத்தியிருக்கிறாய். கல்லூரியில் வேலை நிறுத்தங்களை ஏற்பாடு செய்திருக்கிறாய். படிக்கும் பொடியன்களைப் போராடத் தூண்டியிருக்கிறாய். அப்படித் தானே? நான் பேசும்போது குறுக்கே பேசாதே. அதாவது, நீ ஒரு போராட்டக்காரன். சிவில் கொரில்லா போர் முறை தெரிந்தவன். வியட்நாம், கியூபா ஆகிய நாடுகளைச் சேர்ந்தவர்கள் என்ன செய்தனர் என்பது உனக்குத் தெரியும்..."

நான் எதுவும் பேசவில்லை. அவன் கத்தினான்.

"என்ன? பதில் சொல்ல மாட்டாயா?"

திடுக்கிட்ட நான் சில அர்த்தமற்ற வாக்கியங்களைத் தடு மாறியபடி உளறினேன். பிறகு சுதாரித்துக்கொண்டேன். வருவது வரட்டும் என்று நேரடியாக அவனுடைய கேள்விகளுக்குப் பதிலளிப்பது என முடிவு செய்தேன்.

“ஆமாம் தளபதி. தேசியக் கல்வி அமைச்சராக இருந்த யூசெஃப் பெலாபேஸ் சுற்றறிக்கை ஒன்றை வெளியிட்டிருந்தார். அதில், பதினேழு வயது முடிந்த மாணவர்கள், உயர் கல்வியின் இரண்டாம் நிலைக்குச் செல்லத் தடை விதிக்கப்பட்டிருப்பதாகக் கூறியிருந்தார். இதற்குமுன் இருந்த விதிப்படி மாணவர்கள் தொழிற் கல்விக்கான படிப்பில் சேர முடிந்தது. இந்தச் சுற்றறிக்கைக்கு எதிரான போராட்டங்கள் தொடக்கத்தில் அமைதியான முறையிலேயே நடந்து வந்தன. வேலை தேடுபவர்களும் மொராக்கோ தொழிலாளர் சம்மேளனத்தின் தொழிலாளர்களும் மாணவர்களுடன் வந்து சேர்ந்துகொண்டபோதிலும் ஆரம்பத்தில் இப்போராட்ட நடவடிக்கைகள் சுமூகமாகவே இருந்தன. ஆனால், போராட்டத்துக்கு எதிரான அடக்குமுறை நடவடிக்கை மிகவும் பயங்கரமாக இருந்தது. ஐம்பது பேராவது கொல்லப்பட்டிருப்பர். முந்நூறு பேர் காயமடைந்தனர். போராட்டக்காரர்களை நோக்கிக் காவலர்கள் துப்பாக்கியால் சுடாமல் இருந்திருந்தால் அதன் விளைவாக நேர்ந்த கிளர்ச்சிகளைத் தவிர்த்திருக்கலாம்.

உடன் இருந்த இரண்டு தோழர்களும் பார்வையால் என்னை ஊக்குவிப்பது தெரிந்தது. அபாபு எழுந்து நின்றான். கொஞ்ச தூரம் அப்படியும் இப்படியுமாக நடந்தான். தேநீரை ஒரே மூச்சில் குடித்தபின் என்னிடம் மீண்டும் விசாரிக்கத் தொடங்கினான்.

“ஆக, நீ ஒரு புரட்சியாளன் இல்லையா?”

“இல்லை தளபதி. நான் ஒரு கவிஞன்; கனவில் மிதப்பவன். அந்தப் போராட்ட நாள் அன்று என் காதலியுடன் ஏற்பட்ட பிணக்குக் காரணமாக நான் சோகமாக இருந்தேன். எனவே, அந்தக் கூட்டத்தில் போய்ச் சேர்ந்து அடி வாங்கினேன்.”

“பெண் ஒருத்தி உன்னிடம் கோபம் கொண்டதற்காக நீ அழுதாயா?”

“இல்லை தளபதி. நான் அழவில்லை. சோகமாக இருந்தேன். இயற்கைதானே. அது என் முதல் காதல்...”

“இது என்ன புதுக்கதை? புரியவில்லையே. உண்மையான ஆண் என்பவன் ஒருபோதும் காதல் வயப்பட மாட்டான். அப்படி

இல்லையென்றால் அவன் வீணாய்ப்போய்விடுவான். தளபதி தெகோல் காதலித்திருப்பார் என்று நினைக்கிறாயா?"

"அப்படித்தான் நினைக்கிறேன் தளபதி. பிரான்ஸ்மீது காதல் கொண்டவர் அவர்."

இதைக் கேட்டு அவன் சிரிக்க ஆரம்பித்தான். தொடர்ந்து என்னுடன் இருந்த இரண்டு தோழர்களிடமும் சில பொதுவான கேள்விகளைக் கேட்டான். நாங்கள் அங்கிருந்து புறப்படுவதற்கு முன் எங்களை வேறு முகாமுக்கு மாற்ற இருப்பதாகத் தெரிவித்தான். எந்த இடம் என்று குறிப்பிடவில்லை என்றாலும் நாங்கள் தற்சமயம் இருக்கும் இடத்தைவிட நன்றாக இருக்கும் என்று மட்டும் சொன்னான்.

சில நாட்கள் கழித்துத் தலைமைத் தளபதி திரிஸ் பென் ஓமர் எங்களைப் பார்வையிட வந்தார். 1963ஆம் ஆண்டு அக்டோபர் மாதத்தில், மொராக்கோவுக்கும் அல்ஜீரியாவுக்கும் இடையே நடந்த 'மணல் யுத்தம்' என்றழைக்கப்பட்ட இராணுவ யுத்தத்தின் போது இவர்தான் அல்ஜீரியப் படையைத் திறம்படச் சமாளித்தவர். 1934ஆம் ஆண்டு திந்தூஃப் என்னும் சுரங்க நகரை மொராக்கோ நாட்டுடன் பிரான்ஸ் இணைத்திருந்தது. ஆனால், அப்பகுதியில் இரும்புச் சுரங்கங்கள் இருப்பதைத் தெரிந்து கொண்ட அல்ஜீரியா, திந்தூஃப் நகரை மொராக்கோவுக்குத் திருப்பித்தர விரும்பவில்லை. மேலும் அவர்களுக்குள் இருந்த எல்லைப் பிரச்சினை வெளிப்படையாக எல்லோருக்கும் தெரியும். திரிஸ் பென் ஓமர் எங்கள் முகாமைப் பார்வையிட வந்த அந்த நாளில் எங்களுக்குத் திருப்தியானதோர் உணவு கிடைத்தது. வழக்கமாகத் தரப்படும் வாஷ்கிரீ பாலாடைக் கட்டிக்குப் பதிலாக ஆப்பிள்கூட வழங்கப்பட்டது.

தலைமைத் தளபதி எங்கள் முகாமைப் பார்வையிட வந்த சம்பவம் எங்களுக்குக் கவலை அளித்தது. ஒருவேளை அண்டை நாடான அல்ஜீரியாவுடனான போர், தவிர்க்க முடியாததாகி விட்டதா? பின் எதற்காக எல்லைகளைப் பற்றியும் பிராந்திய ஒருமைப்பாடு பற்றியும் தேசத்தைப் பாதுகாக்க நாம் செய்ய வேண்டிய தியாகங்கள் குறித்தும் அவர் பேச வேண்டும்?

எல்லையில் கிழக்குப் பகுதியில் படைகள் குவிக்கப்படுவதாக எங்கள் முகாமில் வதந்தி உலவியது. இப்போர்தான் இங்குள்ள கோபக்காரர்கள், சிந்திப்பவர்கள் ஆகியோரைத் தீர்த்துக்கட்ட சிறந்த வழியென அவர்கள் கருதுகிறார்களோ என்று எனக்குத் தோன்றியது. நாங்கள் மொத்தமாக 94 தண்டனைக்கைதிகள் இருந்தோம். ஒருவன் காணாமல் போய்விட்டான். அல்ஜீரியாவுக்கு எதிரான போரில் முன்களவீரர்களாக எங்களை அனுப்ப நேர்ந்தால் உடனடியாக நாங்கள் அனைவரும் கொல்லப்படுவோம் என்பது நிச்சயம். தீர்ந்தது சுமை! இது அநேகமாக உஃப்கிரின் திட்டமாகத்தான் இருக்கும். ரபாத், காஸா ஆகிய நகர்களில் மாணவர்கள்மீது துப்பாக்கிச்சூடு நடத்தியவனும் வக்கிர மனம் படைத்தவனுமான அதே உஃப்கீர்தான். எங்களைக் கைது செய்து ஆக்காவிடம் ஒப்படைத்தவனும் அவன்தான்.

படைத்தொகுதி

1967ஆம் ஆண்டு ஜனவரி முதல் நாள். அதாவது நான் இங்கு வந்துசேர்ந்த சில மாதங்களுக்குப் பின். அன்று விடியற் காலையிலேயே லாரிகள் வந்து நிற்கும் உறுமல் சத்தம் கேட்டது. சத்தம் பயங்கரமாக இருந்தது. எங்களை ஏற்றிச் செல்லத்தான் வந்திருக்கின்றன என்பது தெரிந்தது. முகாமை மாற்றி, அல்ஜீரியாவுக்கு எதிராக எல்லையில் கொண்டுபோய் நிறுத்தப்போகின்றனர். பயத்தில் வயிற்றுவலி உண்டானது. எதிலும் நாட்டமில்லாமல் இருந்தது. அல்ஜீரிய மக்களுக்கு எதிராக எவ்வித வெறுப்பும் என் மனதில் இல்லை. அப்படி இருக்கும்போது எதற்காக நான் அவர்களைத் தாக்க வேண்டும். ஆணைக்கு இணங்க மறுத்தால் என்னைக் கொன்றுவிடுவர். இந்த இடத்தில் மனச்சாட்சியின்படி இராணுவச் சேவையாற்றாமல் இருக்க முடியாது. சொன்னதைச் செய்ய வேண்டும் அல்லது செத்து மடிய வேண்டும். இப்படித்தான் சென்ற கோடையின்போது வெயிலில் புதைக்கப்பட்டுச் சித்திரவதையை அனுபவித்த அந்தப் படைவீரர் சித்தம் கலங்கி இறந்துவிட்டார். இன்னும் சில மணி நேரங்களுக்குள் போர் அறிவிக்கப்படலாம். வானொலியும் செய்தித்தாள்களும் எங்களுக்கு எட்டாத தூரத்தில் இருந்தன. சில நேரங்களில் எங்கள் குழுவில் ஒருவன், அதிகாரிகளின் கேளிக்கை விடுதியில் உள்ள கழிவறைகளைச் சுத்தம் செய்யும் வேலைக்குப் போவான். அங்குக் கிடைக்கும் பழைய செய்தித்தாள்களைப் பொறுக்கிக்கொண்டு வருவான். காய்ந்துபோய்க் கிடக்கும் நாங்கள் அவற்றைப் படிக்கப் பாய்வோம். இதைத் தவிர எங்களுக்குக் கிடைப்பதெல்லாம் வெறும் வதந்திகளும் ஊகங்களும்தான். அப்படி இருக்காது. அல்ஜீரியாவுடன் போர் என்றால் இந்நேரம் தேவையான அத்தனை முன்னெச்சரிக்கைத் தகவல்களும் எங்களுக்குத் தரப்பட்டிருக்கும். எனவே, எங்களை அங்கு அனுப்பி வைக்கத்தான் இந்த ஏற்பாடு. சில நாட்களுக்கு மட்டுமே நடக்க

இருக்கிற சண்டை. அதாவது, இங்குள்ள பிரச்சினைக்குரியவர்களைச் சாகடிக்கப் போதுமானதாக இருக்கும். இது ஒரு கொடூரமான திட்டம். நாங்கள் அனைவரும் சட்டத்துக்குட்பட்டுக் கொல்லப்படுவோம். ஆபத்தில் இருக்கும் தேசத்தைப் பாது காத்தாக வேண்டும். காப்பாற்றியாக வேண்டும். இந்த இளைஞர்கள் அல்ஜீரியத் தாக்குதலை முறியடிக்கத் தாங்களாகவே முன் வந்தவர்கள். அதாவது, இதுவரை உதவி செய்து, உணவளித்துக் காப்பாற்றியும் அவை எல்லாவற்றையும் மறந்துபோன அந்த அல்ஜீரியச் சகோதரனைக் கொல்லத் தானாக முன்வந்தவர்கள்.

எனக்கு மிதமிஞ்சிய கற்பனைத்திறன் உண்டு என்பது எனக்குத் தெரியும். காட்சிகள் வெகு வேகமாக வருவதும் போவதுமாக இருந்தன. திரைப்படம் ஒன்றின் வேகத்துக்கு இணையாக ஏறக் குறைய நொடிக்கு இருபத்து நான்கு காட்சிகள் தோன்றி மறைந்தன.

என் இராணுவ உடைமைகளை எடுத்து வைத்தேன்.

நான் எழுதிய கவிதைகள் அடங்கிய காகிதங்களை அவற்றுள் மறைத்துவைத்தேன். என் தலையையும் தாடியையும் மழித்துக் கொண்டேன். களச்சீருடையை அணிந்துகொண்டேன். நான் தயார். என் பெற்றோரை நினைத்துக்கொண்டேன். இந்த நேரத்தில் துவண்டுவிடக் கூடாது. அப்தேனெபி எங்களைப் பார்க்க வந்தான். போர்முனைக்கு அனுப்புவதற்குமுன் பயிற்சி அளிப்பதற்காகப் பயிற்சிப்பள்ளி ஒன்றுக்குச் செல்ல வேண்டியிருக்கலாம் என்று அறிவித்தான். வருகைப் பதிவேட்டைச் சரிபார்த்த பின் தயாராக இருந்த லாரிகளில் ஏறினோம். ஆக்காவோ அபாபுவோ யாரும் அங்கு இல்லை என்பதைக் கவனித்தேன். புதிதாய் ஒரு தளபதி வந்திருந்தான். வெளிச்சம் மங்கியிருந்தபோதிலும் அவன் கறுப்புக் கண்ணாடி அணிந்திருந்தான். ஆமாம், அப்போது காலை ஐந்து மணி. லாரிகள் புறப்பட்டன. தார்ப்பாய்கள் இறுக்கிக் கட்டப்பட்டிருந்தன. வெளியே இருந்த இயற்கைக் காட்சிகள் எதுவும் தெரியவில்லை. எந்த இடத்துக்குப் போய்க்கொண்டிருக்கிறோம் என்றும் தெரியவில்லை. காலம், வெளி என அனைத்தையும் இழந்து நிற்கும் மரண தண்டனைக்கைதியின் நிலையில் இருந்தோம். லாரியின் ஓட்டத்துடன் பயமும் பசியும் சேர்ந்துகொள்ள எனக்குத் தூக்கம் சொக்கியது. உண்மையில் முழுமையாகத் தூங்க

தடாகம் / 95

வில்லை. ஏனெனில், அனைத்தும் காதில் விழுந்தன. நான் கனவு லகில் மிதந்தபடி இருந்தேன். ரம்மியமான காட்சிகள், வாழ்த்து அட்டைகள், வாழ்வின் மகிழ்ச்சியான தருணங்கள், அதாவது என்றாவது ஒரு நாள் வாழ்வில் கைகூடும் என எதிர்பார்க்கப் படும் சிறு விஷயங்களை வைத்துக் காலத்தை நிரப்பிக்கொண் டிருந்தேன். நல்ல வெயிலில், இளம் பெண்கள் பசும்புல் வெளி களில் சக்கரம் ஓட்டி விளையாடுவதைப் பார்த்தேன். வெயிலில் சிறிது நேரம் ஓய்வெடுத்துக்கொண்டிருக்கும் பெண்ணின் மார் பகத்தின் மீது பட்டாம்பூச்சி வந்து உட்காருவதைப் பார்த்தேன். அருவி ஒன்றில் தாமரை மலர்கள் சரிந்து விழுவதைப் பார்த்தேன். அவற்றை மென்மையான கை ஒன்று தள்ளியபடி இருந்தது. இவை மட்டுமா? வண்ணங்கள், ஒளி, மகிழ்ச்சி... இப்படி எங்கள் நாடி, நரம்பெல்லாம் சித்திரவதைக்குள்ளாகும் இந்தத் தண்டனையில் இல்லாத அத்தனை விஷயங்களையும் பார்த்தேன். திடீரென எதுவும் தெரியவில்லை. எங்களை ஏற்றிச் சென்ற லாரி சட்டென நின்றது. சோதனை நடைபெற்றது. காவல் அதிகாரி ஒருவன் வந்து குரைத்துக்கொண்டிருந்தான். என்ன காரணம் என்று யாருக்கும் புரியவில்லை.

"இங்கு யாரோ ஒரு வேசி மகன், நாய் மகன் காணாமல் போய் விட்டான். அவனுடைய தாயைப் புணரப்போவது இந்த அதிகாரி ஹசன்தான். ஞாபகம் இருக்கட்டும்."

அவன் காட்டிய சீற்றம் எங்களுக்குப் பீதியை உண்டாக்கியது. எல்லோரையும் வாகனத்தை விட்டு இறங்கச் சொன்னார்கள். குழு வாரியாக நிற்கச் சொன்னார்கள். அந்த அதிகாரி சத்தம் போட்டு, "வரிசை நேராகட்டும்" என்று கத்தினான்.

விடிந்துவிட்டது. நாங்கள் மலை ஒன்றின் உச்சிக்கு வந்திருந் தோம். தூரத்தில் சிறிய வீட்டின் கூரையிலிருந்து சமையலறைப் புகை வந்துகொண்டிருந்ததைப் பார்க்க முடிந்தது. அந்த வீட்டில் அநேகமாக ஆடு மேய்க்கும் இளைஞன் ஒருவன் வசிக்கக்கூடும். தன் உறவுக்காரப் பெண்ணையே மணந்து மனைவியாக்கி இருப் பான். அவர்கள் எளிமையானவர்களாகவும் மகிழ்ச்சியானவர் களாகவும் இருப்பர்.

"பால்கூம்" (நேராக நில்லுங்கள்) அந்த அதிகாரி நடந்தபடி எண்ணிப்பார்த்தான். மீண்டும் கூச்சல் போட்டான்.

"இங்கு யாரோ ஒரு வேசி மகன் குறைகிறான். அவனைக் கண்டுபிடியுங்கள். இல்லையென்றால், எல்லோருக்கும் தண்டனை தான்."

யாரோ மேலதிகாரி ஒருவனிடம் வாக்கி டாக்கியில் பேசினான். சில நேரங்களில் அரபு மொழியுடன் ஆப்பிரிக்க மொழியையும் சில பிரஞ்சுச் சொற்களையும் கலந்து பேசினான்.

குறையும் நபர் மர்சேல். தண்டனைக்கைதிகள் 94 பேரில் அவன் ஒருவன்தான் யூதன். பாலஸ்தீனம் குறித்துத் துண்டறிக்கைகள் விநியோகித்ததற்காகக் கைதுசெய்யப்பட்ட நல்ல மனிதன். அவனுடைய அப்பா, மொராக்கோவில் பிரபலமான கம்யூனிஸ்ட் கிளர்ச்சியாளர். அவன் அப்படி ஒன்றும் கீழ்ப்படியாத ஆளில்லை. அநேகமாக அவன் படுக்கையிலிருந்து விழித்திருக்க மாட்டான் அல்லது உடல்நலமில்லாமல் மருத்துவ விடுதியில் சிகிச்சையில் இருந்திருக்க வேண்டும். மேலதிகாரியும் இத்தகவலைத்தான் இங்கிருக்கும் அதிகாரியிடம் கூறியிருக்க வேண்டும். ஏனெனில், அவர்களது உரையாடலின் ஓர் இடத்தில், "அவன் பராமரிப்பு ஆட்களுடன் சேர்ந்து வருவான்" என்று கூறியது கேட்டது. இப்படி மோசமாகக் கழிந்த அந்தக் கால் மணி நேரத்துக்குப் பின் மீண்டும் எங்கள் பயணம் தொடர்ந்தது.

லாரிகள் மெதுவாகத்தான் செல்ல முடிந்தது. கரடுமுரடான மலைப்பாதைமீது ஏற அவை திணறின. நிறையத் திருப்பங்களும் வளைவுகளும் இருந்தன. எனக்குத் தலைசுற்றியது. குமட்டல் ஏற்பட்டது. அடக்கிக்கொண்டேன். மனிதர்களுடன் நெருக்கி இருக்க நேர்வது எனக்கு எப்போதுமே பிரச்சினையாக இருக்கிறது. மற்றவர்களுடன் சேர்ந்து வாழ்வது என்பது என்னால் இயலாத காரியமாக உள்ளது. இது போன்று லாரிகளில் குவிக்கப்பட்டுள்ள மக்கள் கூட்டம் எனக்கு வெறுப்பை உண்டாக்குகிறது. சிலர் தூங்கி வழிந்தனர். சிலரின் வாயிலிருந்து எச்சில் ஒழுகியது. அட்டைப்பெட்டித் துண்டுகளைக் கொண்டு உருவாக்கிய சீட்டு களை வைத்துச் சிலர் விளையாடிக்கொண்டிருந்தனர். பலரது வயிறுகளிலிருந்து வெளியேறிய துர்நாற்றம் அந்த இடத்தையே

அசுத்தமாக்கியது. நானோ பெரும் துன்பத்தை அனுபவித்தேன். ஆமாம், தொடக்கத்தில் ஆக்கா குறிப்பிட்டதைப் போல் நான் ஒரு நாகரிகமடைந்த, எளிதில் அழியக்கூடிய சிறியதொரு ஜீவன். மற்ற மீன்களுடன் அடைக்கப்பட்டுள்ள நானும் ஒரு மீனாக மாற விரும்பாமல் அடம்பிடிப்பவன். ஆனால், இதுதான் வாழ்க்கை. இதில் செய்வதற்கு ஒன்றுமில்லை. என்னை ஆசுவர்சப்படுத்திக் கொண்டு, 'உயிர் எழுத்துகள்' என்னும் ரேம்போ எழுதிய பிரஞ்சுக் கவிதை வரிகளை நினைத்துப் பார்த்தேன்:

"அ கறுப்பு, எ வெள்ளை, இ சிவப்பு,
உய் பச்சை, ஒ நீலம்: உயிர் எழுத்துகள்,
என்றாவது ஒருநாள் உங்கள் பிறப்பில்
மறைந்திருக்கும் மூலத்தைக் கூறுவேன்;
அ, பயங்கர நாற்றங்களை வட்டமிடும்
மினுமினுக்கும் வண்டுகளின்
ரோம மேலாடைக் கறுப்பு."

கவிஞர் ரேம்போவின் நினைவு வருவதற்கு, நான் அனுபவித்து வரும் இந்த 'நாற்றங்கள்'தான் காரணமாக இருந்தன. என் பயணத்தைத் தொடரவும் துன்பம் தரும் இந்த வாகனத்திலிருந்து விடுபடவும் இந்தக் கவிதை வரிகள்தான் எனக்கு உதவின. இங்கிருக்கும் முரடர்களுக்கு எதிராக என்னிடம் இருப்பது கவிதைதான். சொற்கள், காட்சிகள், உணர்வுத்தெறிப்புகள் எல்லாம் அவர்களுடைய கண்காணிப்பிலிருந்து தப்பிவிடும். கடந்த சில நாட்களாக இருப்பதுபோல், இந்த அளவுக்குக் கவிதை எனக்கு இன்றியமையாததாக எப்போதும் இருந்ததில்லை. எப்போ தெல்லாம் தோன்றுகிறதோ, அவற்றுக்கு என்ன அர்த்தம் என் றெல்லாம் யோசிக்காமல் உடனடியாகக் கவிதைகளாக எழுதி விடுவேன். ஓர்ஃபே தொன்மம் என்னை மிகவும் பாதித்தது. ஸ்பார்டகஸும்தான். கவிதை என்பது என் நண்பனாக, புகலிடமாக, என் கட்டிலாக, என் இரவுகளாக மாறிப்போனது. சில நேரங்களில் நான் நினைப்பதை என் மனதிலேயே எழுதிவைப்பேன். பின்னர் வாய்ப்புக் கிடைக்கும்போது அதைக் காகிதத்தில் எழுதிக்கொள் வேன். முன்பெல்லாம், உணவு விடுதியில் வழங்கப்படும்

சீட்டுகளில் எழுதி வந்தேன். காகிதத்துக்குப் பதிலாக பிளாஸ் டிக்கைத் தரத் தொடங்கினர். எனவே, ஒருமுறை மருந்துச்சீட்டு வழங்கிய மருத்துவரிடம் சில தாள்கள் தரும்படிக் கேட்டு வாங்கி னேன். மேலும், ஜேம்ஸ் ஜாய்ஸ் புதினத்தின் கதைமாந்தர்களான புலூம், தெதாலுயிஸ் ஆகியோர் எனக்கு நல்ல வழித்துணையாக இருந்து வந்தனர். டப்ளின் நகரில் அவர்கள் மேற்கொள்ளும் பயணம் என்னைக் கனவு உலகுக்கு அழைத்துச்சென்றது. அந்த நகர் குறித்து எனக்கு உண்மையில் எதுவும் தெரியாது. எனினும் காலம், வெளி ஆகியவற்றைக் கடந்து அவர்களுடன் பேசவும், அவர்களை நலம் விசாரிக்கவும் எனக்கு ஆர்வமாய் இருந்தது. அந்தப் பெரிய புதினத்தை என் நெஞ்சோடு அணைத்தபடி என்றாவது ஒருநாள் விடுதலையடைந்து டப்ளின் நகருக்குச் செல்வேன் என்று எண்ணிக்கொண்டேன்.

என் நினைவு எப்போதுமே எனக்கு விசுவாசமானதொரு தோழியாக இருந்து வந்தது. என்னதான் என்னைச் சில நேரத்தில் தொந்தரவு செய்தாலும் எனக்கு அவளைப் பிடிக்கும். காரணம், நான் இந்தத் துன்பங்களிலிருந்து தப்பித்து வெகுதூரம் செல்லவும் இதுவரை கேள்விப்படாத இடங்களைப் பார்வையிடவும் அவள் தான் உதவி வருகிறாள்.

எனக்கு உதவியாக இருப்பது என் தனிமையும்தான். மற்ற கைதிகளைவிட நான் நன்றாக இருப்பதாக உணர்கிறேன் என்பதோ விசேஷ சலுகை அல்லது சிபாரிசு போன்ற ஏதோ ஒன்றின் காரணமாக எனக்குத் தனிக் கவனிப்புக் கிடைக்கிறது என்பதோ நிச்சயமாக இல்லை. எனினும், மன்னர் தரும் தண்டனையைத் தவிர வேறு எதையும் எதிர்பார்க்க முடியாத இத்தகைய கட்டாயப் பயணங்களின் சுமையைச் சமாளிக்க கவிஞர் ரேம்போதான் எனக்கு உதவுகிறார் என்பது மட்டும் உறுதியாகத் தெரிகிறது. இவை அனைத்தும் ஒருபுறம் என்மீது மேன்மேலும் சுமையை ஏற்றிக்கொண்டிருக்க மற்றொரு புறத்தில் நான் ஆபத்தில் சிக்க நேர்ந்தது.

ஒரு நாள் காலை பெரிய ஆள் ஒருவனிடம் முறைத்துக் கொண்டேன். அவன் குறிப்பாக அதிகாரிகளுக்கு மிகவும் கீழ்ப் படிந்து நடந்துகொள்பவன். நான் ஃபேஸ் நகரத்தைச் சேர்ந்தவன்

தடாகம் / 99

என்கிற சாதாரண விஷயத்தை வைத்து என்னைக் கேலி செய்து கொண்டிருந்தான். மராகேஷைச் சேர்ந்த அந்த நபர் என்னைச் சகட்டு மேனிக்குத் திட்டிக்கொண்டிருந்தான்.

"ஃபேஸியான் (ஃபேஸி நகரைச் சார்ந்தவன்), வெள்ளைத் தோல், யூதப் பித்தலாட்டக்காரன், ஃபேஸியான்கள் எல்லோரும் அந்தக் காலத்தில் மதம் மாறிய யூதர்கள்தானே, ஃபேஸியான் என்றாலே அருவருப்பானவர்கள்."

அவனுக்குப் பதில் சொல்லிக்கொண்டிருக்க எனக்கு விருப்ப மில்லை; மாறாக, ஒரே குத்து. அவன் கீழே விழுந்தான். எழுந்தவன் இதன் விளைவுகள் மோசமாக இருக்கும் என்று மிரட்டினான். பிரச்சினை அத்துடன் முடிந்துபோனது. அதுதான் நான் ஈடுபட்ட முதலும் கடைசியுமான மோதல். உடல் சார்ந்த வன்முறை எந்தத் தீர்வையும் தராது. இருந்தாலும், என்னைச் சுற்றி இருப்பவர் களுக்கு வன்முறை ஒன்று மட்டும்தான் தெரியும். எங்களுக்குத் தரப்படும் சீர்திருத்தப் பயிற்சியில் எங்கள் உடலின் தற்காப்புச் சக்தியைச் சோதித்துப் பார்க்கும் உடல் சார்ந்த தேர்வுகள் உண்டு. மேலும் எங்களை அவமதிக்கும் நடவடிக்கைகளும் உண்டு. அதாவது, கல்வியறிவில்லாத இத்தகைய கீழ்நிலை அதிகாரிகளின் கட்டுப்பாட்டில் நாள் முழுவதும் இருப்பதுடன் எங்களிடம் அவர்கள் முரட்டுத்தனமாகப் பேசுவதையும் கேட்டாக வேண்டும். இதன்மூலம், மனநோயாளியான அதிகாரி ஒருவன், மனச்சாட்சியே இல்லாத தளபதி ஒருவன் ஆகியோரின் கையில்தான் எங்கள் உயிர் இருக்கிறது என்பதை எங்களுக்கு நினைவூட்டவே இந்த நடவடிக்கை. இவை எல்லாவற்றுக்கும் மேலாக, எத்தனை காலத்துக்கு இங்கு இருக்கப் போகிறோம், என்றாவது ஒருநாள் இங்கிருந்து விடுதலை கிடைக்குமா என்று எதுவும் தெரியாமல் இருப்பதுதான் கொடுமையான சித்திரவதையாகும். கேள்வி எழுப்பினாலே சினமூட்டும் செயலாக அது கருதப்பட்டது. வேறு வழியின்றித் தோராயமான வதந்திகளைத்தான் நம்பியாக வேண்டிய நிலையில் இருந்தோம். எங்களுடன் குண்டான ஆள் ஒருவன் இருந்தான். பார்க்க அப்பாவியாகத் தெரிவான்; பித்துப்பிடித்தவன் போல் பேசுவான். ஆரூடம் பார்ப்பவர்களின் குடும்பத்தைச் சேர்ந்தவனாகக் கூறிக்கொள்ளும் அவன், சிலவற்றைத் தன்னால் கணிக்க முடியும் என்பான். ஒரு நாள் அவன் மருள் வந்தவனாக,

“வெளியே போக முடியாது, போக முடியாது” என்று திரும்பத் திரும்பச் சொல்லிக்கொண்டிருந்தான். நாம் இருக்கும் இந்த முகாம்தான் நம் கல்லறை என்பதில் அவன் உறுதியாக இருந் தான். சிறைக்கூடத்தில் நிறைய சவப்பெட்டிகள் ஆடுவதைப் பார்த்ததாகவும் தெரிவித்தான்.

நாங்கள் மொத்தம் 94 தண்டனைக்கைதிகள் இருந்தோம். பல் வேறு திசைகளிலிருந்தும் பலதரப்பட்ட பழக்கவழக்கத்திலிருந்தும் வந்தவர்கள். 94 இளைஞர்களாகிய நாங்கள் அனைவரும் ஒரே நாளில், தலைமைத் தளபதி உஃப்கீரின் கையொப்பத்துடன், “எவ் வித விதிவிலக்கும் இல்லாமல்” என்ற குறிப்புடன் கைதானவர்கள். எனினும், மாணவர் சங்க அலுவலக உறுப்பினர்களில் ஒருவனான ஃபுவாத் மட்டும் விரைவிலேயே விடுதலை செய்யப்பட்டான். ஏனெனில், ரபாத் நகரக் காவல்துறையில் அவனுடைய அப்பா தகவல் அளிப்பவராகப் பணியாற்றி வந்தார். அவன் ஒருவன்தான் தண்டனைக்குத் தப்பிய ஒரே நபர். பாதுகாப்புத்துறையைச் சேர்ந்த அதிகாரி ஒருவர் அவனை அழைத்து நன்றாகத் திட்டியதாகத் தெரிகிறது. திட்டி முடித்ததும், அவனுடைய நண்பர்களைக் குறித்து விசாரித்திருப்பார் என்றும் தெரிகிறது. அப்பாவிடமிருந்து பிள்ளைக்கு எனப் பரம்பரையாக வரும் பழக்கம். வேறொரு ஆள் இருந்தான். தன் சிறைத் தண்டனையை மருத்துவமனையில் சிகிச்சை என மாற்றிக்கொள்ள அவனால் முடிந்தது. அவன் பெயர் ஸிதிதான். ‘அஸேல்,’ அதாவது தேன் என்று யாராவது சொல்லிவிட்டால் போதும், அவன் பைத்தியம்பிடித்தவன்போல் ஆகிக் கட்டுப்படுத்த முடியாதவாறு நடந்துகொள்வான். அவ னுடைய முகம் மாறுவதோடு கத்தியபடியே தன் கையில் கிடைக்கக்கூடிய எல்லாவற்றையும் கொண்டு பலமாகத் தாக்கு வான். அஸேல், மஸேல் (தேன் சுவை), அஸிலா (தேனுக்கான சுருக்கப்பதம்), எனத் தேன் தொடர்பான எந்தச் சொல்லைக் கேட்டாலும் அவனுடைய மனநிலை பாதிக்கப்படும். பிறரின் துன்பத்தில் இன்பம் காணக்கூடிய யாராவது தன்னைத் தூண்டி விடக் கூடாது என்ற பயத்தில் எப்போதும் அவன் கொஞ்சம் ஒதுங்கியே இருப்பது வழக்கம். ஒரு நாள் கீழ்நிலைச் சிறை அதி காரி ஒருவன், ஸிதிதானின் போக்கைக் கண்டு பொறுமையிழந் தான். அவனைத் தண்டிக்க முடிவு செய்தான். இரண்டாம்

நிலையிலிருந்த படைவீரன் ஒருவனை, ஸிதிதான் எதிரில் சென்று சங்கடமான அந்த வார்த்தையைத் திரும்பத்திரும்பச் சொல்ல வைத்தான். பாவம் ஸிதிதான், மயக்கம் வந்து கீழே விழுந்தான். அவனை மருத்துவ விடுதிக்குக் கொண்டுசென்றனர். அவனுடைய காதுகளில் பஞ்சு உருண்டைகளை வைத்து அடைத்தனர். அதிலிருந்து அவன் மேலும் முரடனாகவும் எளிதில் கோபப்படுபவனாகவும் மாறிப்போனான். அவனை ரபாத்தில் உள்ள இராணுவ மருத்துவமனைக்கு அனுப்புவது என மருத்துவர் முடிவு செய்தார். அங்குதான் தண்டனைக் காலத்தை அவன் கழித்து முடித்தான்.

லாரிகள் ஓரிடத்தில் சிறிது நேரம் நிறுத்தப்பட்டன. கீழே இறங்க யாருக்கும் அனுமதியில்லை. உடன் இருந்தவர்கள் புகைத்தபடியும் நகைச்சுவைத் துணுக்குகளை உதிர்த்தபடியும் இருந்தனர். அவை எனக்குச் சிரிப்பை வரவழைக்கவில்லை. ஒரு வேளை, நான் எதையும் அதிகமாக அறிவார்ந்த நிலையில் அணுகுபவனாக இருக்கிறேன் என்று நினைக்கிறேன். நான் விளையாட்டுத் தனமாகவோ மேம்போக்காக வாழ்க்கையை அனுபவிக்கும் இயல்போ இல்லாதவன். இந்தச் சிறைவாழ்க்கை, தண்டனை முகாம் தரும் அனுபவத்தைச் சிலருக்குத் தரவில்லை என்பதை நான் கவனித்தேன். இந்த இடத்தில் அவர்களுக்கு ஒருவித சந்தோஷம் கிடைத்தது என்றுகூட என்னால் கூற முடியும். எங்களுடன் மெலிந்த உடம்புடன் குள்ளமாக இருந்த ஆசாமி ஒருவன் இந்தக் குழுவிலிருந்து விலகி இராணுவத்தில் சேர விருப்பம் தெரிவித்தான். சிறப்புத் தேர்வுக்கு ஏற்பாடு செய்யப்பட்டது. அவனுடைய கோரிக்கை ஏற்கப்படவில்லை. பாதுகாப்பு, உள்துறை ஆகிய அமைச்சகங்கள் எடுக்கும் முடிவுக்குக் கட்டுப்பட்டே தேர்வு இருக்கும் என்பது அவனுக்குத் தெரிய வந்தது. சிறிது காலம் கழித்து அவன் இராணுவத்தில் சேர்ந்துவிட்ட செய்தி எனக்குக் கிடைத்தது. எப்படிச் சேர்ந்தான் என்று அவனால் தெரிவிக்க முடியவில்லை என்றாலும் பிறகு அம்பலமானது.

பகல் ஒருமணி வாக்கில், நாங்கள் போய்ச்சேரவேண்டிய இடத்தை வாகனம் அடைந்தது. மிகவும் குளிராக இருந்தது. நான் லாரியிலிருந்து கீழே இறங்கியபோது தலை கனத்தது. மலை ஒன்றின் உச்சிமீது நின்றிருந்தோம். அருகிலேயே பனிமழை

பெய்வது தெரிந்தது. இந்த இடத்தின் பெயர் என்ன? எங்கள் உடைமைகளைத் தோளில் சுமந்தபடி பெரிய வெள்ளைக் கட்டடம் ஒன்றின் எதிரில் வரிசையாக நின்றோம். இது என்ன பயிற்சிக்கூடமா? அல்லது சிறையா? மேலதிகாரிக்காகக் காத்திருந் தோம். திடீரெனக் கீழ் அதிகாரிகளும் தலைமை அதிகாரிகளும் பரபரப்பாக இயங்கினர். அந்த இடத்தின் தளபதி வந்துசேர்ந்தான். அந்த நபர் கேளிக்கையை விரும்புபவனாகத் தெரிந்தான். கறுப்புக் கண்ணாடி, மிடுக்கான உடை. 'பால்கூம்' (நிமிர்ந்து நில்) என்றான். நாங்கள் அனைவரும் அசையாமல் விறைப்பாக நின்றோம்.

பேச்சு எதுவுமில்லை. வரிசைகளில் நின்றிருந்தவர்களைப் பார்வையிட்டான். அவன் உடலில் தெளிக்கப்பட்டிருந்த வாசனைத் திரவம் அதிக நெடியுடையதாக இருந்தது. அது போன்றதொரு வாசனையை முகர்வது அதுதான் எனக்கு முதல்முறை. எங்கள் தோற்றத்தை அவன் பொறுமையாக எடை போட்டான். தன் அதிருப்தியைக் காட்ட உதடுகளைச் சில நேரம் பிதுக்கினான். பிறகு அங்கிருந்து போய்விட்டான். அவன்தான் எங்கள் புதிய தளபதி.

அஹெர்மூமு

வட மொராக்கோவில் உள்ள நகர் தாஸா. தாஸாவின் வடக்குப் பகுதியில் இருக்கும் அஹெர்மூமு என்னும் ஊருக்குத்தான் நாங்கள் வந்திருந்தோம். நாங்கள் மாற்றலாகி வந்துள்ள இக்கட்டடம் அதிகாரிகள், கீழ்நிலை அதிகாரிகள் ஆகியோருக்குப் பயிற்சி யளிக்கும் இடமாகும். "நம் வருங்காலம் குறித்து இராணுவம் சிந்திக்கிறது" என்றான் என் அருகில் இருந்தவன். ஆமாம், அருமையான எதிர்காலம்! எல் ஹஜெப் முகாமில் நிலவிய கற்காலத்திலிருந்து சற்றே முன்னேறிய நவீன காலத்துக்கு மாறி யிருந்தோம். ஆனால், எங்களை நடத்தும் விதத்தில் எவ்வித மாற்றமும் இல்லை. ஆக்கா பலமுறை எங்களிடம் கூறியதைப் போல் நாங்கள் கஷ்டப்பட வேண்டியிருந்தது. அங்குள்ள நான்கு கட்டில்கள் கொண்ட அறைகளைப் பகிர்ந்துகொடுத்து அவற்றில் எங்களைத் தங்க வைக்கும் பொறுப்பினைச் சிறை அதிகாரி ஒருவன் கவனித்துக்கொண்டான். இந்த இடத்திலிருந்து பார்த்தால் நல்லதோர் இயற்கைக் காட்சி தெரியும். தூரத்தில் பனி மூடிய மலை, காடு, சுத்தமான காற்று. ஒரே கொட்டடிக்குள் அடைப் பட்டுக் கிடக்காமல் இருப்பதே எங்கள் வாழ்க்கைப் பயணத்தில் முக்கியமானதொரு முன்னேற்றம்தான். உணவுக்கூடத்தில் இரவு உணவு வழங்கப்பட்டது. குறை சொல்ல முடியாத உணவு என் றாலும் அளவு போதாமல் இருந்தது. வழக்கம்போல் ரொட்டித் துண்டு டயரைப் போல் கடினமாக இருந்தது. அது அநேகமாக மன்னர் படையின் தயாரிப்பாக இருக்க வேண்டும். கூடத்தின் கடைசியில் குளியலறைகளும் கழிவறைகளும் இருந்தன. சுத்த மாக இருப்பதுபோல் தெரிந்தது. எப்படியும் எல் ஹஜெப்பில் நாங்கள் அனுபவித்ததோடு ஒப்பிட்டுப் பார்த்தால் இது எவ் வளவோ மேல்.

அடுத்த நாள், அந்தப் பயிற்சிப் பள்ளியின் முற்றத்தில் வந்து வரிசையாக நிற்கும்படித் தளபதி கட்டளையிட்டான். மீண்டும்

ஒருமுறை எங்களைச் சோதனையிட்ட அவன், தன் குறுந்தடியால் எங்கள் மண்டை ஒழுங்காக மழிக்கப்பட்டுள்ளதா எனச் சரி பார்த்தான். பிறகு அந்தத் தடியைக் கால்சட்டைப் பைக்குள் நுழைத்துக்கொண்டான். அங்கேயே நின்றுகொண்ட அவன், எங்களை உடனடியாக அறைகளுக்குச் சென்று அடைந்து கொள்ளு மாறு கட்டளையிட்டான்.

"இங்குக் கைகளைக் கால்சட்டைப் பைகளில் நுழைக்கும் பேச்சுக்கே இடமில்லை. அதற்குத் தடை விதிக்கப்பட்டுள்ளது. இங்கே நடைப்பயிற்சி போக முடியாது. காலாறச் சுற்றிவர முடியாது. இங்கு நடக்கக் கூடாது. அனைத்தையும் வேகமாகச் செய்ய வேண்டும். யாராவது ஒருவன் நடப்பது தெரிந்துவிட்டால் ஒரு வாரச் சிறைத்தண்டனை கிடைக்கும். எங்கள் சிறை விளை யாட்டான விஷயம் கிடையாது. இவற்றிற்கெல்லாம் ஆரம்பமாக, நாளை காலை ஐந்து மணிக்கு உங்கள் பயிற்சி தொடங்கும். இதையும் கேளுங்கள். இந்த இடத்தில் ஓர் உயர்நிலையை எட்டி யிருக்கிறீர்கள். எனவே, எல்லாமே உயர்வாக இருக்கும். இராணுவப் பயிற்சி, உடற்பயிற்சிகள், உணவு - இவை மட்டுமல்ல தண்டனை களும்தான். கதகதப்புச் சாதன வசதிகளையெல்லாம் எதிர்பார்க்கக் கூடாது. குளிருக்குப் பயந்தவர்களை ஆண்களாகக் கருத முடியாது. இங்குப் பூஜ்ய நிலையில் பருவநிலை இருக்கும். உங்கள் போர்வைகள் மொத்தமாக இருக்காது. உங்களை எழுப்பக் காலை ஆறு மணிக்கு அலாரம் அடிக்கும். ஆறு பதினைந்துக்குச் சீருடையோடு தயாராகிவிட வேண்டும். ஏழு பதினைந்துக்குச் சிற்றுண்டி. எட்டு மணிக்கு வேலை ஆரம்பம். எத்தகைய பருவ நிலையாக இருந்தாலும் சீருடையில் மாற்றமில்லை. கம்பளிச் சட்டை, குட்டை கால்சட்டை, காலணிகள். கம்பளிச்சட்டைக்குள் டீ சர்ட் அணிந்திருப்பது கண்டுபிடிக்கப்பட்டால் தண்டனை வழங்கப்படும். எந்தவிதமான திருட்டுத்தனத்துக்கும் கடுமையான தண்டனை உண்டு. இங்கு நாம் எல்லோரும் இராணுவ வீரர்கள். சொகுசு வாழ்க்கை வாழக்கூடிய இளம் ஜமீன்தார்கள் இல்லை. அப்பாவின் செல்லப்பிள்ளை, அம்மாவின் செல்லப்பிள்ளை என்பதெல்லாம் இங்கு இல்லை. என் பயிற்சிக்கூடத்தில் நோஞ் சான்களுக்கு இடம் கிடையாது. உங்களை நன்கு வேலை

வாங்கும் பொறுப்பு எனக்குக் கொடுக்கப்பட்டுள்ளது. உங்களுக்கு வேண்டியது கிடைக்கும். தளபதி ஹமாதியான என்னை நீங்கள் நம்பலாம்."

நல்ல உயரம்; கட்டுக்கோப்பாக மட்டுமல்ல வசீகரமாகவும் இருந்த தளபதி ஹமாதி ஒரு பிறவி நடிகன். அவன் கையாண்ட கவனமான உடல்மொழி, பாவனை, மௌனம் அனைத்தும் ஆக்டர்ஸ் ஸ்டூடியோவில் இடம்பெறத் தகுதியுடையவை. தகவல் களைப் போதிய இடைவெளிவிட்டுத் திறம்படச் சொல்வதில் நல்ல தேர்ச்சி உடையவன். எங்களைத் தொந்தரவு செய்யவும், அச்சுறுத்தவும் என்றே தலைமைக் காவல் நிலையத்திலிருந்து தேர்ந்த நடிகனான அவனை அனுப்பிவைத்திருக்கவும் வாய்ப் புண்டு. அவன் எங்களிடையே வந்துசெல்லும் ஒவ்வொரு நிகழ்வும் நன்கு திட்டமிடப்பட்டிருப்பது தெரிந்தது. அவன் வரும்முன் வதந்திகள் உலவும். தளபதி வரப்போகிறார், நம்மிடையே பேசப் போகிறார், என்றெல்லாம் பேச்சு இருக்கும். ஆனால் வர மாட் டான். இது நன்கு திட்டமிட்டு நம்மைக் காக்க வைக்கும் நட வடிக்கை. அவன் பிரஞ்சு மொழியை நன்றாகப் பேசுகிறான் என்பதால் அவன் மற்றவர்களைக் காட்டிலும் உயர்ந்தவன் என்றும் உயர்கல்வி பயின்றவன் என்றும் தெரிகிறது. சரி, அவனுக்கு இங்கு என்ன வேலை?

அடுத்த நாள் காலை ஐந்து மணிக்குக் காலைச் சிற்றுண்டி இல்லாமல் முன்பே திட்டமிட்டபடி நாங்கள் அனைவரும் அடைக்கப்பட்டோம். அந்த இடம் ஒருவிதக் கிடங்கு போல் இருந்தது. அறைகளை விடவும் குளிர் அங்கு அதிகமாக இருந்தது. சுவர்கள் ஓதம் காத்தன. கட்டில் கிடையாது. பாய் கிடையாது. சில்லிட்டிருந்த சிமென்ட் தரைதான். குளிருக்கு இதமாகக் கத கதப்பு வேண்டி ஒருவரை ஒருவர் நெருக்கிக்கொண்டு உறங்க முடியாமல் கிடந்தோம். என் உடல் நடுங்கியது. புதுவகையான இந்தச் சித்திரவதையை வெளியில் காட்டிக்கொள்ளாமல் அனு பவித்தேன். நான் ஓரமாக, சுவர் பக்கம் தலைவைத்துப் படுத்துக் கொண்டேன். உடலெங்கும் வலித்தது. இருந்தாலும் திடீரெனத் தொழுகை செய்ய வேண்டும்போல் இருந்தது. காரணம் தெரிய வில்லை. ஆனால், சிறு வயதில் நான் மனனம் செய்த குரானி லிருந்து ஒரு சூரத்தை ஓதினால் போதும். எங்களை வதைக்கும்

இந்த நரக வேதனையைத் தாக்குப்பிடிக்க அது உதவி செய்யும். ரேம்போவின் கவிதையைத் தொடர்ந்து மனதுக்குள் சுவைத்தேன். எனக்கு அது ஓரளவாவது இதமளித்தது எனலாம். குரான் பள்ளியில் நான் ஒரு மோசமான மாணவனாக இருந்தேன். குரான் வாசகங் களை அவற்றின் அர்த்தம் புரியாமல் அப்படியே மனனம் செய் வேன். என்றாவது ஒருநாள் இந்த வாசகங்கள், இத்தகைய அசா தாரண சூழ்நிலையில் எனக்கு உதவிக்கரம் நீட்டும் என்று கனவி லும் நினைத்திருக்கவில்லை. எனக்கு அற்புதமானதொரு நினை வாற்றல் இருந்தது. சில நேரங்களில் எதிர்பாராமல் என்னை வதைத்து நோக வைக்கும் கொடும் நினைவுகள் ஒருபுறம் இருந்த போதிலும் நிச்சயமாக நினைவாற்றல்தான் என் சிறந்த தோழி என்று சொல்ல வேண்டும்.

இரவு ஏழு மணி வாக்கில் அந்தக் கிடங்கிலிருந்து எங்களை விடுவித்தனர். இவ்வாறு பதினான்கு மணி நேரம் காரணமின்றி எங்களை அடைத்துவைத்ததற்கான காரணம் புரிந்தது. நாங்கள் கீழ்ப்படியாமல் போனால் அல்லது எதிர்ப்புக்குரல் கொடுத்தால் என்ன நேரும் என்று எச்சரிக்கை விடுக்கத்தான் அப்படிச் செய்திருக்கின்றனர். இந்தோ – சீனப்போரில் மேற்கொண்ட இராணுவ நடவடிக்கைகளால் தளபதி ஹமாதி பிரபலமானான் என்று தெரிகிறது. 1950களில் பிரஞ்சு இராணுவத்திலும் அவன் இடம்பெற்றுள்ளான். அநேகமாக ஆக்காவை அவனுக்குத் தெரிந் திருக்க வேண்டும்; உஃப்கீரின் அண்ணன் மகன் என்றும் பேசிக்கொள்கின்றனர். கொடூரமான தீய குணமும் இப்படிப் பரம் பரையாகத் தொடரும் என்று அதுவரை எனக்குத் தெரியவில்லை.

எல் ஹஜெப்பிலிருந்து இங்கு வந்தபின் முதன்முறையாகக் குளிப்பதற்காக வரிசையில் நின்றேன். தண்ணீர் மிகவும் குளிர்ந்தது. பாத்திரம் துலக்கப் பயன்படும் 'டைட்' என்னும் சோப்புத்தூள் கொண்டு குளித்தாக வேண்டும். அன்று முதல் இந்த நிறுவனத்தின் பெயரை வெறுக்க ஆரம்பித்தேன். பல வளையங்களில் 'டி' என்னும் எழுத்தைத் தாங்கிய அந்தச் சோப்புத்தூள் பாக்கட்டின் வடிவத்தை என்னால் சாகும்வரை மறக்க முடியாது.

எங்களுக்குக் கிடைத்த இரண்டாவது சாப்பாடு நம்ப முடியாத படி நன்றாக இருந்தது. சேலட், கறி, காய்கறிகள் எல்லாம் இருந்தன.

முழுமையான சாப்பாடு என்று சொல்லலாம். உடனடியாக எனக்குச் சந்தேகம் வந்தது. உணவு இந்த அளவு மேம்பட்டு இருப்பதால் எங்களுக்கான சீர்திருத்தப் பயிற்சியும் கடுமையாக இருக்க வேண்டும்.

என் அறையில் என்னுடன் மூன்று தண்டனைக்கைதிகள் தங்கியிருந்தனர். ஃபேஸ் நகர நண்பன் ஒருவன், கெனீத்ரா பகுதியைச் சேர்ந்த ஒருவன், அடக்கமாக இருந்த நல்லவன் ஒருவன். கிராமத்திலிருந்து வந்திருந்த இவன் மாணவன் அல்ல. இவன் பெயர் சாலா. இவன் வைத்திருந்த பொருள் எனக்கு மிகவும் பிடிக்கும். அது ஒரு பிலிப்ஸ் வானொலிப்பெட்டி. அவ னுக்கு அது எப்படிக் கிடைத்தது? குறிப்பாக எல் ஹஜெப் முகாமில் கழித்த பயிற்சிக்காலம் முழுவதும் எப்படி அதனை மறைத்துவைத்திருக்க அவனால் முடிந்தது? போர்வைக்குள் மறைத்துக்கொண்டு இசை கேட்பது இவன் வழக்கம். என்னைப் பொறுத்தவரை, நான் கேட்க விரும்புபவை செய்தி அறிக்கைகள் தான். எனக்கு இவன் வானொலிப்பெட்டியைக் கொடுத்து உதவு வான். அதற்குப் பதிலாக இவன் குடும்பத்துக்குக் கடிதம் எழுதித் தரும் உதவியைச் செய்வேன். எங்களுக்குள் நெருக்கம் அதிக மானதால், எப்படி இந்தத் தண்டனைக்கைதிகள் முகாமுக்கு வந்தாய் என்று விசாரித்தேன். பென்னி மெலால் பகுதியில் ஆடு வளர்க்கும் தொழில் செய்துவந்துள்ளான். அயீத் எல்கெபீர் (ஈகைத் திருநாள்) பண்டிகையின் போது அனுமதியின்றி ஆடுகளை விற்றக் குற்றத்திற்காக கைது செய்யப்பட்டிருக்கிறான்; முழுக் கதையை யும் என்னிடம் கூறினான். சாதாரண ஆர்ப்பாட்டம் செய்த ஒரே காரணத்துக்காகக் கைது செய்திருப்பதாகச் சொல்லப்படுவதை நம்ப முடியவில்லை என்று சொன்னான். ஆனால், தான் மகிழ்ச்சியாக இருப்பதாகவும் ஆடு வளர்ப்பைவிட இங்கு இருப்பதில் தனக்குத் திருப்திதான் என்றும் கூறினான். சில நாட்களில் இரவு நேரத்தில் தன் வானொலிப்பெட்டியை எனக்குக் கொடுத்து உதவுவான். அதனை என் காதோடு வைத்து உலகில் நடக்கும் சம்பவங்களைத் தெரிந்துகொள்ள அயல்நாட்டு அலைவரிசைகளைத் தேடிக்கொண் டிருப்பேன். பல மாதங்களாகவே எந்தச் செய்தியும் தெரியாமல் இருந்தேன். வெளிநாட்டு அலைவரிசை ஒன்றைத் தற்செயலாகக் கேட்க நேர்ந்தது. சே குவேராவின் நண்பராக இருந்தார் என்ற ஒரே

காரணத்துக்காகப் பிரான்ஸின் இளம் தத்துவவியலாளர் ஒருவர் பொலிவியாவில் கைதானார் என்ற செய்தி கிடைத்தது. அவரது பெயர் ரெழீஸ் தெப்ரே என்று தெரிந்துகொண்டேன். கடந்த சில மாதங்களாகவே அவர் சிறையில் அடைக்கப்பட்டிருந்தார். 1962ஆம் ஆண்டில் கியூபா ஆட்சியை வீழ்த்த ஐக்கிய அமெரிக்கா செய்த பன்றிகள் விரிகுடா படையெடுப்பின் போது மேற்கொள்ளப்பட்ட கியூபா புரட்சியாளர்களின் நடவடிக்கைகளைத் தொடர்ந்து கவனித்துவந்துள்ளேன். எனவே கைதான அந்தப் பிரஞ்சு தத்துவ வியலாளரைப் பற்றித் தெரிந்துகொள்ளும் ஆர்வம் உண்டானது. தன் நாட்டிலிருந்து வெகு தொலைவில் இருக்கும் லத்தீன் அமெரிக்க நாட்டுக்குச் சென்ற இவர், அங்கு நடைபெற்ற புரட்சியில் எதற்காக கலந்துகொண்டார் என்பது எனக்கு ஆச்சரிய மாக இருந்தது. இங்கு அஹெர்மூமுவில் இருப்பதைப் போன்றே பொலிவியா சிறைகளும் மோசமான நிலையில்தான் இருந்திருக்கும் என்பதை யோசித்துப் பார்த்தேன். நான் ஒரு தீர்மானத்துக்கு வந்தேன். மனிதன் என்பவன் தீயவனாகப் பிறந்து தீமையிலேயே உழல்கிறான். ஏனெனில், மற்றவர்களை அடக்கி ஆள அவனுக் குள்ள ஒரே வழி அதுதான். ரெழீஸ் தெப்ரே அளித்த பேட்டி ஒலி பரப்பான நேரத்தில் பொலிவியாவில் இருந்த தளபதி, இங்குள்ள தளபதி ஹமாதி உருவில் தெரிந்தான். கேள்வி கேட்கும் முன்பே ரெழீஸைச் சித்திரவதை செய்வது பொலிவியத் தளபதியின் வழக்கம். அவனைப் பொறுத்தவரை இது தண்டனையின் தொடக்க நிலை. நாள் முழுவதும் எங்களை அடைத்து வைத்திருந்தானே அதைப் போன்ற நடவடிக்கை. தன் கருத்துகளையும் லட்சியங் களையும் நடைமுறைக்குக் கொண்டுவரும் துணிச்சல் பெற்ற இந்தப் பிரஞ்சுத் தத்துவவியலாளர்மீது எனக்கு உடனடியாகப் பெரும் அனுதாபம் ஏற்பட்டது. அவரைக் குறித்தும் அவருடைய குடும்பம் குறித்தும் யோசித்துப்பார்த்தேன். அவருக்கு நெருக்க மானவர்கள் எத்தகைய பதற்றத்தில் வாழ்ந்துகொண்டிருப்பர் என்றும் பதறினேன். இவரைப் பற்றிய மேலும் பல தகவல்களைப் பெற மற்ற அலைவரிசைகளைத் தேடினேன். உறங்கச் செல்லும் முன் வானொலியை அணைத்துவிட்டு என் போர்வைக்குள் அதனை ஒளித்து வைத்தேன். அது போன்ற சர்ச்சைக்குரியக் கருவியுடன் மாட்டிக்கொள்வது மிகவும் ஆபத்தானது. எதிரியுடன் கள்ளத்

தொடர்பு வைத்துள்ளதாகத் தளபதி என்மீது குற்றஞ்சாட்ட வாய்ப்புள்ளது என்பதை யோசித்துப்பார்த்தேன். எதிரி என்றால் அல்ஜீரியா.

அடுத்த நாள் காலையில் இராணுவப் பயிற்சிக்கான பாடங்களை உயர் அதிகாரிகள் கற்றுத் தந்தனர். அவர்களும் பிரஞ்சு மொழியை நன்றாகப் பேசினர். எங்கும் கட்டுப்பாடு. வரிசையில் அமைதி நிலவியது. தெளிவாக இனங்காண முடியாத காரணங்களால் நாங்கள் அச்சுறுத்தப்பட்டோம். என்னுள் சில கேள்விகள் மீண்டும் எழுந்தன. இந்த இடத்தில் நிரந்தரமாக இருக்கப்போகிறோமா? அல்லது சில மாதங்களுக்கு மட்டும்தானா? வேறு எங்காவது அனுப்புவதற்காகவா? அல்ஜீரியாவில் போர் புரியவா? எங்களுக்கு எந்தச் செய்தியும் தெரியவில்லை. இராணுவ உயர் அதிகாரிகளும் எங்களைப் போலவே பீதியில் இருந்தனர். விதிமுறைகளைக் கடைபிடிப்பதில் தளபதி ஹமாதி மிகவும் கறாராக இருந்தான். நாங்கள் அவனைப் பார்ப்பது குறைவான நேரமே என்றபோதிலும் அனைவரும் அவனது அடக்குமுறைக்கு ஆளாகியிருந்தோம்.

பதற்றம் அதிகமானது. பயங்கர மிருகத்தனத்தை அனுபவித்து வந்த நாங்கள் இப்போது கவலைக்குரிய வேறு ஒரு நிலையை அடைந்திருந்தோம். ஹமாதியை 'அரிபி', அதாவது 'திரைப்படக் கதாநாயகன்' என்று அழைப்பது எங்களுக்குள் வழக்கம்.

அதிநவீன மிருகத்தனம்

*அது*தான் கூட்டுத் தண்டனை. தளபதியின் ஓய்வு இல்லத்தில் ஜன்னல் கண்ணாடிச்சட்டம் ஒன்று உடைந்துவிட்டது. இக்காரியத்தை யார் செய்திருக்க முடியும்? யாரும் இல்லை. கக்கத்தில் குறுந்தடி வைத்திருக்கும் வழக்கமுடைய தளபதி கூச்சல் போட்டான்:

"இதைச் செய்த குற்றவாளி யார் என்று தெரிந்துகொள்வதில் கூட எனக்கு விருப்பமில்லை. நீங்கள்தான் உங்களுக்குள் ஒருவரை யொருவர் கண்காணித்துக்கொள்ள வேண்டும். இது போன்ற கண்காணிப்பில் நேரும் குறைபாடுக்கு வாரம் ஒரு முறை நான்கு மணிநேரத் திறந்தவெளி தண்டனை கிடைக்கும். உங்களுக்கு எத்தகைய தண்டனையை என்னால் கொடுக்க முடியும் என்பதற்கு இது ஒரு முன்னோட்டம்" என்று கத்தினான். ஒருவரையொருவர் பார்த்துக்கொண்டோம். எந்த இடத்தில் தண்டனை கிடைக்கப் போகிறது? எதைத் திறந்தவெளியில் காட்ட வேண்டும் என்று எங்களுக்குள் பேசிக்கொண்டோம்.

அன்று இரவு சிறை அதிகாரி ஒருவன் வந்து சில கட்டளைகளை அறிவித்தான். நாளை காலை நான்கு மணிக்குக் கம்பளிச்சட்டை, குட்டை கால்சட்டை, செருப்புகள் - இவற்றுடன் எல்லோரும் சிறையின் முற்றத்தில் வரிசையாக நிற்க வேண்டும். யாராவது கீழே விழுந்தால் அவனை எழுப்பி மேலும் கடுமையான தண்டனை கொடுக்கப்படும்.

சன்னமான குரலில் எங்களுக்குள் பேசிக்கொண்டோம். பரஸ்பரம் அவநம்பிக்கை இருந்தது. அனைத்துக் குழுக்களிலும் காட்டிக்கொடுப்பவன் ஒருவன் எப்போதும் இருப்பான். எனவே, மனதில் உள்ளதை வெளிப்படையாகச் சொல்வதைத் தவிர்த்து வந்தோம். எப்படியும் எல்லோருமே அரசியல்வாதிகள்தானே.

எதிர்த்து நிற்பது, சட்டத்துக்கு உட்படாத கள்ளத்தனம் எல்லாம் எங்களுக்கான தகுதிகளாக இருந்தன.

அது பிப்ரவரி மாதம். எனவே, இரவில் பருவநிலை பூஜ்யத்துக்குக் கீழ் இறங்கிவிடக் குளிர் எங்கள் உடலெங்கும் துளையிட ஆரம்பித்தது. நாங்கள் அணியும் உடைகளில் உள்ள சட்டைப் பைகள் மூடி தைக்கப்பட்டிருந்தன. எனவே கைகளை உள்ளே விட முடியாது. அவை அப்படியே உறைந்துபோய்விடும். காதுகள், மூக்கு நுனி, விரல்கள் என எதிலும் உணர்ச்சியில்லாதது போல் தோன்றும். ஒரே இடத்தில் சோர்ந்து போகாமல் தாக்குப் பிடித்து நின்றாக வேண்டும். இத்தகைய குளிருக்கு நாங்கள் யாரும் பழக்கப்பட்டிருக்கவில்லை. எங்களைக் கண்காணிக்கும் அதிகாரிகள் கத கதப்பான ஆடைகள் அணிந்திருந்தனர். மேலும், அவர்கள் புகை பிடித்தனர். பிளாஸ்கில் இருந்து சூடான காபியை அருந்தியபடி இருந்தனர்.

இப்படி உடல் உறைந்து போகும் நேரத்தில் எதைப் பற்றி சிந்தனை வரும்? எதைப் பற்றியும் சிந்திக்க மாட்டோம். சிந்திப்பதையே மறந்திருப்போம். எண்ணங்களும் உறைந்து போய்விடும். எந்தக் கற்பனையிலும் ஈடுபட முடியாது. ஒவ்வொரு நிமிடமும் பொறுமையாகக் கழிவதை உணர்வோம். முதல் ஆள் கீழே சுருண்டு விழுந்தான். இரண்டு அதிகாரிகள் அவனை அள்ளி எடுத்துத் தெளிய வைக்கும் விதமாக ஓங்கி அறைந்தனர். அவன் தட்டுத்தடுமாறி எழுந்து நிற்க முயன்றான். மேலும் ஒருவன் விழுந்தான். அதிகாரிகள் அவனையும் அதே முறையில் கவனித்தனர். எனக்கு ஒரு திட்டம் உதித்தது. எல்லோரும் ஒரே நேரத்தில் சுருண்டு விழுந்தால் என்ன என்பதுதான் அது. எனினும், உடனடியாகச் சுதாரித்துக்கொண்டேன். லாரிகளைக் கொண்டுவந்து எங்கள் மீது ஏற்றி எல்லோரையும் கொன்றுவிடவும் இந்தத் தளபதி தயங்க மாட்டான். எங்கள் குடும்பத்தினரைத் தவிர எங்களைப் பற்றி யாருக்கு அக்கறை இருக்கப்போகிறது? அவர்களைவிட்டு வெகு தூரத்தில் உள்ள எங்களுக்கு என்ன நேர்ந்தது என்று தெரிந்து கொள்ளவும் வழியில்லாமல் தவிப்பவர்கள் அவர்கள். இப்போது தளபதி ஆகியிருந்த தன் மெலில்லா நண்பர்களில் ஒருவரை, என் அப்பா போய்ச் சந்தித்திருப்பார் என்பதை என்னால் ஊகிக்க

முடிந்தது. என்னை எப்படியாவது விடுதலை செய்யும்படி அவரிடம் மன்றாடியிருப்பார். இது ஊகம் மட்டுமல்ல. அவர் அப்படியே செய்தார். என் அப்பாவிடமிருந்து கடிதம் கிடைத்த நாளில் அது எனக்குத் தெரியவந்தது. கடிதத்தைத் தவிர வேறு எதையும் அதிகமாக எதிர்பார்க்க முடியாது. தளபதியின் தணிக்கைக் குழு நிச்சயமாக அதை முன்னதாகவே படித்திருக்கும். அக்கடி தத்தில் "நான் நேற்று மெலில்லாவைச் சேர்ந்த உன் மாமா ஹாஜி முகமதுவைச் சந்தித்தேன். அவர் மிகவும் சோர்வாக இருந்தார். அலுவலகத்துக்குப் போவதில்லையாம்" என்று என் அப்பா எழுதியிருந்தார். எனக்குப் புரிந்துவிட்டது. அவர் பிரான்ஸ் நாட்டுக்காகப் போரில் கலந்துகொண்டிருக்கிறார். நாங்கள் அவரை ஸ்பெயின்காரர் என்று அழைப்போம். கறுப்பினப் பெண்மணி யான அவருடைய தாய், செனெகல் நாட்டைச் சேர்ந்தவர். அங்கு வியாபாரம் செய்யச் சென்ற அவருடைய அப்பா அவரை மொராக்கோவுக்கு அழைத்துவந்துவிட்டார். அந்த ஸ்பெயின்கார மாமாவும் கறுப்பாகத்தான் இருப்பார். என் தந்தையின் குடும்பப் பெயரையே அவரும் வைத்துக்கொண்டார்.

என் குதிகால்களில் வலி ஏற்பட்டது. என் பின்கழுத்துப் புடைத்துக்கொண்டது. என் விரல்கள் முற்றிலுமாக மரத்துப் போய் விட்டன. எப்படியும் கீழே விழக் கூடாது என்று உறுதியாக இருந்தேன். கெஞ்சுவது, சரணடைவது, சோர்வாவது - என்ற பேச்சுக்கே இடமில்லை. அவர்களிடம் அடி வாங்கக் கூடாது. நான் நின்றபடியே இருந்தேன். என் பழைய காதலியை நினைத்துக் கொண்டேன். என் கண்களில் நீர் வழிந்தது. அவளை நினைத்த தால் அப்படி வரவில்லை. குளிரின் காரணமாக விழிச்சுரப்பிகள் பாதிக்கப்பட்டதால் கண்ணீர் வந்தது. என்னைவிட்டுப் பிரிந்து சென்று அவள் எனக்குத் துரோகம் செய்ததுடன் ஏமாற்றியும் விட்டாள். இப்போது நான் அனுபவிக்கும் தண்டனையின் பின்னணியில் ஆக்கா இருப்பான் என்பது நிச்சயம். அவனது திட்டத்தில் இந்தத் தண்டனையும் இடம்பெற்றிருக்கும். என் பழைய காதலியின் காதருகில் சென்று சில தகவல்களை ஆக்கா இரகசியமாகக் கூறுவதாகக் கற்பனை செய்து பார்த்தேன். அது என் நிலைமையை இன்னும் மோசமாக்குவதாக இருந்தது. இது என்ன

தடாகம் / 113

அபத்தமான கற்பனை! என் உடலில் ஏற்பட்டுள்ள பலவீனம்தான் இத்தகைய எண்ணங்கள் தோன்ற காரணம்.

காலை எட்டு மணிக்கு. உரத்தக்குரலில் 'ராஹா' (ஓய்வு) என்ற கட்டளை காதில் விழுந்தது. போரின்போது காயமடைந்தவர்கள் உறங்கவும் இளைப்பாறவும் குளிருக்கு இதம் தேடுவது போல் நாங்கள் பொறுமையாகக் கலைந்து சென்றோம். எங்களுக்குக் காபியும் ரொட்டியும் வழங்கப்பட்டன. என் நரம்புகள் அனைத்தும் அறுந்துபோனதுபோல் உணர்ந்தேன். எனவே, உடல் நடுங்கியது. எனக்கு ஏற்பட்ட சோர்வின் காரணமாக வார்த்தைகள் வரவில்லை. என்ன செய்வது என்றும் தெரியவில்லை.

அன்றைய தினம் நாங்கள் அனைவரும் மிகவும் தளர்ந்து போனோம். மகிழ்ச்சியும் சிரிப்பும் நிறைந்த என் காதலியின் முகம் என் எண்ணத்தைவிட்டு அகலவில்லை.

அடுத்தடுத்த நாட்களில் எங்களுக்கு இதே மாதிரியான தண்டனையே வழங்கப்பட்டது. நல்லவேளையாக, பருவ நிலையில் சில டிகிரிகள் அதிகரித்து முன்னேற்றம் இருந்தது. தண்டனை வழக்கமான ஒன்றாக மாறியிருந்தது. வாரத்தின் கடைசி நாளில் தளபதி ஹமாதி எங்களிடம் வந்து பேசுவான். அப்போது எந்த நேரத்திலும் பயங்கரமான போர் வரலாம் என்று எச்சரிப்பான். "நீங்கள் தயாராக இருக்க வேண்டும். எதிரி சொல்லிவிட்டு வர மாட்டான். நாம்தான் அவனைச் சந்திக்க முழுப் பலத்துடன் காத்திருக்க வேண்டும். விரைவில், உயர் அதிகாரி ஒருவர் உங்களைப் பார்வையிட வருவார். அவர் நம்மை எதிர்நோக்கி உள்ள அபாயத்தை உங்களிடம் விவரிப்பார். குளிருக்குத் தாக்குப் பிடிக்க முடியாமல் விழுந்தவர்கள் ஒரு மாத காலத்துக்குக் கடும் தண்டனை அனுபவிக்க வேண்டும். இப்போது கலைந்து செல்லலாம்!"

இது என்ன, எதிரி என்று ஒரு புதுக்கதை? செய்தித்தாள்களில் அல்ஜீரியா 'சகோதர நாடு' என்று குறிப்பிடப்படுகிறது. இரு நாட்டுத் தலைவர்களும் பண்டிகைகளின்போது வாழ்த்துகளைப் பரிமாறிக்கொள்கின்றனர். அப்படி இருக்கையில் ஏன் எதிரி ஒருவனை நாமே உருவாக்கிக்கொள்ள வேண்டும்? இது நிச்சயமாக

நமக்கு ஏதாவது ஒரு வேலை கொடுப்பதற்காகத்தான். இராணுவக் குழுவுக்கு ஏதாவது இலக்கு ஒன்று தேவை. இப்போது எங்களுக்கான இலக்கு அல்ஜீரியா என்பது தெளிவாகிறது. நான் எதற்காக அல்ஜீரிய மக்களைக் கொல்ல வேண்டும்? அல்லது அவர்களால் நான் ஏன் கொல்லப்பட வேண்டும்? இந்தத் திட்டம் மிகவும் அபத்தமானது.

ரமலான் மாதம் வந்தது. இனி நிகழப்போகும் பயிற்சிகள், துப்பாக்கிச்சுடும் வகுப்புகள், அவசியமற்ற தண்டனைகள் - இவற்றை யெல்லாம் எவ்வாறு எதிர்கொள்ளப்போகிறோம்? ஆனால், இப்போதைய பிரச்சினை மர்சேல். மறக்க முடியாத மர்சேல்! வேடிக்கையான பையன். அடக்கமாக இருந்த அவன் யூதர்கள், அரேபியர்கள் ஆகியோரைக் குறித்து நூற்றுக் கணக்கான நகைச் சுவைத் துணுக்குகளைத் தெரிந்துவைத்திருந்தான். அரபு மொழியில் பேசுவான். அவன் பயன்படுத்தும் வட்டார வழக்கில் அவனது தாய்மொழியின் சாயல் சிறிதளவு இருக்கும். வாயில் ஏதோ சிக்கிக்கொண்டதைப் போல் திக்கித்திக்கிப் பேசுவான். ஒருமுறை தளபதி ஹமாதி ஆய்வு செய்ய வந்தபோது மர்சேல், அவனைச் துணிச்சலாக அழைத்துப் பேசினான்:

"தளபதி அவர்களே, எனக்கு ரமலான் கிடையாது. எனக்கு வழக்கமாகத் தர வேண்டிய மூன்று வேளை உணவைச் சமையல் காரர்கள் மறக்கக் கூடாது" என்றான்.

"நீ யார்?"

"படைவீரன் மர்சேல். பி. பதிவு எண் 10362."

"நீ யூதனா? இது ஒன்று போதாதா!"

"அது என் தவறில்லை தளபதியே" என்றவன் மேலும் கர்வமாக, "நான் மொராக்கோ நாட்டுக் குடிமகன். அத்துடன் யூதர். இப்படியானவர்களும் இருக்கிறோம்!"

"தெரியும். நீ எனக்கு வரலாற்றுப் பாடம் சொல்லித்தர வேண்டாம்."

அவனிடமிருந்த இந்தத் துணிச்சல் பெரிதும் என்னைக் கவர்ந்தது. ஏனெனில், இதுவரை யாரும் அந்தத் தளபதியை

எதிர்த்துப் பேசியதில்லை. நகைமுரணாக, யூதராக இருப்பது அவனுக்குப் பாதுகாப்பாக அமைந்தது. தன் நாட்டின் குடிமகன்களில் யூதர்களின் மீது மன்னருக்குத் தனிக் கவனம் இருப்பதைத் தளபதி தெளிவாக அறிவான். எனவே, தளபதி ஹமாதி அவனிடம் சன்னமான குரலில்,

"உனக்கு உணவு கிடைக்கும். ஆனால், நோன்பு இருக்கும் மற்றவர்கள் முன் சாப்பிடக் கூடாது. நீ சமையலறைக்குப் போனால், அங்குத் தனியிடம் ஒன்றில் உனக்கு மட்டும் உணவு வழங்கப்படும். நீ கொட்டிக்கொள்வதை மற்றவர்கள் பார்த்துக்கொண்டிருப்பது சரியில்லை."

மர்சேல் அவனுக்கு நன்றி தெரிவித்துவிட்டுத் திரும்பி வெற்றிப் புன்னகையோடு எங்களைப் பார்த்தான்.

வாழ்க்கை முறை

அண்மையில் எங்களுக்கு வழங்கப்பட்ட ஆடைகளின் பைகளைத் தைக்கும்படி மீண்டும் ஒருமுறை உத்தரவு வந்தது. என் சட்டைப் பைகளைத் தைத்தேன். எல்லோருக்கும் ஊசி, நூல் தரப்பட்டன. அதற்கு முன் என் கவிதைகளை அவற்றில் மறைத்து வைத்தேன். சரியான மறைவிடம் அமைந்தது. தைப்பதில் நான் நல்ல தேர்ச்சி பெற்றிருந்தேன். கண் இமைப்பதற்குள் அந்த வேலையைச் செய்து முடித்துவிடுவேன். உடன் இருப்பவர்களும் தங்கள் கால்சட்டைகளை என்னிடம் கொண்டுவருவர். அன்று இரவு வானொலிப் பெட்டியை இரவல் தருவதாகச் சாலா உறுதியளித்தான். வேறு ஒருவன் எனக்குப் பிஸ்கட் பாக்கட் ஒன்றைத் தந்தான். துப்பாக்கிப் பயிற்சி நடைபெற்ற திடலருகில் திரிந்துகொண்டிருந்த ஆடு மேய்ப்பவன் ஒருவனிடம் காசுக்கு வாங்கியிருக்கிறான். சுற்றிலும் முள்வேலி இருந்தபோதிலும் எப்படியோ அவன் கைக்கு வந்துவிட்டது. அவனிடம் பணம் கொடுப்போம். அவனும் எங்களுக்கு இதுபோல் சில சில்லறைப் பொருட்களைக் கொண்டுவருவது வழக்கம்.

தளபதி எங்களை ஆய்வு செய்ய வந்தான். நாங்கள் எல்லோரும் தலையை ஒட்ட மழித்திருக்க வேண்டியது கட்டாயம். உடையில் உள்ள பைகள் தைக்கப்பட்டிருக்க வேண்டும். மரியாதையான தோற்றத்துடன் இருக்க வேண்டும். ஒவ்வொரு வரிசையாக நடந்து வந்து பார்வையிட்டான். கையில் வைத்திருந்த குறுந்தடியால் ஆடையில் உள்ள பைகளின் தையலைச் சரிபார்த்தான். பைக்குள் அந்தத் தடி நுழைய நேர்ந்தால், சம்பந்தப்பட்ட ஆளுக்குப் பின் கழுத்தில் இரண்டு அடிகள் கிடைத்தன. சில அடிகள் பலமாக இருந்தன. கையில் வைத்திருந்த தடியால் என் தொப்பியைத் தூக்கினான். அது கீழே விழுந்தது. தலையின் மீது தடியை வைத்து உருட்டினான். கட்டி ஒன்று இருந்ததால் அன்று காலை என் தலையை மழிக்க இயலவில்லை. கட்டி இருக்கும் இடம்

வந்ததும் இரத்தம் வரும்வரை அதன்மீது தடியை வைத்து நன்றாக அழுத்தினான். எனக்கு வலி இருந்தாலும் தாக்குப்பிடித்து நின்றேன். இதனால் பின்கழுத்தில் கிடைக்கக்கூடிய அடிகளிலிருந்து தப்பினேன். கீழே குனிந்து என் தொப்பியை எடுத்துக்கொண்டேன்.

எங்களிடம் அறிவிப்பு ஒன்றினைத் தளபதி வெளியிடுவதற்கான கூட்டம் நடைபெற்றது. இம்முறை போர் பற்றிய அறிவிப்பு வந்தது. "இந்தப் பயிற்சிக் கூடத்தைப் பார்வையிட உயர் அதிகாரி ஒருவர் விரைவில் வர இருக்கிறார். எச்சரிக்கையாக இருங்கள். உங்கள் உடை மடிப்புக் கலையாமல் இருக்கும்படிப் பார்த்துக்கொள்ள வேண்டும். கால்சட்டை சுத்தமாக இருக்க வேண்டும். உள் பைகள் தைத்திருக்கக் கூடாது. எதுவும் பேசக் கூடாது. அவர் உங்களிடம் பேசினால், பதிலுக்கு நீங்கள் வணக்கம் செலுத்தி, "நன்றி தளபதி அவர்களே" என்று கூற வேண்டும். எந்த விஷயமாக இருந்தாலும் சரி, யாராவது அவரிடம் பேசும் அளவுக்குப் போனால், அவனை நான் கவனித்துக்கொள்வேன். புரிந்ததா? கலைந்து செல்லுங்கள்."

உணவுக் கூடத்தில் வைக்கப்பட்டிருந்த உணவு வகைகள் அதிக அளவில் இருந்தன. தளபதி எங்களைப் பார்வையிட வராமல் இருந்தால் இந்த அளவு நாங்கள் சாப்பிட்டிருக்க மாட்டோம். எங்கள் குழுவுக்கு நல்ல உணவு கிடைக்க வேண்டும் என்று அதிகாரிகள் விரும்பினர். தலைமைத் தளபதி பார்வையிட வரும் அந்த நிகழ்வைப் பற்றியே எல்லோரும் பேசிக்கொண்டனர். எங்களைப் பரிசோதித்துப்பார்க்க இது ஒரு சூழ்ச்சியாக இருக்கலாம் என்று சிலர் கருதினர். ஒரு நாள் இரவு, தைக்கப்பட்டிருந்த எங்கள் கால்சட்டைப் பைகளில் இருந்த தையல்களைப் பிரித்துக்கொள்ள அனுமதி கிடைத்தது.

அடுத்த நாள் காலை, தலைமைத் தளபதி திரிஸ் பென் ஓமர் வந்தான். பயிற்சிப்பள்ளியில் அவனுக்கு நல்ல பெயர். நல்ல மனிதன். இந்த நரகத்துக்கு எங்களை அனுப்பிய உஃப்கீர் போல் இல்லை. இப்போது நினைத்துப்பார்த்தாலும், நாங்கள் இங்கு அடைக்கப்பட்டதற்கான காரணம் எதுவும் திரிஸ் பென் ஓமருக்குத் தெரிந்திருக்காது என்றே தோன்றுகிறது. மேலும், எங்களுக்கு இத்தகைய தண்டனைகள், சீர்திருத்தப் பயிற்சிகள் ஆகியவற்றைச் சர்வாதிகாரியான உஃப்கீர் கொடுத்த விஷயமும் அவனுக்குத் தெரியாது என்றே நினைக்கத் தோன்றுகிறது.

முதல்முறையாகக் கைகளைக் கால்சட்டைப் பைகளில் நுழைத்த படி அன்றைய பொழுதைக் கழித்தோம். இது ஒரு வித்தியாசமான திருப்தி. தளபதி வந்த வாகனம் கக்கிய பெட்ரோல் புகையின் வாசனை என் மனதில் சிறிது நேரம் வினோதமான ஏக்கத்தை உண்டாக்கியது. அந்த வாசனையை ஏதோ நறுமணத்தை முகர் வதைப் போல் அனுபவித்தேன். அந்த பெட்ரோலும் வாகன இரைச்சலும் எனக்குச் சுதந்திரத்தை நினைவூட்டின. இந்த முகாமி லிருந்து வெளியேறி வெகுதூரம் சென்றுவிட்டேன். லிமூசீன் ரக சொகுசுக்காரில் ஏறி ஓட்டுநரிடம், “போகலாம்! பார்வையில் கடல் தெரியும்வரை நிறுத்தாதே. போய்க்கொண்டேயிரு!” என்று கூறினேன். கார் கண்ணாடியை இறக்கி, இயற்கைக் காட்சியை ரசித்தேன். அங்குள்ள மக்களைப் பார்த்தேன். அவர்களுடைய வாழ்க்கை எப்படியானதாக இருக்கும் என்று ஊகித்தேன். ஓட்டுநர் என்னிடம் ‘மினரல் வாட்டர்’ பாட்டில் ஒன்றை நீட்டினான். நீரைப் பளிங்கு கிளாஸ் ஒன்றில் ஊற்றி அருந்தினேன். காற்று குளிர்ச்சியாக இதமாக இருந்தது. வாழ்க்கை அற்புதமாக இருந்தது. அந்தி சாயும் முன் போய்ச் சேர வேண்டும் என்பதால் கார் வேக மாகச் சென்றுகொண்டிருந்தது. பச்சை வண்ண சூரியக் கதிர் தோன்றுவதை நான் பார்த்தாக வேண்டும். அது மிகவும் அபூர்வ மான காட்சியாகும். இது என்னுடைய நல்ல நாளாக அமைந்தது மட்டுமல்லாமல் தளபதியும் ஜீப்பில் திரும்பிச் சென்றுவிட்டான். தன் அலுவல் வாகனமான லிமூசீன் காரை எனக்காகக் கொடுத்து விட்டுப்போயிருக்கிறான்.

அடுத்த நாள் மீண்டும் சட்டைப்பைகளைத் தைக்கும்படிக் கட்டளை வந்தது. வாழ்க்கை முறை மீண்டும் முன்பிருந்தபடியே பழைய நிலைக்குத் திரும்பியது. அதாவது, சராசரியான உணவு, கடுமையான ஒழுக்க விதிகள், விதிமுறைகளைக் கடைப்பிடிப் பதில் சிறு சுணக்கம் தெரிந்தாலோ, சிறிய அளவில் ஏதாவது தவறாக நடந்துகொண்டாலோ தண்டனை எனும் எச்சரிக்கை. இவை அப்போது இருந்த நிலையைத் தெளிவாக்கியது. ஏன், எதற்கு என்றெல்லாம் ஆராய்ந்துகொண்டிருக்கக் கூடாது.

குளிர் மென்மேலும் அதிகமாகி வாட்டியது. எங்களில் யாரோ ஒருவனிடம் சக்தி வாய்ந்த வானொலி இருப்பதும், வெளியில் உள்ளவர்களிடம் அவனுக்குத் தொடர்பு இருப்பதும் தளபதிக்குத்

தெரிய வந்தது. பென்னி மெலால் பகுதியைச் சேர்ந்த அந்தப் பரிதாபத்துக்குரிய ஆடு மேய்ப்பவன்மீது வேவு பார்க்கும் குற்றம் சுமத்தப்பட்டு மோசமான தண்டனை விதிக்கப்பட்டது. அது எத்தகைய தண்டனை என்பதைச் சென்ற கோடையின்போதே பார்த்திருக்கிறேன். அவனது உடல் முழுவதும் மண்ணுக்குள் புதைந்திருக்க தலை மட்டும் வெளியே நீட்டிக்கொண்டிருக்கும். காற்று, மழை எதுவாக இருந்தாலும் சமாளித்தாக வேண்டும். குளிரில் இறந்துபோகக்கூடிய அபாயமும் இருந்தது. இருந்த போதிலும் ஆடு மேய்ப்பவனான என் நண்பன் தாக்குப்பிடித்து நின்றான். இந்த மோசமான பருவநிலையைச் சமாளிக்கும் உடலை அவன் பெற்றிருந்தான். இராணுவ வீரன் ஒருவனின் மேற் பார்வையில் அவனைப் பயிற்சி முகாமுக்கு வெளியே கொண்டு சென்றனர். அடுத்த நாள் அவனை மண்ணிலிருந்து விடுவித்தனர். அப்போது அவனுக்கு அவமானமாக இருந்தது. தன்னை மீறி வரும் அவசரத் தேவைகளை அவன் பூர்த்தி செய்ய வேண்டி யிருந்தது. அதுதான் அவன் கோபப்படக் காரணமாக இருந்தது. “குளிரெல்லாம் பெரிய விஷயமில்லை. இருக்கும் இடத்திலேயே காலைக்கடன்களைக் கழிப்பதும், சுத்தப்படுத்திக்கொள்ள முடியாத நிலையில் இருப்பதும்தான் எல்லாவற்றையும்விடக் கொடுமை” என்று எங்களிடம் கூறினான்.

நேரில் பார்த்திராவிட்டாலும் ரெமீஸ் தெப்ரே எனக்கு நெருங் கிய தோழனாகிவிட்டார். அவரைக் குறித்த செய்திகள் எதுவும் அதன்பின் எனக்குக் கிடைக்கவேயில்லை. முகமோ, குரலோ தெரியாவிட்டாலும் அவரையே நினைத்துக்கொண்டிருந்தேன். என்னைக் காட்டிலும் அவரது வாழ்க்கைப் பயணம் அதிகச் சிக்கலானதாக இருந்தபோதிலும் எங்களுக்குள் தூரத்திலிருந்த படியே உறவொன்று ஏற்பட்டிருந்தது. மாணவர் போராட்டக் குழுவின் உறுப்பினர் ஒருவர் என் காதோடு, “தெப்ரேவுக்குப் பொலிவியாவில் மரண தண்டனை விதிக்கப்பட்டது. அவர் இறந்துவிட்டார்” என்றார். நான் சோகத்தில் ஆழ்ந்துபோனேன். என்னைவிட ஓரிரு வயதே அதிகமாக இருக்கக்கூடிய புரட்சிகர மான ஒரு நபர், தான் கொண்ட கொள்கைக்காக இறக்கத் தயாராக இருந்ததை நினைத்துப்பார்த்தேன். அவருடைய பெற்றோரைக் குறித்தும் கவலையடைந்தேன்.

வெகுண்டு எழுவதா? அதுதான் கூடாது. நன்கு திட்டமிடப் பட்ட வழியில் எல்லோரிடத்திலும் பயத்தை உண்டாக்கும் வேலை நடந்துகொண்டிருந்தது. கிளர்ச்சி ஏற்படுமானால் அது படு கொலையில் போய் முடியும். நாட்டின் இறையாண்மைக்கு எதி ரானவர்களைச் சமாளிக்க அது அவசியமானதாக நியாயப்படுத்தப் படும். குழப்பம் செய்பவர்கள் ஒழிந்துபோவார்கள். ஊடகத்துக்கு எந்தச் செய்தியும் தெரியாது. ஆயுதப்புரட்சிக்குத் திட்டமிட்டதால் கொல்லப்பட்டனர்; இது சட்டப்பூர்வமான வாதமாக அமையும். வழக்கமாக நடந்தேறும் காட்சிகள் இப்படித்தானே. இதுபோன்ற மோசமான சூழ்நிலைக்கு எங்களைத் தள்ளவே சிறை அதிகாரி ஹமாதி முயற்சி செய்கிறான் என்று நினைத்தேன். ஏதாவது அடிதடி நடக்க வேண்டும் என்று அவன் விரும்புவது தெரிந்தது. கலவரம் ஒன்றை முறியடித்தால் அவனுடைய முக்கியத்துவம் உறுதியாகும். இடதுசாரி ஊடகத்துக்கு எந்தத் தகவலும் தெரி யாமல் இருந்தது. இராணுவச் சேவைக்காக இளம் மாணவர்கள் இராணுவ முகாமுக்கு அனுப்பிவைக்கப்பட்டனர் என்று மட்டும் சிலர் அறிந்திருந்தனர். எனவே, யாரும் பயப்படவோ எதிர்ப்பைத் தெரிவிக்கவோ போவதில்லை.

சிறையில் உள்ள பலருக்கும் பேதியானது. கடைசியாகச் சாப் பிட்ட உணவின் விளைவால் வந்த வயிற்றுப்போக்கு அது. காரணம் கெட்டுப்போன கறி. சிலருக்குக் காய்ச்சலும் சிலருக்கு வாந்தியும் இருந்தது. எல்லோரும் வயிற்று வலியால் அவதிப் பட்டனர். எல்லோரும் அதைப் பற்றித் தங்களுக்குள் நகைச் சுவையாகப் பேசிச் சிரித்துக்கொண்டனர். பொதுவானதொரு அசௌகரியத்தால் விளைந்த சோகம் எல்லோரையும் சமமாக வாட்டியது. எப்படியும் அடுத்த நாளே முகாமைவிட்டு யாரும் வெளியில் போகப்போவதில்லை. சிறையில் உள்ள செவிலியர் எங்களுக்குச் சில மாத்திரைகளை விநியோகித்தார். யாருக்கும் பசியில்லை. அதுவே ஒரு நல்ல விஷயம்தான்.

காபியில் புரோமைட் கலக்கப்பட்ட போதிலும் எங்கள் நண் பர்களில் இரண்டு பேர் சுவரேறிக் குதித்து விலைமாதர்களை பார்க்கச் சென்றனர். அடுத்த நாள் காலை, அவர்கள் சிறை அதிகாரியைச் சந்திக்கும்படிக் கட்டளை வந்தது. "உங்களுக்கு நீங்களே தண்டனை அளித்துக்கொள்கிறீர்கள். இந்த ஊரில் உள்ள

விலைமாதர்கள் எல்லோரும் நோயாளிகள். உங்களை நான் தண்டிக்கப்போவதில்லை. விரைவில் உங்களுக்குச் சிறுநீர் கழிக்க முடியாமல் போகும் நிலை ஏற்படும். அந்த நாளுக்காகத்தான் காத்திருக்கிறேன்" என்று அந்த அதிகாரி கூறினான்.

அங்குச் சென்று வந்த அவர்களுக்கு இனிச் சிகிச்சையளிக்க வேண்டாம் என்று சிறை மருத்துவமனைக்கு உத்தரவு வந்தது. அவர்கள் இருவருக்கும் சிறுநீர்ப்பாதையில் கடுமையான தொற்று ஏற்பட்டிருந்தது. அவர்கள் விடுதலையாகிச் செல்லும்வரையில் அதிலிருந்து அவர்களால் விடுபட முடியாது. மேலும், அதற் கிடையில் அவர்களுக்கு ஏற்பட்டிருந்த பாதிப்பு அதிகமாகிவிடும். இவ்வாறாக அவர்களுக்குக் கிடைத்திருக்கும் தண்டனை மிகவும் கடுமையானதாக அமைந்தது.

தளபதி என்னை வரச்சொல்லியிருந்தான். அவனது இருப் பிடத்துக்குச் சென்று அவன் எதிரில் நேராக விறைத்தபடி நின்று வணக்கம் செலுத்தினேன்.

"ஆக, நீ கவிதை எழுதுகிறாய், அப்படித்தானே!"

"ஆமாம் தளபதி."

"அவற்றைப் படித்துப்பார்த்தேன். எதுவும் புரியவில்லை. அது யார் அந்த ஓர்ஃபே?"

"அது ஒரு தொன்மக் கதாபாத்திரம். அவன் ஒரு கவிஞன், இசைக்கலைஞன். அது மிகப் பழைமையான கதை."

"அப்படியா. அந்தக் கால விஷயங்களைப் பற்றிக் கவிதை எழுதுகிறாயா, அப்படியானால் சரி, அந்தக் கவிதைகளை உன் னிடமே தந்துவிடுகிறேன். நம் நேசத்துக்குரிய தாய்நாட்டைப் பற்றித்தான் நீ கவிதை எழுத வேண்டும். புரிகிறதா. அடுத்து, இனி நான் சொல்வதைப் போல் செய். அரியணை விழாக் கொண்டாட்டத்துக்காக நம் அருமையான கொடியைப் பற்றி எழுதலாமே. இந்தச் சிகப்பு நிறத்தைப் பார்த்தாயா? இது நம் இரத்தத்தின் நிறம். இந்தப் பச்சை நட்சத்திரம் நம் விவசாயப் பாரம்பரியத்தின் சின்னம். ஒவ்வொரு மொராக்கோ குடிமகனும் தன் உயிரையும் தியாகம் செய்து போராட விழைவது இந்த வளத்தைக் காப்பாற்றத்தான். அதுதான் உண்மையில் கவிதை.

ஆனால், நீயோ உப்புச் சப்பற்ற அந்தக் காலக் கதைகளைக் கட்டிக் கொண்டு அழுகிறாய்."

கவிதை என்பது கட்டுப்படுத்த இயலாதது என்பதை அவனிடம் தட்டுத் தடுமாறிக் கூறினேன். என்னைக் கடுமையாகப் பார்த்தான். பிறகு, வெளியேறும்படிச் சைகை செய்தான்.

இரண்டாவது முறையாக ஒரு கண்ணாடிச் சட்டம் உடைக்கப் பட்டது. இம்முறை அதிகாரிகளின் மனமகிழ் மன்றத்தின் ஜன்னல். இதற்குப் புதுவகையான தண்டனையைத் தருவது என்று தளபதி முடிவெடுத்தான். அதாவது கூட்டுத் தண்டனை. ஒவ்வொருவரும் யாராவது ஒருவரைக் காட்டிக்கொடுக்க வேண்டும். அவ்வாறு செய்ய மறுப்பவர் சிறைக்குச் செல்ல வேண்டும். அப்படித் தண்டனை பெறுபவரின் பெயரில் உள்ள எழுத்துகளின் எண் ணிக்கை எவ்வளவோ அத்தனை நாட்கள் சிறையில் கழிக்க வேண்டும். எனக்குப் பத்து நாட்கள் கிடைத்தன. ஏனெனில், நான் யாரையும் காட்டிக்கொடுக்கவில்லை. என் அறையில் எனக்கு அறிமுகமில்லாத மேலும் இருவர் இருந்தனர். எதற்கு அங்கு அடைக்கப்பட்டிருக்கிறோம் என்பதுகூட அவர்களுக்குத் தெரியவில்லை.

இந்தக் காட்டிக்கொடுக்கும் நடவடிக்கை எதிர்பாராத பலனைத் தந்தது. நாங்கள் தண்டனைக்கைதிகள் 93 பேர் இருந்தோம். இருபது பேர் மட்டுமே யாரோ ஒருவரைக் காட்டிக்கொடுத்தனர். அப்படிச் செய்தவர்களைப் பற்றி நான் எதுவும் கூற விரும்பவில்லை. தனக்கு எது சரியாக இருக்கும் என்று நினைக்கிறார்களோ அதை ஒவ்வொருவரும் செய்கின்றனர். இதுபோல் காட்டிக்கொடுக்கும் செயல்களில் எல்லாம் நாம் ஈடுபடக் கூடாது என்பதை என் அப்பாவிடம் கற்றுக்கொண்டேன். விடுதலைக்காகப் போராடிய போராளிகள் பிரஞ்சுக் காவல்துறையினரிடம் காட்டிக்கொடுக்கப் பட்டதையும், அதனால் அவர்கள் சித்திரவதை செய்யப்பட்ட விதம், நாடு கடத்தப்பட்ட கொடுமை என அவர்கள் அனுபவித்த இன்னல்களை எனக்கு அவர் விவரித்திருக்கிறார். இதேபோல் பிரான்ஸில் பல யூதர்கள் தங்கள் உடன் வசிப்பவர்கள், நெருங்கிய நண்பர்கள், மரியாதை, மனசாட்சி என்று எதுவும் இல்லாதவர்கள் ஆகியோரால் காட்டிக்கொடுக்கப்பட்டனர். அவர்களின் அவல

நிலை பற்றியும் என் அப்பா கூறியிருக்கிறார். எங்கள் குடும்பத்துக் குள் அடுத்தவருக்குத் துரோகம் செய்யும் வழக்கமில்லை என்ப தைத் தெரிந்து வைத்திருந்தேன்.

தளபதி மிகவும் கோபமாக இருந்தான். அவனது நடவடிக்கை தோல்வியடைந்தது. காட்டிக்கொடுத்த இருபது நபர்களையும்கூட அவன் துரோகிகளாகவே கருதினான். மூன்று நாட்கள் கழிந்ததும், எங்களை விடுவிக்கும்படி உத்தரவு பிறப்பித்தான். வரவிருக்கும் இராணுவ நடவடிக்கைகளுக்கான பயிற்சியை மீண்டும் தொடங்கும் படியும் கட்டளையிட்டான்.

அது வசந்த காலம். வானம் வெளிர் நீலத்தில் மிகவும் இதமாய் இருந்தது. குளிர்ந்த காற்று. பனிமூடிய மலைகள். தளபதியும் நல்ல மனநிலையில் இருந்தான். காரணம், லெஃப்டினென்ட் கர்னல் என்ற உயர் பதவி அவனுக்குக் கிடைத்திருந்தது. இந்தப் பதவி உயர்வு செய்தியை அவனே எங்களுக்கு அறிவித்தான். தன் மகிழ்ச்சியைக் கொண்டாடும் விதமாக எங்களுக்கு ஒரு நாள் வெளியே சென்றுவர அனுமதி அளிப்பதாகவும் தெரிவித்தான். முதன்முறையாக இராணுவப் பயிற்சிப்பள்ளியில் இருந்து வெளியே சென்று சுதந்திரமாக வீதியில் நடமாட முடியும். இந்த இடத்தி லிருந்து 500 கிலோ மீட்டர் தொலைவில் என் பெற்றோர் வசிக் கின்றனர். அவர்களைச் சந்திக்கச் செல்வது என்பது சாத்திய மில்லை. காலை எட்டு மணிக்குத் தொடங்கும் அனுமதி நேரம், நள்ளிரவில் முடிவுக்கு வரும். தாமதமாகத் திரும்பி வர நேர்ந்தால் தண்டனை கடுமையாக இருக்கும். தலைமறைவானால் மரண தண்டனைதான்.

துணை அதிகாரிகளில் (லெஃப்டினென்ட்) ஒருவன், நல்ல வித மாக எங்களுக்கு எச்சரிக்கை விடுத்தான்.

"தப்பிக்க முயற்சி செய்யாதீர்கள். உங்கள் சகோதரர்களும் பெற்றோரும் அதற்கான தண்டனையை அதிகம் அனுபவிக்க வேண்டியிருக்கும்."

பெண் ஒருத்திமீது ஏற்பட்ட தீவிரக் காதலின் காரணமாகத் தப்பி யோடிய சார்ஜன்ட் லாம்ரியின் கதையை அவன் விவரித்தான். அவனைக் கைது செய்து மீண்டும் சிறையில் அடைத்ததுடன் சிறப்பு நீதிமன்றம் ஒன்றில் அவன்மீது விசாரணை நடைபெற்றது.

ஏனெனில், அக்காலகட்டத்தில் மொராக்கோ, அல்ஜீரியாவுடன் போர் புரிந்துகொண்டிருந்தது. அவனுக்கு மரண தண்டனை நிறை வேற்றப்பட்டது. ஊடகங்களில் அதைப் பற்றி விவாதம் நடந்தது. எல்லோருக்கும் பாடமாக இருக்க வேண்டும் என்பதற்காக அவ னுக்குத் தண்டனை நிறைவேற்றப்பட்டது. எனவே, அஹெர் மூமு நகருக்குச் சென்று அதனை வெறுமனே சுற்றிப்பார்த்து விட்டுத் திரும்புவதில் திருப்தியடைந்தேன். உண்மையில் அது ஒரு கிராமம். அங்கு எதுவும் கிடையாது. எங்காவது தொலை பேசிக் கூண்டு இருக்குமா என்று தேடிப் பார்த்தேன். அப்படி எதுவும் அங்கு இல்லை. அஞ்சல் நிலையம் ஒன்று இருந்தது. அதுவும் மூடி இருந்தது. ஹாம்சா என்ற மளிகைக் கடைக்கார ரிடம் தொலைபேசி இருப்பதாகத் தெரிந்தது. என் அம்மாவின் குரலைக் கேட்க எவ்வளவு வேண்டுமானாலும் தரத் தயாராக இருந்தேன். ஹாம்சா தொழுகைக்குச் சென்றிருந்தார். உடன் வந்த நண்பனுடன் அவருக்காகக் காத்திருந்தேன். மசூதிக்குள் சென்று அவரைப் பார்க்கும்படி ஹாம்சாவின் பக்கத்துக் கடைக்காரர் எங்களுக்கு அறிவுரை கூறினார். ஏனெனில், சில நேரங்களில் தொழுகை முடித்து அங்கேயே தூங்கிவிடுவாராம். எனவே, கைகளில் இராணுவக் காலணிகளுடன் கடைக்காரர் ஹாம்சா எங்கே என்று மசூதிக்குள் சென்று நாங்கள் விசாரித்தோம். அவரோ தூணின் மீது தலையை சாய்த்தபடி நிம்மதியாக உறங்கிக்கொண் டிருந்தார். அவரை மெதுவாக எழுப்பினேன். துணுக்குற்று விழித்த அவர், தன்னைச் சாத்தான்தான் முட்டித் தள்ளுகிறது என்று நினைத் திருப்பார்.

"என்ன வேண்டும்? நிம்மதியாக இருக்க முடியாதே," என்று அலுத்துக்கொண்டார்.

அவருடைய தொலைபேசியைப் பயன்படுத்திக்கொள்ள ஏது வாக எங்களுடன் தயவுசெய்து அவர் வர வேண்டும் என்று அவரைக் கெஞ்சிக் கேட்டுக்கொண்டேன்.

"இல்லை. அது பயன்பாட்டில் இல்லை. நான் பணம் செலுத்த வில்லை. சரியான திருடர்கள். எனவே என் தொலைபேசி என்பது முடிந்த கதை. நீங்கள் போகலாம்."

நாங்கள் சோகத்துடன் திரும்பிவந்தோம். ஆலிவ் கலந்த ஆட்டுக் கறி வறுவலையும் பாடம் செய்த எலுமிச்சையையும் சாப்பிட்டோம்.

அந்த உணவகம் சுத்தமாக இல்லை என்றாலும் கரி அடுப்பில் வெந்திருந்த வறுவல் சுவையாக இருந்தது. பசி அடங்கியதும், எங்கள் இருப்பிடத்துக்குத் திரும்ப நடக்க ஆரம்பித்தோம். சில பெண்கள் எங்களைப் பார்த்துக் கண்ணடித்தார்கள். என் நண் பனுக்குச் சபலம் உண்டானதைக் கண்ட நான் அவனைக் கட்டுப் படுத்தினேன். ஏனெனில், அந்த விலைமாதர்கள் இதுவரை வாழ் நாளில் ஒருமுறைகூட மருத்துவரைச் சந்திக்காதவர்கள். இதை அறிந்த அவனும் பயந்துவிட்டான். ஒருவழியாகப் பிரச்சினை எதுவும் இல்லாமல் முடிந்தது. பயிற்சி மையத்துக்குத் திரும்பி னோம்.

அடுத்த நாள், கொட்டடிகளின் தலைமை அதிகாரிகள், தத் தமது பதிவேட்டினைச் சரிபார்த்த பின் தளபதியிடம் சென்று, "அனைத்துப் படைவீரர்களும் உள்ளே இருக்கிறார்கள்" என்று தெரிவித்தனர்.

அன்றைய தினம், மாஸ்36 ரக துப்பாக்கியின் பாகங்களைக் கழற்றி மீண்டும் பொருத்துவது எப்படி என்று எங்களுக்குப் பயிற்சி அளிக்கப்பட்டது. அந்த ஆயுதத்தின் பல்வேறு பகுதிகள் எவ்வாறு இயங்குகின்றன என்பதை வாழ்க்கையில் முதன்முறையாக நான் தெரிந்துகொண்டேன். அடுத்ததாக, கைத்துப்பாக்கி குறித்த பயிற்சி. இதை வைத்துக்கொண்டு ஹம்ஃபிரே போகார் நடித்ததை நினைத் துப்பார்த்தபோது சிரிப்பு வந்தது. இந்தப் பயிற்சிகள் முடிந்ததும் எங்கள் கண்களைக் கட்டி மீண்டும் துப்பாக்கியைக் கழற்றி மாட்டும்படிக் கூறினார்கள். என் முயற்சி தோல்வியில் முடிந்தது. என்னைப் பார்த்து, "அட, கவிஞன்தான் தடுமாறுகிறான்" என்று லெப்டினென்ட் கேலி செய்ய அங்கு இருந்தவர்கள் சிரித்தனர். தர்மசங்கடத்தில் நெளிந்தேன். என்னை மட்டம் தட்ட விரும்பிய தளபதியின் பங்கு அதில் இருந்தது.

வெள்ளிக்கிழமை என்பது துப்பாக்கி சுடுதல், 'குஸ்குஸ்' சாப்பாடு ஆகியவற்றுக்கான நாளாகும். துப்பாக்கிக் குண்டுகள் நேரடியாகப் பாயும். ஒவ்வொரு குண்டு வெளியேறும்போதும் என் உடலில் உள்ள பாகங்கள் அனைத்தும் அதிரும். குறிப்பாக, என் தோள்பட்டை சோர்ந்துவிடும். சில நிமிடங்கள் காது செவி டாகிப்போகும். அல்ஜீரியாவின் எல்லையில் அதிரடித் தாக்குதல்

ஒன்றுக்காக எங்களுக்குப் பயிற்சி அளிக்கப்படுவதாக வதந்தி உலவியது. ‘நாட்டுப்பற்று’ என்னும் போர்வையில் எங்களைத் தீர்த்துக்கட்ட தலைமைத் தளபதி உஃப்கீர் திட்டமிடுகிறான் என்ற எண்ணம் என் மனதை வட்டமடித்துக்கொண்டிருந்தது. அவன் அப்படி செய்யக்கூடிய ஆள்தான். ஏனெனில், மெஃதி பென் பர்காவைக் கடத்திச் சென்று கொலை செய்ததில் இவனுக்குள்ள பங்கு குறித்துதான் முந்தைய ஆண்டு முழுவதும் பிரஞ்சு ஊடகத்தில் விவாதம் நடந்துகொண்டிருந்தது. சிறியதொரு பூசலை அண்டை நாட்டுடன் ஏற்படுத்தி, அதைக் கொண்டே எங்களைத் தீர்த்துக்கட்டுவதுதான் அவனது திட்டம். எனக்கு இப்படியானதொரு சந்தேகம் இருந்தது. ஆனால், சிலருக்கு அவன் கூறுவதுதான் சரியாகப்பட்டது. அவர்களுக்கு அரசியல்வாதிகள் என நான் பெயர் வைத்திருக்கிறேன். குறிப்பாக, தேசிய மாணவர் சங்க நிர்வாகிகளில் ஒருவன் உஃப்கீருக்குப் பரிந்து பேச சில வாதங்களை வைத்திருந்தான்.

“நாம் தகுதியின் அடிப்படையில் வேறுபட்டிருந்தாலும், நாம் அனைவரும் அரசியல் கைதிகள்தான். பதவியில் இருப்பவர்களுக்கு நம்மால் அபாயம் இருக்கிறது. நாம் இங்கு அனுபவித்தவைப் பற்றியும், இராணுவம் நம்மை இதுவரை நடத்தியவிதம் பற்றியும் தொடர்ந்து நடத்தும் விதம் பற்றியும் வெளியே தெரியாதவாறு உயர் அதிகாரிகள் பார்த்துக்கொள்கின்றனர். இராணுவப்படை என்பது அடக்குமுறைக்கான ஆயுதம் இல்லை. அதற்கென இருக்கும் பாரம்பரியப் பெருமையைக் காப்பாற்றியாக வேண்டும். எனவேதான் நாம் மறைந்துபோனால் அது அவர்களுக்குச் சாதகமாக அமைந்துவிடும். நம்மைத் தேசத்துக்காக உயிர்நீத்த தியாகிகளாக்கி, நம் மறைவுக்குப் பின் பதக்கங்கள் வழங்கப்படும். அல்ஜீரியாவுடனான பதற்றமான சூழ்நிலை உண்மையானதுதான். எது வேண்டுமானாலும் நடக்கலாம்.”

திடீரென என் உடல் பயத்தில் சில்லிட்டது. வாதத்திறமைக் கொண்ட அந்த நபர் கூறிய சாத்தியக்கூறுகள் அனைத்தும் உறுதியாவது போல் தோன்றியது. எது வேண்டுமானாலும் நடக்கலாம் என்று அஞ்சினேன். எனினும், தாக்குதல் ஒன்றில் 93 பேரைத் தீர்த்துக்கட்டுவது என்பது சாத்தியமில்லை என்று நினைத்தேன். இது நம்பக்கூடிய விஷயமில்லை. என் மனதில் பல எண்ணங்கள்

திரும்பத்திரும்ப வலம்வந்தன: இல்லை, நடக்கும், நடக்காது, சாத்தியம், சாத்தியம் இல்லை... எது வேண்டுமானாலும் நடக்கும்... நம் தண்டனைக் காலம் எத்தனை நாட்கள் என்பது பற்றி ஏன் எந்தத் தகவலும் இல்லை? அது இயற்கைதானே. ஏனெனில், நம்மை விசாரிக்கவில்லை. அரசின் எந்தவொரு அமைப்பும் நாம் யார், நம் நிலை என்ன என்று அதிகாரப்பூர்வமாக நிர்ணயிக்க வில்லை. அப்படியானால், இராணுவச் சேவை என்பது எத்தனை காலம் கொண்டது? அது நாடுகளுக்கேற்ப மாறும். எங்களைக் கைது செய்வதற்கு முன் மொராக்கோவில் இராணுவச் சேவை நடைமுறைக்கு வராததால், நம் விடுதலைக்கான தேதியை அனு மானிக்க முடியாது.

"எனக்குப் பசித்தது. என்னுடன் இருந்த அனைவருக்கும் பசி தான். உணவு சாப்பிடும்படியாக இருந்தது. ஆனால், அளவு போதாமல் இருந்தது. மேலும், எந்தவொரு கட்டளையாக இருந் தாலும் அதனை இரட்டிப்பாக நிறைவேற்ற வேண்டிய கட்டாயம் இருந்தது. நேற்று எங்களில் சிலர் தளபதியின் வீட்டுக்கு மீண்டும் ஒருமுறை வெள்ளையடித்தனர். இன்று வெளியில் வெயிலில் நிற்க வேண்டும். அசையாமல் அமைதியாக நிற்க வேண்டும். எங்கள் தண்டனையை அதிகமாக்க ஏதாவது புதியதொரு வழியை ஒவ்வொரு நாளின் இறுதியிலும் கண்டுபிடிக்கத் தலைமைப் பொறுப்பில் இருப்பவன் தலையைப் பிய்த்துக்கொள்வான் என்று நினைத்துக்கொண்டேன். இவ்வாறு தண்டனைகளைத் தாக்குப் பிடிக்க முடிந்ததில் எனக்குப் பெருமையாக இருந்தது. பசியின் காரணமாக எனக்குத் தலைவலி ஏற்பட்டது. அதனைச் சமாளிப் பதற்காகப் பல வண்ண மலர்களும் பட்டாம்பூச்சிகளும் நிறைந்த பூங்கா ஒன்றைக் கற்பனை செய்து பார்த்தேன்.

விடுதலை உண்டு, விடுதலை இல்லை

1967ஆம் ஆண்டு ஜூன் 5ஆம் நாள் இஸ்ரேலுக்கும் அரபு நாடுகளுக்குமிடையே போர் அறிவித்தாகிவிட்டது. உச்சகட்ட எச்சரிக்கை விடுக்கப்பட்டது. காலை 6 மணிக்கே அணிவகுத்து நிற்குமாறு கட்டளை. பெரிய தளபதி எங்களிடம் ஏதோ தெரிவிக்க வேண்டியிருந்தது. கறுப்புக் கண்ணாடி, கக்கத்தில் குறுந்தடியென போர் உடையில் அந்தத் தளபதி வந்துசேர்ந்தான்.

“இராணுவத்தில் சேருங்கள். உலகம் உங்கள் வசமாகும்” என்று விளம்பரப் படப்பிடிப்பில் பேசுவதுபோல அவனது பேச்சு அமைந்தது.

அவன் பேசத் தொடங்கினான்.

“ஸியோனிச எதிரிகள் (யூதத் தாயக இயக்கத்தினர்) தாக்குதலை ஆரம்பித்துவிட்டனர். எகிப்து, சிரியா, ஜோர்டான் ஆகிய நாடு களில் உள்ள நம் சகோதரர்கள் வீரமாகப் போராடி வருகின்றனர். அவர்களுக்கு உதவி செய்வதற்கு அங்குச் செல்ல எந்த நேரமும் நாம் தயாராக இருக்க வேண்டும். இப்போதைய நிலையில், நாம் போர்முனையில்தான் இருக்கிறோம் என்பதை நினைவில் கொள்ளுங்கள்.

எனவே விழிப்போடு இருங்கள். *அட்டேன்ஷன்! அட் ஈஸ்! அட்டேன்ஷன்! அட் ஈஸ்!*”

லெஃப்டினென்ட் கர்னல் என்னும் உயர் அதிகாரி அலுவலகத் துக்கு வரும்படிக் கூப்பிடுவதாக மர்சேலுக்குத் தகவல் வந்தது.

அவன் விடுதலை செய்யப்பட்டான். ரபாத் நகரிலிருந்து உத்தரவு. காரணம், யூத இனத்தைச் சார்ந்த ஒருவனுடன் அசம்பா விதம் ஏற்படக்கூடிய அபாயம் எதுவும் இந்த நேரத்தில் நடந்து விடக் கூடாது என்றுதான். மர்சேல் தன் தனிப்பட்ட உடைமை களையெல்லாம் பெட்டி ஒன்றில் எடுத்துவைத்துவிட்டு எங்கள்

ஒவ்வொருவரிடமும் விடைபெற்றான். சிலர் அவனைப் பார்த்து, "நீ கொடுத்துவைத்தவன்" என்றனர்.

வேறு சிலரோ, "சீக்கிரமாகத் திரும்பிவா" என்றனர். எனினும் ஒருவன் மட்டும், "இங்கிருந்து விடுதலையாகிப் போய் தன் யூதச் சகோதரர்களுடன் கலந்து போரிடுவான்" என்று அவனைத் தூற்றினான்.

அரேபிய யூத அடையாளம் இருந்தாலும் தான் ஒரு மொராக்கோ குடிமகன் என்பதை அவன் ஒருபோதும் மறுதலித்ததில்லை. இஸ்லாமியர்களோடு சேர்ந்து வாழும் பல்லாயிரக் கணக்கான யூதக் குடும்பங்களைச் சேர்ந்தவர்களில் அவனும் ஒருவன். ஒரு முறை, இஸ்ரேல் நாட்டின் உளவுத்துறைப் காவல் பிரிவைச் சார்ந்த சிலர், இஸ்ரேல் நாட்டுக்குப் புலம்பெயருமாறு தன் பெற்றோரை நிர்பந்தித்ததாக அவன் கூறியிருக்கிறான். பரம்பரை பரம்பரையாக மெத்தை வியாபாரம் செய்து வந்த அவனுடைய தந்தை அந்தக் கோரிக்கையை நிராகரித்திருக்கிறார். அதனால் மோசமான விளைவுகளைச் சந்திக்க நேரிடும் என்று உளவுத்துறை நபர் மிரட்டியபோதிலும் மர்சேலின் தந்தையோ, "நான் இங்கு நன்றாக இருக்கிறேன்; நாங்கள் யூதர்கள் என்பதற்காக போலந்து அல்லது அமெரிக்க நாட்டினரோடு எக்காரணத்தைக் கொண்டும் வாழ முடியாது" என்று உறுதியாக மறுத்திருக்கிறார். உளவு நபர் தொடர்ந்து வலியுறுத்திய போதிலும், மர்சேலின் அப்பா மசிய வில்லை.

ஒரு வாரத்திற்குப் பின் எச்சரிக்கை தளர்த்தப்பட்டது. அரேபியர் களுக்குப் படுமோசமான தோல்வி. எங்களுக்குள் எவ்விதக் கருத்துப் பரிமாற்றமும் இல்லை. எங்களிடையே நிலவிய மௌனம் ஏமாற்றத்தின் அடையாளமாகும்.

கோடை காலத்தின் போது, மேன்மேலும் அபாயகரமான இராணுவப் பயிற்சியில் எங்களை ஈடுபடுத்தினர். நாங்கள் முற்றிலுமாகத் தளர்ந்துவிட்டோம். கோவேறு கழுதைகள் போல் நாங்கள் மலையொன்றில் ஏற வேண்டும். அதே நேரம் எதிரிகளின் குண்டு மழையிலிருந்தும் தப்ப வேண்டும். எங்கள் தளபதி இந்தப் பயிற்சி வகுப்பைச் சரியாக நடத்தவில்லை. நாங்கள் எங்கே ஒளிந்துகொள்ள வேண்டும், எங்கே ஓய்வெடுக்க வேண்டும்

என்பதைக் காட்டுவதன் மூலம் எங்களைக் காப்பாற்றிக்கொண் டிருந்தான். எங்களைத் தண்டிப்பதற்காக நியமிக்கப்பட்டவர் களின் கூட்டத்தைச் சார்ந்தவனாக இருப்பதில் அவனுக்கு உற்சாக மில்லை. இதன் காரணமாகக் குறைவான மதிப்பெண் வழங்கப் பட்டு, சஹாரா பகுதிக்கு அனுப்பப்பட்டதாகவும், பின்பு நாங்கள் தெரிந்துகொண்டோம்.

உணவின் அளவைக் கொஞ்சம் கூட்டித் தருமாறு கோருவதென எங்களுக்குள் முடிவானது. ஆனால், எப்படி இந்தக் கோரிக்கையில் வெல்வது? லெப்டினென்ட் கர்னலுக்கு நெருக்கமான தளபதி ஒருவனைப் போய்க் கேட்கலாம் என அரசியல்வாதிகள் என எங்களால் அழைக்கப்படுபவர்களில் ஒருவன் கூறினான். கூடுதல் உணவு தருவதாக வாக்குறுதி கிடைத்தது. ஆனால், அப்படி எதுவும் நடக்கவில்லை. "இராணுவத்தில் போராட்டம் கிடையாது, கோரிக்கையும் கிடையாது. கீழ்ப்படிதல் மட்டுமே" என்று ஆயுதப் பயிற்சி தரும் லெப்டினென்ட் ஒருவன் விளக்கினான். எனினும், தான் சொல்வதில் மனதுக்குள் அவனுக்கு உடன்பாடில்லை என்பதும் புரிந்தது. எப்படியோ குறைந்த அளவிலான உணவுக்குப் பழகிப்போனோம். அரசியல்வாதிகளில் ஒருவனான ஹலீம் ஒரு திட்டம் வைத்திருந்தான். துப்பாக்கி சுடும் பயிற்சி நடக்கும் முள்வேலியிட்ட திடலுக்கு வெளியே ஆடு மேய்ப்பவனிடம் ஆடு ஒன்றை விலைக்குக் கேட்டுப் பார்க்கலாம் என்றான். நாங்கள் கேட்டதும் அவன் விற்க ஒப்புக்கொண்டது எங்களுக்குப் பெரும் ஆச்சரியமாக இருந்தது. ஹலீம், பண வசூலை ஆரம்பித்தான். தங்களால் முடிந்ததை ஒவ்வொருவரும் தந்தனர். இறுதியில் ஒரு கணிசமான தொகை வசூலானது. விற்க நினைத்த ஆட்டுக் குட்டியை ஆடு மேய்ப்பவன் காட்டினான். சரி, அதை எப்படிச் சமைப்பது? அது மிகவும் எளிதான காரியம். அவனே எல்லா வற்றையும் பார்த்துக்கொள்வதாகவும் முடிவானது. அதனை வெட்டிச் சமைத்துச் சுடச்சுட மிச்சுயி ஆட்டு வறுவலாக அடுத்த வெள்ளிக்கிழமை வரும்போது தந்துவிடுவதாக ஏற்பாடு. ஆனால் பணத்தைப் பெற்றுக்கொண்டவன் என்ன செய்வான்? அத்துடன் போனவன்தான், திரும்பவேயில்லை.

பெரிய தளபதியின் காதுக்கும் இந்தச் செய்தி எட்டியது. கீழே விழாதக் குறையாக அவன் குலுங்கிக்குலுங்கிச் சிரித்தானாம்.

ஏதோ ஒரு வித்தியாசமான வகையில் இந்தச் சம்பவத்தால் எங்க ளுக்குப் பொழுது போனது. ஒரே வகையான உணவு வகைகள் பரிமாறப்பட்டன. அந்த ஆடு மேய்ப்பவனைத் தேடிக் கண்டு பிடிக்க அனுமதி தர முடியுமா என்று பெரிய தளபதியை ஹலீம் கேட்டான்.

அந்தப் பேச்சுக்கே இடமில்லை.

"கண்டவனையும் நம்பக் கூடாது என்ற பாடம் இதிலிருந்து உங்களுக்குக் கிடைத்திருக்கும்" என்று சொல்லிவிட்டான். பசி எங்களைப் பணிந்துபோகச் செய்தது.

இப்போது ஜூலை மாதம். நான் இந்த முகாமுக்கு வந்து ஓராண்டு முடிந்துவிட்டது. இதில் கொண்டாட எதுவுமில்லை. என்ன இருக்கிறது கொண்டாட? சில மனநோயாளிகளின் வக்கிர மான விருப்பங்களைத் தாக்குபிடித்து உயிர் பிழைத்திருக்கிறோம். பல முறை மரணத்தின் விளிம்புக்கே சென்று வந்திருக்கிறோம். மற்றவர்களைத் துன்புறுத்தி இன்பம் காணும் அதிகாரி ஒருவ னிடம் விலங்குகளைப் போல் அடிபணிந்து கிடந்த மனிதர்களைப் பார்த்துள்ளோம். சில மேலதிகாரிகளின் பலவீனங்களைக் கண்டு பிடித்துள்ளோம். இவை பற்றி எல்லாம் சிறைக்கு வெளியில் ஒன்றும் தெரியப்போவதில்லை. இதிலிருந்து என்றாவது ஒரு நாள் வெளியே செல்வோமா என்று எங்களுக்குத் தெரியவில்லை. எங்கள் குடும்பத்திடமிருந்து எந்தத் தகவலும் இல்லை. எனினும் பெரிய தளபதியின் தாராள மனதின் காரணமாக எங்கள் பெற் றோருக்கும் உறவினருக்கும் கடிதம் எழுத அனுமதி கிடைத்தது. அக்கடிதங்களும் வாசித்துப் பார்த்த பின்னர்தான் அனுப்பப் பட்டன. என் கடிதம் சாதாரணமாக இருந்தது.

"என் இனிய அப்பாவுக்கு,

இக்கடிதத்தை வாசிக்கும் நீங்கள் நல்ல உடல்நலத்துடன் இருப்பீர்கள் என்று நினைக்கிறேன். இக்கடிதம் என் அம்மாவுக்கு ஆறுதலை அளிப்பதோடு நல்ல செய்தி யாகவும் அமையும் என்று நம்புகிறேன். இங்கு எல்லாம் நல்ல விதமாக நடந்துவருகின்றன. நாங்கள் பயிற்சியில் ஈடுபட்டிருக்கிறோம். நன்றாகச் சாப்பிடுகிறோம். எங்கள்

தாய்நாட்டை நேசிக்கவும் பாதுகாக்கவும் கற்று வருகிறோம். உங்களுக்கு எவ்விதக் கவலையும் வேண்டாம். எங்களுக்குத் தேவையானவற்றை எல்லோரும் நன்கு கவனித்துக்கொள்கிறார்கள். உங்கள் முகத்தைக் காணாதது தான் எனக்குள்ளே ஒரே குறை. அதைத் தவிர இங்கு எங்களுக்கு எவ்விதக் குறையும் இல்லை. உங்களைக் கடவுள் பாதுகாத்து நீண்ட ஆயுள் தருவாராக.

இப்படிக்கு,

உங்கள் ஆசி பெற்ற மகன்"

கடிதத்தில் மறைந்திருக்கும் உட்பொருளைப் புரிந்துகொள்ளும் அளவுக்கு என் அப்பா சூட்டிகையானவர் என்று எனக்குத் தெரியும். எப்படியும் அவர் பதற்றமடைந்துவிடக் கூடாது. ஒரு மாதம் ஆனதும் என் அப்பா எழுதிய கடிதம் எனக்குக் கிடைத்தது. மிகவும் மதிப்புமிக்கதாக இருந்ததால் அதைப் பத்திரமாக வைத்துக்கொண்டேன். இலக்கணச் சுத்தமான அரபு மொழியில் அக்கடிதம் எழுதப்பட்டிருந்தது. என்னை ஆசீர்வதித்ததோடு, தன் நிலையையும் எனக்கு அவர் விளக்கியிருந்தார். தன் உணர்வுகளைக் கட்டுப்படுத்திக்கொண்டு பேசும் உயர் அதிகாரி ஒருவரின் மொழியில் அந்தக் கடிதத்தை எழுதியிருந்தார்:

இறைவனின் பெயராலும் அவர்தம் தூதரின் பெயராலும் அவரது கருணை உண்டாகட்டும்.

எங்கள் இனிய மகனே, எங்கள் பெருமிதமே, எங்கள் செல்வமே!

நீங்கள் இங்கிருந்து புறப்பட்டுச் சென்றதிலிருந்து, நம் தாய்நாட்டுக்கு எந்த அளவு நீங்கள் பயனுள்ளவர்களாக இருக்கிறீர்கள் என்பது எங்களுக்குத் தெரியும். நாங்கள் அனைவரும் அதனைப் பெரிதும் போற்றி மகிழ்கிறோம். எல்லாவற்றுக்கும் மேலாக நம் மன்னருக்கு அருள் கிட்டட்டும். அவரை இறைவன் புகழடையச் செய்யட்டும். நீண்ட ஆயுளை வழங்கி அவருடைய எதிரிகள் அனைவரையும் வீழ்த்தி வெற்றியடையச் செய்யட்டும்.

எங்கள் இனிய மகனே, நாங்கள் நல்ல உடல்நலத்துடன் இருக்கிறோம். இறைவனுக்கும், தாய்நாட்டுக்கும் நம் மன்னருக்கும் சேவை செய்ய நீங்கள் தேர்ந்தெடுக்கப் பட்டிருப்பதனை நினைத்து நாங்கள் பெருமையடை கிறோம். உங்கள் அம்மா நன்றாக இருக்கிறார். உங்களை அடிக்கடிப் பார்க்க முடியாததில் சற்றே கவலையாக இருக்கிறார், அவ்வளவுதான். எனினும், அவரைச் சந்திக்க நீங்கள் விரைவில் வருவீர்கள் என்று தன் உள்ளுணர்வு கூறுவதை நம்புகிறார். நீங்கள் இல்லாமல் நம் வீடு வெறிச் சோடி இருக்கிறது என்றே கூற வேண்டும். குறிப்பாக உங்கள் அண்ணன் மேல்படிப்புக்காக பிரான்ஸுக்குச் சென்றதிலிருந்து அப்படித் தோன்றுகிறது. வீட்டு வேலை களில் உங்கள் அம்மாவுக்கு உதவி செய்யும் பணிப் பெண்ணுடன் நாங்கள் தனியாக இருக்கிறோம்.

இந்தக் கடிதம் உங்களுக்குக் கிடைக்கும்போது நீங்கள் எவ் விதக் குறையுமில்லாமல் முழுநலத்துடன் இருப்பீர்கள் என்று நம்புகிறேன். இனிய மகனே! நாங்கள், உங்கள் நினைவாகவே இருக்கிறோம். உங்கள் வருகைக்காகக் காத்துக்கொண்டிருக்கிறோம்.

உங்களை இறைவன் பாதுகாக்கட்டும். நம் மன்னரை இறைவன் காத்து அவரைப் புகழடையச் செய்யட்டும்.

வாழ்க மன்னர்! வாழ்க மொராக்கோ!

இப்படிக்கு,

இறைவனின் எளிய சேவகனான

உங்கள் தந்தை

அப்பாவின் கடிதத்தைத் திரும்பத்திரும்ப வாசித்தேன். அதில் மறைந்துள்ள உள் அர்த்தங்களைக் கண்டுபிடித்தேன். இராணுவத் தினரின் அடக்குமுறைகள், தில்லுமுல்லுகள் ஆகியவற்றை உண்மையில் அப்பா அறிந்து வைத்திருந்தார். எழுதப்படாத வரி களில் அவை ஒளிந்திருந்தன. மன்னரைப் போற்றும் சொற்கள் எல்லாம் அந்தக் கடிதத்தை வாசிக்க இருக்கும் தணிக்கையாள

னுக்காக எழுதப்பட்டவை. எல்லோரும் மன்னரைக் கண்டு அஞ்சுபவர்கள் என்றாலும் உண்மையில் மன்னரை யாருக்கும் பிடிக்காது. அத்தகைய மன்னர்மீது அப்பாவுக்கு ஒரு நாளும் மனதில் இடமிருந்ததில்லை. என் அம்மா உடல்நலமில்லாமல் இருக்கிறார் என்பதைப் புரிந்து கொண்டேன். என் பெற்றோரைக் கனவில் காணலாம் என்னும் நினைவுடன் தலையணையின் அடியில் அந்தக் கடிதத்தை வைத்தேன். ஆனால், முதல் நாள் கனவில், அமெரிக்க நடிகை ஆவா கார்டினர்தான் கனவில் வந்தாள். அவளுடைய பிரிவு என்னைப் பாதித்தது. அவளது மெல்லிய குரல், ஒளி மிகுந்த கறுப்பு கண்கள், அவளது தோற்றம், நளினம் என அனைத்தும் என்னை ஏங்கவைத்தன. “வெற்றுக் கால்களுடைய சீமாட்டி” என்னும் திரைப்படம் பார்த்தபோதுதான் கடைசியாக நான் அவளைப் பார்த்தேன். மேலும், நான் உயிராக மதித்த திரைப்படம் குறித்த அனைத்திலிருந்தும் பிரிய நேர்ந்ததும் எனக்குப் பெரும் வருத்தத்தை உண்டாக்கியது. திரையரங்குக்குத் தொடர்ந்து போக முடியாத நிலை எனக்குத் துயரத்தை அளித்தது. அமெரிக்க இயக்குநர் சிட்னி லுய்மெ இயக்கிய படமான ‘திக்குத் தெரியாதவர்களின் குன்று’ என்னும் திரைப்படத்தை நான் கைதாவதற்குச் சில மாதங்களுக்கு முன்தான் பார்த்தேன். அதுவும் மற்றவர்களைத் துன்புறுத்தி இன்பம் காணும் கொடூரமான சிறை அதிகாரியைப் பற்றிய கதையைக் கொண்ட திரைப்படம். உள்ளே செல்பவர்கள் ஒருபோதும் உயிருடன் திரும்ப முடியாத சிறைக் கொட்டடி ஒன்றில், எவ்வாறு அந்த மேலதிகாரி அங்குள்ள கைதி களுக்குக் கடுமையான தண்டனைகளை வழங்குகிறான் என்பதனை அக்கதை சித்தரிக்கிறது. ஏறக்குறைய ஆவணப் படம் போல் இருந்தாலும் இத்திரைப்படம் என்னைப் பெரிதும் பாதித்ததற்குக் காரணம் நடிகர்கள் மிகவும் தத்ரூபமாக நடித்திருந்தது தான். அந்தத் திரைப்படத்தில் வருவதுபோல் எந்தச் சிறைக்கூடத்திலும் நடக்க வாய்ப்பில்லை என்று நான் அப்போது நினைத்திருந்தேன். ஆனால், கடந்த ஓரண்டாக, அந்தப் படத்தின் யதார்த்தமான மறுஒளிப்பதிவுபோல் இருக்கும் இந்தச் சிறை வாழ்க்கையை அனுபவித்துவருகிறேன். இதில் ஒளிப்பதிவுக் கருவி மட்டும்தான் இல்லை.

பின்னர் ஒரு நாள் கனவில் என் பெற்றோர் வந்தனர். மெக்கா சென்று திரும்புபவர்கள் போல் வெள்ளை உடையில் காட்சி யளித்தனர். என் அம்மா கண்ணீர் சிந்துகிறார். என் அப்பா என்னைப் பார்த்து ஆறுதல் கூறுவதைப்போல் சைகை செய்கிறார். அவர்கள் இருவரும் ஏதோ பேசுவதுபோல் தெரிகிறது. ஆனால், என் காதில் எதுவும் விழவில்லை. பிறகு அவர்கள் அருகில் நான் செல்லச்செல்ல அவர்களோ என்னை விட்டு விலகிப் போய்க்கொண்டிருக்கிறார்கள். வெள்ளை என்பது அபசகுனமாகும். அது துக்கத்தின் நிறம். என் அண்ணன் மகள் நதியா இறந்துபோன செய்தி எனக்கு அதன்பின் கிடைத்தது. பதினெட்டு வயதேயான அவள் குளிக்கும்போது எரிவாயு கசிந்த விபத்தில் மூச்சடைத்து இறந்திருக்கிறாள்.

இசையில்லாமல் ஓராண்டுக்கு மேல் கழிந்துவிட்டது. யாருக்கு அதில் அக்கறையிருக்கப் போகிறது? என்னைச் சுற்றியிருப்பவர் களில் யாரும் அதனை ஒரு குறையாகவே கருதவில்லை. அதைக் குறித்து நான் பேசினாலும் கேட்கக்கூடியவர்கள் என யாரும் இல்லை. என் நினைவில் துழாவிப்பார்த்தேன். ஜான் கொல்தி ரானின் அறிமுகப்பாடல்களை என் காதில் ஒலிக்கவிட்டுக் கேட் டேன். அடுத்ததாக லெயோ ஃபெரே, மூான் ஃபெரா ஆகியோரின் பாடல்களைக் கேட்டு இரசித்தேன். அப்பாடல்களின் வரிகள், ராகம், தாளம், தொனி எல்லாவற்றையும் மீட்டெடுத்துக் கேட்க மிகவும் கஷ்டப்பட்டேன். எனக்குப் பிடித்தமான அந்த இரண்டு பாடகர்கள் பாடிய அராகோன் எழுதிய கவிதைகளைச் சிந்தித்துப்பார்த்தேன். வரிகளில் தவறு ஏற்பட்டது. என்னால் உரிய முறையில் சிந்தனையைக் குவிக்க முடியவில்லை. என்னை விட்டு முழுமையானதோர் நிசப்தமாகப் பாடல்கள் விலகிச் சென்றன. என் நினைவலைகளின் ஒன்றாக மட்டுமே இனி அவை இருக்க முடியும். திரைப்படங்களை மீண்டும் கற்பனை செய்து பார்க்க முயன்றேன். நன்றாகச் சிந்தித்தபின் 'ஒளி, படப்பிடிப்பு, இயக்கம்' என்றேன். அது 'சொர்க்கத்தின் குழந்தைகள்' என்னும் மர்சேல் கர்னே இயக்கிய படமாகும். ஒலிகள் எதுவுமின்றிக் காட்சிகள் மட்டும் மனக்கண்ணில் தெரிந்தன. அது விநோதமாக இருந்தது. திடீரென மூான் லூயி பரோவின் பிரத்தியேகமான குரல் எனக்குக் கேட்டது. அவ்வளவுதான், பிறகு எதுவும் தெரியவில்லை. திரைப்

படம் என்னைவிட்டு மறைந்தது. திரை முழுவதும் வெள்ளை நிறமாக மாற நான் தூங்கிப்போனேன்.

எங்களைச் சுற்றி வதந்திகள் உலவின. ஹமாதி புறப்படப் போகிறான். ஹமாதிக்குப் பதவி உயர்வு கிடைத்துவிட்டதாம்; மன்னரின் தண்டனைக்கைதிகளைக் கவனிக்கும் பொறுப்பு அவனுக்கு இனி இல்லை; ஹமாதியின் உடல்நிலை சரியில்லை; இல்லையெனில், மன்னர் அவனை மெக்கா யாத்திரைக்கு அனுப்பியிருக்கக்கூடும்; ஹமாதிக்குத் திருமணமாகப் போகிறது; வாஷிங்டன்னில் உள்ள மொராக்கோ தூதரகத்தில் இராணுவ அதிகாரியாக ஹமாதி நியமிக்கப்பட்டுள்ளான்; ஹமாதி சிறையில் இருக்கிறான்; இப்படிப் பல வதந்திகள் உலவியதோடு அவை நாள்தோறும் மாறிக்கொண்டேயிருந்தன. ஆனால், ஒன்று மட்டும் உறுதியாகத் தெரிந்தது. அஹெர்மூமு பகுதியை விட்டு ஹமாதி போய்விட்டான் என்பதுதான். ஏனெனில் அவனை இப்போது பார்க்க முடியவில்லை. அவனது அலுவலகம், வீடு இரண்டுமே வெளிச்சமில்லாமல் இருண்டு கிடக்கின்றன. அவன் போய்விட்டான். அவன் அங்கு இல்லாததை உணரமுடிகிறது. இராணுவ வீரர்கள் அந்த ஓடுதளத்தில் இப்போதெல்லாம் நடப்பதில்லை. அது ஆசுவாசத்தின் அறிகுறி. அச்சுறுத்தும் சூழல் ஒழிந்தது. உஃப்கீரின் உத்தரவுபடி ஹமாதி போய்விட்டான். அது பதவி உயர்வா அல்லது தண்டனையா?

நாங்கள் தூக்கத்தில் இருந்த நள்ளிரவு நேரத்தில், ஹமாதிக்குப் பதிலாக நியமிக்கப்பட்டவர்கள் வந்துசேர்ந்தனர். கமாண்டர் அபாபுவும் அவனுடைய அடியாளான துணைச் சிறை அதிகாரி ஆக்காவும்தான் அந்த மாற்று அதிகாரிகள்.

காலை ஏழு மணிக்கு அணிவகுப்பு நடந்தது. அபாபு முன்னே வர அவன் பின்னால் ஆக்கா வந்தான். அணிவகுத்து நின்றவர்களை அபாபு பார்வையிட்டான். இருவரும் கடுகடுவென இருந்தனர். கொஞ்சமும் சிரிப்பு இல்லை. பேச்சும் இல்லை. இருவரும் பதற்றமாக இருந்தனர். அவர்களுக்கு இது பதவி உயர்வா, தண்டனையா எனத் தெரியவில்லை. சந்தேகமின்றி இரண்டும் தான். எல் ஹஜெப் முகாமிலிருந்து அதிகாரிகளின் பயிற்சிப் பள்ளிக்கு வந்துள்ளனர். எனினும் தண்டனைக்கைதிகளையும்

கவனிக்க வேண்டிய கடமை அவர்களுக்கு உண்டு. இதனை உண்மையில் பதவி உயர்வாகக் கருத முடியாது என்பது சற்று நேரத்திலேயே தெரிந்துவிட்டது. அபாபு பேசத் தொடங்கினான்:

“நாம் இப்போது மீண்டும் இங்கே கூடியிருக்கின்றோம். இந்த முறை நம் பயிற்சியில் எந்தக் குறையும் இருக்கக் கூடாது. உடல் பலவீனம், பரிதாபத்தின் பேரில் அனுமதி என எதற்கும் இட மில்லை. நான் மிகவும் கண்டிப்பாக நடந்துகொள்வேன். உங்கள் பயிற்சி இன்னும் முடியவில்லை. கமாண்டன்ட் (தளபதி) ஹமாதி மன்னிக்கவும், லெப்டினன்ட் கர்னல் ஹமாதியை வேறு பணிக்கு மாற்றியிருக்கின்றனர். இங்கு முகாமில் உள்ளவர்களிடையே சற்றே மெத்தனம் தென்படுவதை என்னால் கவனிக்கமுடிகிறது. இதை அனுமதிக்க முடியாது. எல்லோரும் வேகமாக ஓடப் போகிறோம். நிற்காமல் ஒரு மணிநேரம் ஓடிகொண்டே இருக்க வேண்டும். இனிச் சிறை அதிகாரி ஆக்காவின் மேற்பார்வையில் உங்களை விட்டுச் செல்கிறேன். அட்டேன்ஷன்! அட் ஈஸ். ஒன், டூ... வேகம்... துள்ளிப்போகணும்.”

அபாபு, அங்கிருந்து புறப்பட்டுப் போனான்: ஆக்கா, உரத்தக் குரலில் கட்டளையிட்டான். எங்களுடன் இருந்தவர்கள் யாருக் காவது அவ்வப்போது அடி கொடுக்கவும் மறக்கவில்லை. அதுவும் எவ்விதக் காரணமும் இல்லாமல் அடி விழும். எங்களை அடிக்கவும் மிரட்டவும் அவனுக்குப் பிடிக்கும் என்பதைக் காட் டவே அவ்வாறு அடிப்பான். “என் தலைவன் கமாண்டன்ட் அபாபு கூறியபடிப் “பலவீனமானவர்கள் மீது எவ்விதப் பரிதாபமும் கிடையாது. நீங்கள் எல்லோரும் சரியான நோஞ்சான்கள். உதவாக் கரைகள்” என்று கத்தினான்.

ஹமாதி இல்லாமல் போனதற்காக நாங்கள் அனைவரும் வருத்தப்பட ஆரம்பித்தோம். ஏனெனில், அபாபுவின் மனதில் பழி வாங்கும் எண்ணம் குடிகொண்டிருப்பதைப் போல் தோன்றியது. சொல்லப்போனால் ஒருவித வெறுப்புணர்வு அவனிடம் இருப்பது தெரிந்தது. இந்த இடத்தில் பணியாற்றுவது அவனுக்குப் பிடிக்க வில்லை, அதனால் ஏற்பட்ட பதற்றம் முழுவதையும் எங்கள்மீது காட்டுகிறான். அவனுக்கு வேறு வழியில்லை, அவன் மன்னர் பெயரை உச்சரிக்காதது ஆச்சரியமாக இருந்தது. மறந்து இருக்க

வேண்டும். ஓடிக்கொண்டே இருக்கிறோம். இடைவிடாத ஓட்டம். எங்கள் பின்னால் ஒரு தடியுடன் ஆக்கா தொடர்ந்தான். எங்கள் இதயம் வேகமாகத் துடித்தது. தயங்குவதற்கோ கீழே விழுவதற்கோ அது உகந்த நேரம் இல்லை. தாக்குப்பிடித்தாக வேண்டும். புகை பிடிக்கும் பழக்கம் உள்ளவர்கள்தான் முதலில் சுருண்டு விழுபவர்களாக இருந்தனர். அவர்களை எட்டி உதைக்க ஆக்காவுக்கும் அது வாய்ப்பாக அமைந்தது. அவ்வாறு விழுந்தவர்களை அவன் திட்டினான். பேடிகள், பரிதாபத்துக்குரிய ஆட்கள் என்று கேலி செய்தான்.

மிகவும் கடினமான நாளாக அது இருந்தது. ஓடி முடித்ததும், மாதிரிப் பயிற்சிக்காகப் புறப்பட்டாக வேண்டும். உண்மையில், எங்களிடம் ஏதாவது வேலை வாங்கி, எங்களை வியர்வை சிந்த வைக்க வேண்டும் என்பதுதான் அவர்களது திட்டம். முகாமில் நடைபெறும் வழக்கமான கெடுபிடிகள் மீண்டும் தலையெடுத்தன. ஆக்கா மிகவும் கோபமாக இருந்தான். காரணம் ஒரு கீழ் அதிகாரி (சார்ஜெண்ட்) அவனிடம் மரியாதைக் குறைவாக நடந்துகொண்டானாம். அதாவது அவனுக்கு வணக்கம் செலுத்த மறந்துவிட்டான். எல்லோருடைய முன்னிலையிலும் அவனுக்கு அது அவமானமாகிவிட்டது. சில நாட்கள் கழித்து, லெப்டினன்ட் ஒருவன் எங்களைக் கூப்பிட்டு, அந்த விஷயத்தைப் பற்றி யாரிடமும் எதுவும் பேசக் கூடாது என்று எச்சரித்தான்.

"நீங்கள் எதுவும் பார்க்கவில்லை. உங்களுக்கு எதுவும் தெரியாது என்பது மாதிரி நடந்துகொள்ள வேண்டும்."

அபாபு மீண்டும் பொறுப்பேற்றதிலிருந்து காலையில் எழுந்திருப்பது ஒரு மணி நேரம் முன்னதாக மாற்றியமைக்கப்பட்டது. காலை 5 மணிக்கெல்லாம் சீருடை அணிந்து தயாராக இருக்க வேண்டும். நாங்கள் நிரந்தரமானப் பதற்றத்தில் இருக்குமாறு ஆக்கா பார்த்துக்கொண்டான். "நம்மை வைத்து என்ன செய்யப் போகிறான்?" என்று எங்களுடன் இருந்த பரிதாபத்துக்குரிய அதிகாரி நினைத்தான். இதோ ஒரு திட்டம். நம் பிரிவைச் சாராத குழு ஒன்றைத் திடீரெனத் தாக்குவது என்னும் அந்தத் திட்டம் குறித்து எங்களிடம் ஆக்கா விளக்கினான். " 'டி' பிரிவு வீரர்கள் மலைப்பகுதிக்குள் சுற்றுலாப்பயணமாகச் சென்றிருக்கிறார்களாம்.

கொஞ்சம் யோசித்துப்பாருங்கள். சுற்றுலாப்பயணம். எனவே, அவர்கள் சந்தோஷமாய் இருக்கும் நேரத்தில் அங்குச் சென்று அவர்களைத் தாக்க வேண்டும் என்று நம் தளபதி முடிவெடுத் திருக்கிறார். எவ்வாறு தங்களைப் பாதுகாத்துக்கொள்வது என்பதை இதன் மூலம் அவர்களுக்கு நாம் கற்றுத் தரலாம். உடனடியாக எல்லோருக்கும் ஆயுதங்கள், பயணப் பைகள், தலைக்கவசம் ஆகியவை வினியோகம் செய்யப்பட்டன. இன்னும் 14 நிமிடங்களில் புறப்பட்டாக வேண்டும்."

பயிற்சி ஓடுதளத்தின் வழியாக, அந்த இராணுவ முகாமிலிருந்து வெளியே வந்தோம். மலையின் அடுத்த பக்கத்தில் உள்ள சம வெளிப் பகுதியை நோக்கிப் பயணமானோம். நல்ல வெயில்: ஓய்வு என்ற பேச்சுக்கே இடமில்லை. ஓடிக்கொண்டே இருந்தோம். எங்களுக்குத் தலைமைப் பொறுப்பில் இருந்த ஆக்கா முன்னே ஓட, பின்தொடர்ந்தோம். அவனுக்குச் சோர்வே ஏற்படுவதில்லை. ஓடிக்கொண்டே எங்களுக்கு உற்சாகமூட்டுவதற்காகப் பேசினான்:

"நம் தாய்நாட்டுக்கு ஆபத்து வந்துள்ளது. நம் மன்னர் ஆபத்தில் இருக்கிறார். நாம் இதில் போராடி, சதியை முறியடித்தாக வேண்டும். அங்கு இருப்பவர்கள் குடித்துக் கும்மாளம் போட்டுக் கொண்டிருக்கும் நேரத்தில் அவர்களைத் தாக்க போகிறோம். எவ் விதத் தயக்கமும் வேண்டாம். அவர்களை நோக்கிச் சுடுங்கள். நாம் போரில் குதித்து இருக்கிறோம். நமக்கு வேறு வழியில்லை. ம்... ஒன்று... இரண்டு...".

எனக்குள் ஒரு சந்தேகம்; "அவனுக்கு என்ன பைத்தியமா?" ஆனாலும் நான் எதுவும் பேசவில்லை. ஓடிக்கொண்டிருந்தேன். என் துப்பாக்கி கனமாக இருந்தது. என் முதுகிலும் பை கனத்தது. வெப்பத்தின் காரணமாக அனைத்தும் பாரமாகத் தெரிந்தன. மன்னருக்கு எதிராகத் தாக்குதல் தொடுக்கும் துணிவு எவ்வாறு இராணுவத்தைச் சார்ந்த ஒரு பிரிவுக்கு வரும்? இது உண்மையில் வெறித்தனமான செய்கை. பார்க்கப்போனால் ஆக்கா ஒரு சரியான மனநோயாளி மட்டுமல்ல, ஆபத்தானவனும்கூட. நான் விழிப்புடன் இருந்தேன். அந்த ஒரு பிரிவினர் சுற்றுலா கழிக்கச் சென்றிருப்பதாகக் கூறப்பட்ட இடத்தை அடைந்தோம். அங்கு யாரும் இல்லை. அது ஒரு புரளி என்பது தெரிந்தது. ஆக்காவுக்குக்

கடும் கோபம். அவனுக்கு யாரோ தவறான தகவல் தந்திருக்கின் றனர். எனினும், தன் ஏமாற்றத்தை வெளிக்காட்டிக்கொள்ளாமல் சமாளித்துப் பேசினான்.

"ஓர் இலக்கை அடையும் நடவடிக்கைக்கு உங்களைத் தயார் செய்ய மேற்கொள்ளப்படும் வழிமுறைகளில் இதுவும் ஒன்று. நம் தாய்நாட்டைக் காக்க நீங்கள் எப்போதும் தயாராக இருப்பீர்கள் என்று நம்புகிறேன்" என்று சொல்லிவிட்டு, சத்தமாக, "நான் சொல்வதைத் திருப்பிச் சொல்லுங்கள்" என்று கத்தினான்.

"அல்லா, அல் வதான், அல் மாலிக்" (இறைவன், தாய்நாடு, மன்னர்) பயிற்சி முகாமின் கட்டடச் சுவர்கள் எங்கும் எழுதி வைக்கப்பட்டிருந்த அந்த முழக்கத்தை நாங்கள் அவனுடன் சேர்ந்து கூறினோம்.

கால்மணி நேர இடைவேளைக்குப்பின் மீண்டும் முகாமுக்குத் திரும்பினோம். வரும் வழியில், ஆக்காவுக்கு எங்கிருந்து இவ்வளவு அதிகாரம் கிடைக்கிறது என்று யோசித்துப்பார்த்தேன். சாதாரண துணை சிறை அதிகாரியாகப் பணியாற்றியபோதிலும் தளபதியை விட அதிக அதிகாரம் படைத்தவனாக வலம் வருகிறான். தனக்குக் கிடைத்துள்ள இந்த வாழ்க்கை, பணி என இவை அனைத்தையும் பெற அபாபுவே காரணமாக இருக்க வேண்டும். இவனுக்குத் துணை நிற்பது மட்டுமின்றி, இவன் மீது முழு நம்பிக்கையும் அபாபு வைத்துள்ளான். இவர்களுக்குள் நிச்சயமாக உணர்வுபூர்வமாக ஏதோ ஓர் உடன்பாடு இருக்க வேண்டும்.

1967, அக்டோபர் மாதத்தின் முதல் வாரம். மலை அழகாகக் காட்சியளித்தது. அசைவே இல்லாதபடி மரங்கள் அப்படியே நின்றிருந்தன. வானம் வெளிர் நீலத்தில் இருந்தது. வேன் ஒன்றின் டீசல் எஞ்ஜின் சத்தம் காதில் விழுந்தது. தாஞ்சியர் – காஸாபிளான்கா, ஃபேஸ் – தாஞ்சியர் ஆகிய நகரங்களுக்கிடையே மேற்கொண்ட பயணங்களை நினைவூட்டும் இந்தச் சத்தம் எனக்கு மிகவும் பிடிக்கும். பகுத்தறிவுக்கு அப்பாற்பட்டு, என்னைக் கிறு கிறுக்கச் செய்யும் இந்த மோசமான டீசல் வாடையினை மீண்டும் முகரக் கிடைத்தது ஆச்சரியத்தைத் தந்தது. என் கல்லூரி வாழ்க் கையின் ஆரம்ப நாட்களில், மேற்கொண்ட பயணங்கள் நினை வுக்கு வந்தன. சிந்தனையாளர் நீட்ஷேவின் கருத்துகளை

விளக்கிய எங்கள் மீமெய்யியல் பேராசிரியர் திரு. ஷெனுவை நினைத்துப்பார்த்தேன். தத்துவ அறிஞர் காண்ட்டிடம் அவருக்கு இருந்த ஈடுபாடு, தத்துவவியலாளர் ஹைடகர் குறித்துப் பேசும் போது ஒன்றிப்போய் அவர் உதிர்க்கும் உணர்ச்சிகரமான வசனங்கள் என அனைத்தும் என் மனக்கண்ணில் தோன்றின. எல்லாம் வெகுதூரம் கடந்து சென்றுவிட்டன. இதுபோன்ற நினைவுகள் இருந்தாலும் தத்துவத்துறையில், சேர்ந்தாற்போல் இரண்டு வாக்கியங்களைத் தர்க்க ரீதியாக அமைக்க முடியாத நிலையில்தான் இருந்தேன். நாங்கள் அனுபவித்துவந்த இராணுவப் பயிற்சிச் சூழல் கொடுமையானது. இது இந்த உலகத்திலிருந்தும், அறிவுப்புலத்திலிருந்தும், மென்மையான சுபாவத்திலிருந்தும் எங்களைப் பிரித்து வெகுதூரத்தில் வைத்திருந்தது. ஆன்மீகம், அறிவு, சிந்தனைப் பரிமாற்றம் ஆகியவற்றிடமிருந்து எங்களை அந்நியமாக்கி இருந்தது. இந்த இடத்தைப் பொறுத்தவரை, இங்கே சிந்தனைகள், திட்டமிடுதல் ஆகியவற்றுக்கு இடமில்லை. மேன்மேலும் மடத்தனமான கட்டளைகள் இடுவது மட்டுமே இங்கு உண்டு. சில சமயத்தில் அவற்றில் கொடூரமும் காணப் படும். கவிஞர்கள், சிந்தனையாளர்கள் ஆகியோர் இங்கு வெறுப்புக்குள்ளாகக் கூடியவர்கள். அவ்வாறு இருப்பதென்பது நினைத்துப் பார்க்கவே முடியாது என்பதோடு அவர்கள் மிக மோசமாக ஒதுக்கிவைக்கப்படுவர். எவ்வித பிரக்ஞையும் இன்றி நம் உடலிலுள்ள மிருகத்தனமான, கீழ்மையான உணர்ச்சிகளுக்கு மட்டுமே இடம் உண்டு என்னும் அளவுக்கு நம்மைக் கீழான நிலைக்குள் தள்ளியிருப்பார்கள். நினைவு, சிந்தனை என அனைத்தும் நம்மிடம் வற்றிப்போகும் அளவுக்கு என்ன செய்ய வேண்டுமோ அத்தனையையும் செய்திருந்தனர். இவ்வாறு என் னுடன் அறையில் இருந்த மூன்று பேரைப் போல் மாறி விடாமல் இருக்க, இரவு முழுவதும் எனக்கு எதிராகவே நான் போரில் இறங்கினேன். எந்தக் கேள்வியும் கேட்காமல், சொல்வது அனைத் தையும் அப்படியே ஏற்றுக்கொண்டு எந்திரகதியில் செயல்படும் இராணுவப் போராளிகளாக அவர்கள் இருக்கின்றனர். அவர்களது மூளையைக் கழற்றிப் பாழடைந்த கிடங்கில் எறிந்துவிட்டதைப் போல் நடந்துகொண்டனர். இத்தகைய நிலையை எட்டியதில் திருப்தியடைந்தவர்களைப் போல் அவர்கள் அங்கு இருந்தனர்.

நகைச்சுவைத் துணுக்குகள் கூறுவதிலும், தளபதியின் கட்டளைகளுக்குப் பணிந்து நடக்கத் தங்களைத் தயார்செய்து கொள்வதிலும் தங்கள் காலத்தைக் கழித்துவந்தனர். தளபதியை ஏமாற்றும் பேச்சுக்கே இடமில்லை. நான் தனியாக இருந்தேன். நெருக்கமாகப் பழகுவதற்கோ இரகசியங்களைப் பேசுவதற்கோ எனக்கு யாரும் இல்லை. எனவே, எனக்கு நானே பேசிக்கொண்டேன். எங்கே நானும் பைத்தியமாகிவிடுவேனோ என்று அஞ்சினேன். இப்படித்தான் கணிதப் பேராசிரியராக இருந்த ரஷீத், மனநிலை பாதிப்புக்குள்ளானார். அவரைத் தன்னந்தனியாக ஓர் அறையில் அடைத்துவைத்துவிட்டனர். சுவற்றின் மீது தன் தலையை முட்டிய படியே இருப்பார். மெலிந்த தேகமுடையவர். மென்மையும் அடக்கமும் உடைய சுபாவம் கொண்ட அவர், ஒரு நேர்மையான மனிதர். திடீரென எவ்வாறு நிலைமை மோசமானது என்று தெரியவில்லை. ஒருநாள் காலை, அவர் படுக்கையை விட்டு எழுந்திருக்கவில்லை. சாப்பிடவும் மறுத்துவிட்டார். ஆக்கா சத்தம் போட்டான். "ஏய், அவன் வேலைநிறுத்தமும் உண்ணா விரதமும் இருக்க நினைக்கிறான். இங்கே வேலைநிறுத்தத்துக்கு இடமில்லை. அவனுக்கு அவனுடைய பேரே மறந்து போகும் அளவுக்கு அவனைப் பட்டினி போடுகிறேன் பார்" என்று கோபமாகக் கூச்சலிட்டான். கடைசியில் அதுதான் நடந்தது. ரஷீதுக்குத் தன் பெயரோ, தான் எங்கு இருக்கிறோம் என்பதோ மறந்துபோனது. எங்களை வெறித்துப் பார்ப்பார். பிறகு கீழே குனிந்துகொண்டு அசையாமல் நிற்பார். எதுவும் பேசாமல் தன்னைக் குறுக்கிக் கொண்டு படுத்துக்கொள்வார்.

பழைய காதலியின் நினைவு வந்தது. அவள் இந்நேரம் பணம் படைத்த சுதந்திரமான இளைஞன் ஒருவனுடன் முழுமையான காதல் வாழ்க்கையை அனுபவித்துக்கொண்டிருப்பாள். அவள்மீது குற்றம் கூற மாட்டேன். ஆனால், நினைவுகளில் அவள் முகம் வரும்போது எனக்குத் துயரம் உண்டாகிறது. ஆம், ஒருவகையில் அவள்தான் இதற்குக் காரணம். அவளை நான் வெறுக்கிறேன். என் அண்ணன் கூறியதுபோல், அவள் ஓர் அழகான பெண், எதிர்த்து நிற்கும் முரட்டுக் குணம் கொண்ட தனித்துவமான பெண். நான் விடுதலை அடைந்து, என்றாவது ஒரு நாள் அவளை மீண்டும் சந்திப்பேனா? தெரியவில்லை. கொடுக்கப்படும் விளக்கங்களைக்

கேட்டு மீண்டும் காதல் மலர்ந்ததாக நான் எங்கும் கேள்விப் பட்டதில்லை. அது முடிந்த கதை! அதை மறந்துவிட வேண்டும். எல்லாவற்றையும் மறந்தாக வேண்டும். ரஷீத்தை வீட்டுக்கு அனுப்பிவிட்டதாகக் கேள்விப்பட்டேன். தன் குடும்பத்தினரோடு சேர்ந்தவுடன் அவருக்கு மனநிலை சரியாகி இருக்குமா? நிச்சய மாகச் சரியாகி இருக்கும். இந்தச் சிறையிலிருந்து தப்பித்துச் செல்லத்தான் அவர் பைத்தியமாக நடிக்கிறார் என்றுகூட சிலர் பேசிக்கொண்டனர். அப்படி இருக்கவும் சாத்தியமுண்டு. எதுவும் இயல்பாக நடக்காத உலகம் ஒன்றில் நாம் வாழ்ந்துகொண் டிருக்கிறோம். இராணுவ வீரர்களை மயக்க நிலையில் வைக்கும் இந்த உயர் அதிகாரிகளோ பாதிப் பைத்தியமாக இருக்கின்றனர்: உண்மையில் அவர்களும் தண்டனைக்கு உள்ளாகின்றனர்.

ஆக்கா, பதற்றமாக இருந்தான். கைகளைப் பின்புறம் கட்டிக் கொண்டு குறுக்கும் நெடுக்குமாக நடந்துகொண்டிருந்தான். தளபதி அபாபு கோபத்தில் இருந்தான். அந்தத் திடீர்த் தாக்குதல் சம்பவம் அவனுக்கு எரிச்சலை ஏற்படுத்தியிருந்தது. சிறையின் சிற்றுண்டிக் கூடத்தில் உள்ள உணவு பரிமாறுபவர்கள் மூலமாக எங்களுக்குச் சில செய்திகள் கிடைத்துவிடும். அவர்கள் அனைத்து இடத்துச் செய்திகளையும் உன்னிப்பாகக் கவனிப்பவர்கள்.

வேறு ஏதோ ஒரு திட்டம் உருவாகி வருவதாகச் செய்தி கிடைத்தது. யாருக்கோ மாற்றல் உத்தரவு வரப்போகிறது. இன்னும் கடினமான இராணுவப் பயிற்சி காத்திருக்கிறது. தளபதி திருமணம் செய்துகொள்ளப்போகிறான். எனவேதான், ஆக்கா தன் மனைவியை அவள் வீட்டுக்குத் திருப்பி அனுப்புகிறான். பருவ நிலை மிகவும் வித்தியாசமாக இருந்தது. வானம் இருண்டிருந்தது. இலையுதிர்க் காலம் போல் இல்லாமல் குளிர்காலம் முன்ன தாகவே வந்துவிட்டதைப் போல் இருந்தது. குளிர்ந்த வானிலை நிலவியது. இராணுவ வீரன் ஒருவனை வெறிநாய் ஒன்று கடித்து விட்டது; அவனை ரபாத்தில் உள்ள மருத்துவமனைக்குக் கொண்டுசென்றனர். எனவே, நாய்களைப் பிடிக்கச் சில சிப்பாய்கள் துணையுடன் ஆக்கா கிளம்பினான். சில நாய்களைப் பிடித்துக் கொன்றான். சில இளம் இராணுவ அதிகாரிகள் விலைமாதர்களைச் சந்தித்த கதைகளும் உலவின. லெப்டினன்ட் ஒருவன் கடுமை

யான பால்வினை நோய்க்கு உள்ளானான் என்பதால் இந்த விஷயம் வெளியே தெரிந்துவிட்டது. அவனையும் ரபாத்துக்கு அனுப்பிவைத்தனர். அபாபு, கடும் கோபத்தில் இருந்தான். தலைமை அலுவலகத்திலிருந்து பதில் எதுவும் வரவில்லை. அவன் தனித்துவிடப்பட்டதாக உணர்ந்தான். தன் வீட்டில் விருந்து ஒன்றுக்கு ஏற்பாடு செய்து அதில் கலந்துகொள்ளும்படி அரசியல் தொடர்புடைய கைதிகளை மட்டும் அழைத்தான். அவ்வாறு கலந்துகொண்ட அந்த மூன்று பேரும் இடதுசாரிக் கட்சிகளைச் சேர்ந்தவர்கள். அவர்கள் எல்லோரும், தங்களை மிகவும் உயர்ந் தவர்களாக நினைத்துக்கொண்டு தளபதி அபாபுவுக்குத் தெரி யாததை எல்லாம் தெரிந்து கூறுகிறோம் என்ற எண்ணத்தில் இருந்தனர். அவர்கள் வெகுளிகளாகக் காணப்பட்டனர். விருந்து முடித்துவிட்டு வந்த அவர்கள், அபாபு இடதுசாரியைச் சேர்ந்தவன் என்று எங்களுக்குத் தகவல் தெரிவித்தனர். இந்தச் சிறைக் கொட்டடியின் பணியில் தனக்கு ஏற்பட்ட வெறுப்பை அவர் களிடம் அவன் தெரிவித்திருக்க வேண்டும். அதனை அவர்கள் நம்பிவிட்டனர். அவர்களை உண்மையில் அவன் சோதித்துப் பார்த்திருக்கிறான். அவன் மிகவும் தந்திரமானவன். அவர்களை விடச் சூட்டிகையானவன். அபாபு, ஏதோ ஒருவிதமான பழி வாங்கும் உணர்வில் இருக்கிறான் என்பதால் அவனிடம் எச்சரிக்கை யாக இருக்க வேண்டும் என்ற முடிவுக்கு வந்தேன். எனினும் என் உணர்வை வெளிப்படுத்த இயலவில்லை. ஏனெனில், நான் ஒரு சாதாரண ஆரம்ப நிலைப் போராளி. சட்டம், நீதி ஆகியவற்றில் நம்பிக்கை வைத்திருக்கும் கல்லூரி மாணவன்; பிரபலங்களின் படங்கள் போல உஃப்கீரின் கையெழுத்துடன் கூடிய படம் ஒன்றை அபாபு தன் அறையில் வைத்திருந்தானாம். அதுவும் உஃப்கீர்? என்ன கொடுமை! உஃப்கீரின் மனைவி அழகாக இருப்பாளாம். அவளை மன்னருடன் பகிர்ந்துகொள்வான் என்றும் பேசிக்கொண்டனர். இப்படிப் பலவிதமான வதந்திகள். இவற்றை யெல்லாம் யாரால் சரிபார்க்க முடியும்? மன்னர் இரண்டாம் ஹசனுக்கு உன் மனைவி ஆசைநாயகி என்று பேசிக்கொள்கிறார் களே, அது உண்மையா எனத் தலைமைத் தளபதி உஃப்கீரிடம் நேரடியாக என்னால் கேட்க முடியும் என்று கற்பனைசெய்து பார்க்க முடியவில்லை. வெளிப்படையாகச் சொல்ல முடியாத

பல விஷயங்களை நினைத்துப்பார்க்கத் தனிமை இடம் தருகிறது. கொலைகாரன் என்று பெயரெடுத்த இந்த இராணுவத் தளபதியின் மனைவி எப்படி இருந்தால் எனக்கு என்ன? எதுவுமில்லை; இந்த விஷயத்தை இத்துடன் விட்டுவிடலாம். ஆனால், நான் மட்டும் அதீத சக்தி படைத்த மனிதனாக இருந்தால் அந்தத் தளபதியை நாற்காலி ஒன்றில் உட்கார வைத்து, மெஹ்தி பென் பர்கா மாய மான சம்பவம் குறித்து விசாரணை செய்வேன்.

நவம்பர் மாதம் தொடங்கி இரண்டு வாரங்கள் கழிந்ததும், எங்களை விடுதலை செய்யப் போவதாக வதந்திகள் தீவிரமாகப் பரவின. வெள்ளிக்கிழமை தோறும் எங்களைப் பார்வையிட வரும் மருத்துவர்தான் நிறையச் செய்திகளைத் தெரிந்து வைத் திருப்பார். வடக்குப் பகுதியில் இருந்து வரும் மருத்துவரான நூரி ஏழ்மையானதொரு குடும்பத்தைச் சார்ந்தவராவார். அவரது மருத்துவப் படிப்பை மேற்கொள்ள இராணுவம் மட்டுமே உதவித்தொகை தர முன்வந்தது. அப்படித்தான் அவர் இராணுவத் துறையின் மருத்துவரானார். 'அரசியல்வாதிகள்' என அழைக்கப் படும் கைதிகளில் ஒருவனிடம் சில தகவல்களை அவர் தெரி வித்தார். எங்களுக்குத் தரப்படும் தண்டனையினை இராணுவத் தலைமையகத்தில் உள்ள உயர் அதிகாரிகள் சிலர் விமர்சனம் செய்ததாகவும், அதனால் இரண்டு உயர் அதிகாரிகளிடையே மோதல் ஏற்பட்டதாகவும், இந்தச் செய்திகள் அனைத்தும் மேலிடத் துக்கு எட்டியிருக்கலாம் என்றும் அந்த மருத்துவர் கூறினார். இதற்கிடையில் எங்களை விடுதலை செய்வதில் சிக்கல் உண் டானது. இந்த அளவுக்கு மோசமாக நடத்தப்பட்ட பின் விடுதலை யாகும் நாங்கள், மாட்சிமை தாங்கிய மன்னர் தன் நாட்டின் இளைய சமுதாயத்தை நடத்தும் விதம் குறித்துப் பேசுவதைத் தவிர்க்க முடியாது. சிறையிலிருந்து விடுதலையாகும் முன் செய்ய வேண்டியவை குறித்துத் தெளிவான வழிமுறைகளைத் தளபதி அபாபு நிச்சயமாகப் பெற்றிருக்கக் கூடும். ஏனெனில், உணவில் முன்னேற்றம் தெரிந்தது. அடிக்கடி நடைபெற்று வந்த ஆபத்தான இராணுவப் பயிற்சிகள் நிறுத்தப்பட்டன. வெளியே சென்றுவர அனுமதி வழங்கப்பட்டது. சுருக்கமாகச் சொன்னால், இதுவரை நாங்கள் அனுபவித்து வந்த துன்பங்கள் அனைத்தையும் மறக்கச் செய்யும் அளவுக்கு வேறுவிதமாக எங்களை நடத்த வேண்டும் என்றும் அவர்கள் விரும்பினர்.

இந்தத் திட்டம், கொஞ்சம் மிகையான எதிர்பார்ப்புடைய தாகும். ஆக்கா, எங்கள் குழுவில் உள்ள எல்லோருக்கும் சீட்டுக் கட்டுகளையும் 'துருப்பு' என்னும் சிகரெட் பெட்டிகளையும் தந்தான். பழைய போர்வைகளுக்குப் பதிலாகப் புதிய போர்வை களை வழங்கினான். இனி யாரும் தலையை மழித்துக்கொள்ள வேண்டியதில்லை என்றான். தேன் ஒழுகப் பேசிய அவனது தொனி முழுக்கமுழுக்கப் போலியாகவும் வெளி வேடமாகவும் தோன்றியது.

இதுபோன்ற புதிய நடவடிக்கைகள் எங்களிடையே காரசார மான விவாதங்கள் எழுவதற்குக் காரணமாயின. அபாபு ஏற்பாடு செய்யும் சந்திப்புக்கு அடிக்கடிச் சென்றுவந்த 'அரசியல்வாதிகள்' என்னும் பிரிவினர், அவன் கூறியவற்றை எங்களிடம் பகிர்ந்து கொண்டனர். இத்தகைய நடவடிக்கைகள் அனைத்தையும் இராணு வத்தில் உயர் நிலையில் உள்ள குறிப்பிட்ட சிலரின் வற்புறுத்தலின் பேரிலேயே அபாபு மேற்கொள்வதாகவும், எது எப்படியிருந்தாலும் அவன் நமக்குக் கற்றுத்தந்த விஷயங்கள் என்றாவது ஒருநாள் பயன்படும் என்றும் தெரிவித்தனர். இராணுவ சேவை என்பதன் முக்கியத்துவத்தை வலியுறுத்திய அபாபு, இதனை தண்டனை யாகக் கருதக் கூடாது என்றும் வழக்கமான இராணுவப் பயிற்சியை விட சற்றே கடினமானதாகக் கருதி ஏற்றுக்கொள்ள வேண்டும் என்றும் கூறினான். இராணுவ அதிகாரிக்கான பயிற்சியின் போது தான் இதனைவிட அதிகக் கடுமையான சோதனைகளைச் சந்தித் துள்ளதாகவும் தெரிவித்தான்.

திடீரென டிசம்பர் மாதத் தொடக்கத்தில் மீண்டும் பழைய நிலை திரும்பியது. சீட்டுக்கட்டுகள் திரும்பப் பெறப்பட்டன. உணவு சுமாராக இருந்ததுடன் போதிய அளவு கிடைக்காத நிலை உண்டானது. ஓட்டப் பயிற்சிப் பாட்டையில் மீண்டும் எங்களை ஓடவைத்த ஆக்காவின் குரலில் கடுமையும் மிரட்டலும் வந்துவிட்டது.

அஹெர்மூமுவில் பனி கொட்டியது. எங்களுக்கு மிகவும் குளிராக இருந்தது. பெரிய அதிகாரிகளின் இருப்பிடங்கள் கத கதப்பாக இருக்கும்படியான வசதி செய்யப்பட்டிருந்தது. இளம் வயதுடைய பையன்களை விரும்பும் உயர் அதிகாரியின் வீட்டில் இரவைக் கழித்த செஃப்ரூவைச் சார்ந்த ஆள் இதனை

தடாகம் / 147

உறுதிசெய்தான். அந்த அதிகாரியுடன் நெருக்கமாக இருந்தபோது அவனிடமிருந்து தகவலைக் கறந்திருக்கிறான். எங்களை விடு தலை செய்யப்போவது உறுதி எனத் தெரிந்தது. கடுமையான பயிற்சிக்கும் அரசியல் கணக்குகளைத் தீர்ப்பதற்கும் இவ்வாறு மன்னர், படைகளைப் பயன்படுத்தப்படுவதில் இராணுவத் தலைமையகத்தில் உள்ள அதிகாரிகள் சிலருக்கு உடன்பாடில்லை. எனவே அனைவரையும் விடுதலை செய்யும்படி உத்தரவு இடப் பட்டிருக்கலாம். எனினும், தளபதி (கமாண்டன்ட்) அப்படி நினைக்கவில்லை. பூஜ்யத்துக்கும் கீழே பருவநிலை வரும்வரை எங்கள் துயரங்கள் நீடிக்கட்டும் என விடுதலை செய்யும் நாளை இழுத்தடித்து வந்தான். தினமும் எங்கள் குழுவில் உள்ள யாராவது ஒருவனைக் கூப்பிட்டு அனுப்புவான். அவனிடம் சில அறிவுரைகளைக் கூறுவான். சிறையைவிட்டு வெளியில் போன வுடன் ஏதாவது தவறாகப் பேசினால் அவனை மீண்டும் சிறையில் அடைத்து இதைவிட மோசமான சித்திரவதைகளை அனுபவிக்கும் படிச் செய்ய நேரும் என்றும் எச்சரித்து வைப்பான். மேலும் நாங்கள் மேற்கொண்ட இராணுவச் சேவை ஏற்றதொரு சூழ்நிலையில் கழிந்ததாகவும், எங்களை வரவேற்றுக் கனிவான முறையில் நடத் தியதற்காக மன்னர் படைப் பிரிவுக்கு நன்றி தெரிவித்தும் கடிதம் ஒன்றை எழுதி வாங்குவான்.

இத்தகைய மோசமான கடிதத்தில் கையெழுத்திட மறுப்புத் தெரிவிப்பது குறித்து முடிவெடுக்க இரகசியக் கூட்டம் ஒன்றை நாங்கள் ஏற்பாடு செய்தோம். அந்த உயர் அதிகாரிக்கு நெருக்கமான செஃப்ரூ பகுதியைச் சேர்ந்தவனை மட்டும் நாங்கள் அதில் சேர்த்துக்கொள்ளவில்லை. இரகசியமாக இச்செய்தியை அந்த உயர் அதிகாரியிடம் சொல்லிவிடக்கூடும் என்ற ஆபத்துக்கு இடமளிக்கக் கூடாது. எந்தக் காகிதத்திலும் கையொப்பமிடக் கூடாது என்ற முன்னெச்சரிக்கை எல்லோருக்கும் விடுக்கப்பட்டு ஏற்றுக்கொள்ளவும் பட்டது.

நாங்கள் அனைவரும் எங்கள் முடிவில் உறுதியாக இருந்தோம். யாரும் கையொப்பமிடவில்லை. கமாண்டன்ட் முயற்சியைக் கைவிட்டான். எங்களை விடுதலை செய்யும்படி ரபாத்திலிருந்து உத்தரவு வந்தது. தன்னால் இயன்ற அளவுக்கு விடுதலையைத் தள்ளிப்போட்டான். வாரத்தில் 4 முதல் 6 தண்டனைக்கைதிகள்

வரை விடுவித்தான். மிரட்டல்கள் அனைத்தும் வாய்மொழி யாகவே வந்தன. இராணுவப் பயிற்சிப் பள்ளியில் இருந்து வெளியே வரும் முன் மருத்துவப் பரிசோதனை நடைபெற்றது. எங்களுக்கு எந்த நோயும் இல்லை என்ற போதிலும், பொதுவான உடல்நிலை நன்றாக இல்லை. குறிப்பாக மனதளவில் சோர்ந் திருந்தோம். மீண்டும் சுதந்திரக்காற்றைச் சுவாசிப்போம் என்ற எண்ணம் மட்டும் ஓரளவு நம்பிக்கையைத் தந்தது. எங்களைச் சிக்க வைக்க ஏதாவது பொறி இருக்குமோ என்ற அச்சம் கூடவே இருந்தது. இந்தக் காட்டுமிராண்டிக் கூட்டத்தில் யாரையும் நம்ப முடியாது. யாரை விடுதலை செய்வது என்பதை அபாபுவும் ஆக்காவும் எவ்வாறு தேர்வு செய்கிறனர் என்பதும் தெரியவில்லை. ஏனெனில், எவ்வித ஒழுங்கோ அளவுகோலோ அதில் தென்பட வில்லை. விடுதலைக்காக எல்லோருமே காத்திருந்தோம். தண்டனைகளை ஒன்றாக அனுபவித்தாலும் எங்களிடையே எந்த விதமான பந்தத்தையோ நட்பையோ அவை உருவாக்கவில்லை என்பதைப் புரிந்துகொண்டேன். ஒருவரையொருவர் அனுசரித்துப் போனோமே தவிர பொது வாழ்வில் மீண்டும் இணைந்து செயல் படுவதைப் பற்றிப் பேசிக்கொண்டதில்லை. அத்தகைய இந்தப் போக்கு அந்த இடத்தில் இயல்பானதாகவே தோன்றியது. எதற்காக மீண்டும் சந்தித்துக்கொள்ள வேண்டும்? சோகத்திலும், அயற்சி யிலும், துயரத்திலும் முடிவின்றிக் கழிந்த அந்த நாட்களை நினைத்துப் பார்க்கவா? குறிப்பிட்ட காரணம் எதுவுமில்லாமல் பதற்றமான சூழ்நிலை நிலவியது. காரசாரமான விவாதங்கள் எதிலும் கலந்துகொள்ளாமல் மௌனமாக இருக்க ஆரம்பித்தேன். விவாதிப்பதில் எந்தப் பயனும் இல்லை. எங்களை வெளியில் விடாமல் அடைத்து வைத்துவிடுவார்களோ என்ற அச்சம் எனக்கு ஏற்பட்டது. இங்கு எதுவும் நடக்கும். இரவில் எனக்குத் தெளி வான கொடுங்கனவுகள் வரும். அதாவது நிரந்தரச் சிறை, அத்துடன் பயம், கூச்சல்கள், அடக்குமுறை, அமளி... என்னைச் சுற்றிலும் எலிகள். அவற்றை நான் வெறுத்து வந்தேன். அவற்றைக் கண்டாலே எனக்கு ஒவ்வாமை ஏற்படும். எலிகள், மூட்டைப் பூச்சிகள் ஆகியவற்றைப் பொறுத்தவரை சிறை என்னும் தங்கள் சொந்த வீட்டில் வசிக்கும் அவற்றைத் தொந்தரவு செய்ய வந்துள்ள நான்தான் அந்நியன். அவற்றில் சில என்னைக் கடிக்கும். வேறு

சில என் முகத்தை நக்கும். நான் கூச்சலிடுவேன். காப்பாற்றுமாறு அலறுவேன். யாரும் வர மாட்டார்கள். என் குரல் வற்றி என் தொண்டையிலிருந்து எந்த சப்தமும் வெளியேறாத நிலை ஏற் படும். என்னைச் சுற்றி எலிகள் ஏளனமாய்ச் சிரித்து நடனமாடும். சிக்கியுள்ள தங்கள் புதிய இரையான என்னைச் சுற்றிசுற்றி வரும். மிகவும் சோர்ந்து போய் இனி எதுவும் செய்ய முடியாது என்ற நிலையில் என்னை அவை மென்று விழுங்கட்டும் என்று விட்டு விடுவேன். தூக்கத்திலேயே நான் இறந்துபோவேன். இத்தகைய கனவின் முடிவில் நான் பயந்து அலறும் சத்தத்தால் என்னுடன் இருக்கும் மூன்று தோழர்களையும் எழுப்பிவிடுவேன். எல்லோ ருக்கும் இப்படியான கெட்ட கனவுகள் வரும்தானே! வழக்கமாக இத்தகைய கனவுகளைப் பற்றி யாரும் வெளியே பேசுவதில்லை. ஒருவேளை, அவைப் பலித்துவிடக்கூடிய அபாயத்தைத் தவிர்க்க அவ்வாறு பேசாமல் இருக்கிறார்களோ? என்னதான் சோர்வாக இருந்தாலும் எங்களுக்குச் சரியான தூக்கம் வராது. எங்கள் தலைவிதியில் ஏற்பட்ட இந்தத் திருப்புமுனை, எங்கள் மனதில் பாதிப்பை ஏற்படுத்தியவாறு இருக்கும். இராணுவச் சேவை என்ற போர்வையில் அனுபவிக்கும் இந்தச் சிறைவாசம் எப்படி முடிவுக்கு வரும்? வெளியில் செல்வது சரி, எப்போது? எந்த நிலையில்? என் உள்ளுணர்வுகள் எதிர்மறையாகவே இருந்தன. எங்களை அழைத்துச்செல்ல வரும் லாரி பிரேக் பிடிக்காமல் சாக்கடைப் பள்ளத்தில் போய் விழுமோ? பயணம் விபத்தில் முடிந்தால், எங்கள் பெற்றோரிடம், "இது கடவுளின் சித்தம்" என்று எளிதாகக் கூறிவிடுவார்கள். இப்படி விபத்துக்குள்ளாகக்கூடிய லாரிக்கான சாத்தியக்கூறை மறந்து மீண்டும் தூங்க முயற்சி செய்தேன். நான் பாசத்துடன் நேசிக்கும் என் பாட்டி லாலா மலிக்காவை வலிந்து நினைத்துக்கொண்டு தூக்கத்தை வரவழைத்தேன்.

அடுத்த நாள் காலை, என் உருவத்தைக் கண்ணாடியில் பார்த் தேன். வெளிறிப்போய், உடல் இளைத்து, கண்கள் சோர்ந்து காணப்பட்டேன். சுத்தமான காற்று தேவைப்பட்டது. சூடான தண்ணீரில் குளிக்க வேண்டும்போல் இருந்தது. நல்ல காபி ஒன்றைச் சாப்பிட வேண்டும், காலாற நடக்க வேண்டும் என்றும் விரும்பினேன். எனக்கு உடல்நலம் கெட்டுப்போய் இருந்ததை உணர முடிந்தது. நரம்புத் தளர்ச்சியால் அவதிப்பட்டேன். வலிப்பு

நோயாக இருக்கும் என்று சிலர் கூறினர். என்னை சிறையில் உள்ள மருத்துவமனைக்குக் கொண்டுசென்றனர். அங்கு மருத்துவர் இன்னும் பணிக்கு வரவில்லை. சூடான காபி கொடுத்துப் பச்சைக் கற்பூர வாசனையடித்த போர்வையால் போர்த்தி என்னைப் படுக்க வைத்தனர். என் இதயம் வேகமாகத் துடித்தது. "உங்களை வீட்டுக்கு அனுப்ப வேண்டும். அதுதான் ஒரே சிகிச்சை" என்று மருத்துவர் என்னிடம் கூறினார். வாழ்க்கையில் முதல் முறையாக அவர் கூறியதை நான் நம்பினேன். வெறுக்கத்தக்க இந்த இடத் திலிருந்து நான் வெளியேறப் போகிறேன் என்பது எனக்குத் தெரியும். இங்கிருந்து நான் விடுதலையாவேன். இல்லை என்றால் நானாகவே தப்பிவிடுவேன் என்பதும் எனக்குத் தெரியும். இத்தகைய வலிமையுடைய உள்ளுணர்வு ஒருபோதும் தவறாக இருக்காது. மூட்டைப்பூச்சிகள், கரையான்கள் ஆகியவற்றை அழிக்கும் வெள்ளை நிற உருண்டைகளின் வாசனையை முகர முடிந்தது. இந்தச் சிறைக்கூடத்திலிருந்து வெளியே செல்லும் போது என்னுடன் வரும் வாசனை இதுவாகத்தான் இருக்கும். நான் மிகவும் வலிமையானவன். முன்பிருந்த பயம் இப்போது இல்லை. எங்களை நசுக்க அவர்கள் விரும்பினர் என்றாலும் நாங்கள் வெற்றி பெற்றுவிட்டோம் என்பது எனக்குத் தெரியும். அவர்கள் கேவலமானவர்கள் என்ற உறுதியானதொரு கருத்துடன் இந்தச் சிறைக்கூடத்திலிருந்து வெளியேறுவேன். இந்தப் படையில் உள்ள இவர்கள் மிகவும் கீழ்த்தரமானவர்கள் மட்டுமல்ல, வெறுக்கத்தக்கவர்கள். இந்த இடத்தில், அமாஸை என்னும் தென் பகுதியைச் சார்ந்தவர்கள், ரிஃப் என்னும் வடக்குப் பகுதியைச் சார்ந்தவர்கள் ஆகியோரிடையே வெளிப்படையாக நிற வேற்றுமை நிலவுகிறது. அதாவது, எழுதப் படிக்கத் தெரிந்த நகரவாசிகளுக்கும் கோபத்தில் மொழியைக் கொலை செய்யும் கிராமவாசிகளுக்கும் இடையில் நிலவும் நிற வேற்றுமையாகும். என் இராணுவ உடை யினைக் களைந்தேன். என் வெள்ளை நிறச் சட்டையும் சாம்பல் நிற பேண்டும் அடங்கிய பை ஒன்றை என்னிடம் தந்தனர். உடைகள் அழுக்காக இருந்தன. பரவாயில்லை. பத்தொன்பது மாதம் கழிந்த நிலையில் எனக்குப் பொருந்தாமல் பெரிதாக இருந்த அவற்றை அணிந்துகொண்டேன். பத்து கிலோ அளவுக்கு எடை குறைந் திருந்தேன். என் கோப்பு வரட்டும் என்று காத்திருந்தேன். அலுவல்

அறையில், என்னைப் பயிற்சிக்கு அனுப்புவதிலிருந்து விலக்கு அளித்த சான்றிதழைக் கிழித்துப்போட்ட உயர் அதிகாரி அலியூ யாவைப் பார்த்தேன். அவன் மாறவேயில்லை. வலிந்து வர வழைத்துக்கொண்ட புன்னகை, கருணை மறந்த பார்வை, வடக்குப் பகுதியைச் சார்ந்த அலட்சியப் போக்கு ஆகியவை அவனிடம் இருந்தன. எதையோ சொல்ல வந்தான். நான் அவனைக் கவனிக்கவில்லை. நிறைய காகிதங்கள், முத்திரைகள், கையெழுத்துகள், அறிக்கைகள்... நான் புறப்பட்ட போது என்னை முறைத்துப் பார்த்தவாறு தன் ஆள்காட்டி விரலை எடுத்துத் தன் உதட்டின் மீது வைத்துப் பேசக் கூடாது என்று கூறி அனுப்பினான். சரி, பேச மாட்டோம். தீயவர்களின் கூட்டமே, உங்களைக் காட்டிக் கொடுக்க மாட்டோம். நாங்கள் இங்குக் கழித்த காலத்தைப் பற்றி உயர்வாகச் சித்தரிப்போம். கல்வி அளிப்பதற்குப் பதிலாகத் தண்டனை அளிக்கும் இந்தப் படையில் சேர இளைஞர்கள் போட்டிப் போட்டுக்கொண்டு வருவார்கள். எட்டாமல் உள்ள பல விஷயங்களைத் தெரிந்துகொள்ள உதவுவதற்குப் பதில் அச்ச மூட்டும் படை இது. மனநோயாளிகள் வேலை பார்க்கும் இடம் இது. சலே பகுதியில் வசிக்கும் அற்புதமான மனோதத்துவ வல்லு நரான மருத்துவர் பெனாபூவிடம் சிகிச்சைக்கு அனுப்பப்பட வேண்டியவர்கள் இவர்கள். பெனாபூ, மனிதாபிமானி மட்டு மின்றிச் சிந்தனையாளரும்கூட.

அடுத்த நாள், காபி குடித்து முடித்ததும், வெளியே செல்வதற் கான வாயிலை நோக்கிப் போகுமாறு எனக்குச் சமிக்ஞை வந்தது. சீட்டியடித்தபடி ஆக்கா அங்கு இருந்தான். தாஞ்சியரின் இரண்டு நபர்களான ஸாக்கி, லார்பி ஆகியோரும் என்னுடன் வெளியே செல்ல தெரிவு செய்யப்பட்டிருந்தனர். இன்னமும் எங்களுக்குப் பயம் முற்றிலுமாகப் போகவில்லை. எதையும் முழுமையாக நம்ப மனம் இடம் தரவில்லை. ஆக்காவைக் கடைசியாக ஒரு முறை நோட்டமிட்டேன். வேகமாக நடந்தோம். வாயில் கதவைத் தாண்டும்போது, வேடிக்கையானதொரு புன்னகையுடன் எங்க ளைப் பார்த்து ஆக்கா, “கூடிய விரைவில் சந்திப்போம்” என்று சொன்னான்.

யாரும் பதில் சொல்லவில்லை. ஆனால், மனதுக்குள் நினைத்துக் கொண்டோம். “சரி தானடா, அயோக்கியனே சீக்கிரமாகவே

நீதிமன்றத்தில் சந்திப்போம்." அங்குச் சட்டத்தை முழுமையாக முறையாக அமல்படுத்தும் நேர்மையான நீதிபதிகளும், எதிரிகளை அழிக்கும் கொடூரமான கெட்ட எண்ணம் கொண்ட ஆட்களால் நிர்வகிக்கப்படும் முகாமில் அடைத்துவைக்கும் இந்த மோசமான அமைப்பால் சித்திரவதைக்குள்ளாகிக் கொடுமையை அனுபவித்த வர்களும் இருப்பர். ஸாக்கி, என் அருகில் வந்து குனிந்து, ஏதோ இன்னமும் முகாமில் அடைபட்டுக் கிடப்பதைப் போல் நினைத்து, யாருக்காவது கேட்டுவிடுமோ எனப் பயந்து சன்னமான குரலில், "நம்மை இவர்கள் நடத்திய விதமெல்லாம் மன்னருக்குத் தெரியும் என்று நீ நினைக்கிறாயா?" என்று கேட்டான்.

"மன்னரா? நம்மைப் பற்றிய கவலையெல்லாம் அவருக்கு எப்போதும் கிடையாது. நாம் இருப்பதோ சித்திரவதையை அனுபவிப்பதோ அவருக்குத் தெரியாது."

அவனைப் போல் கிசுகிசுக்காமல், சத்தமாக அவனுக்குப் பதில் கூறியதைப் பார்த்த அவன், எதற்கெடுத்தாலும் பயப்படும் மனநோய் உள்ளவன்போல் சில சைகைகளைக் காட்டினான்.

வாடகை காருக்காகக் காத்திருந்தோம். பணத்தை எண்ணிப் பார்த்தோம். முகாமிலிருந்து 8 மணி நேரப் பயணம் ஆகும். தாஞ்சியருக்குப் போகும் அளவுக்குப் பணம் இல்லை. மஞ்சள் நிற மெர்சடஸ் வகையைச் சார்ந்த அந்தப் பழைய கார் இரண்டாம் உலகப் போரின் போது டாக்சியாக ஓடிக்கொண்டிருந்த வாகனமாக இருக்க வேண்டும். ஏதோ வேற்றுக்கிரகவாசிகளைப் பார்ப்பது போல் எங்களை அந்த காரின் ஓட்டுநர் வினோதமாகப் பார்த்தான்.

"நீங்கள் எங்கிருந்து வருகிறீர்கள்?"

"இராணுவத்திலிருந்து" என்று லார்பி பதில் கூறினான்.

"ஆக்காவுடன் விடுமுறையைக் கழிப்பதற்காகப் போயிருந் தோம்" என்று ஸாக்கியும் சொல்லிவைத்தான்.

வாடகைக்குப் பேரம் பேசினோம். முன்தொகையாக ஒரு பகுதியைத் தந்து, மீதியை வீட்டுக்குப் போய்ச்சேர்ந்ததும் தருவ தாக உறுதியளித்தோம்.

பயணம் தொடங்கியது. ஸாக்கி முன்னிருக்கையிலும் லார்பியும் நானும் பின்னிருக்கையிலுமாக அமர்ந்துகொண்டோம். ஓட்டுநர்

புகைக்க ஆரம்பித்தான். எனக்கு அசௌகரியமாக இருந்தது; என்றாலும் அதைக் கூறத் தயங்கினேன். இயற்கைக் காட்சிகளைக் கவனித்தேன். எதுவும் மாறியிருக்கவில்லை. லார்பி, வழக்கம் போல் எந்தக் கவலையும் இல்லாமல் குறட்டைவிட்டு நன்றாகத் தூங்கினான். ஓட்டுநர் தூங்கிவிடாமல் இருக்க, ஸாக்கி அவனிடம் பேச்சுக் கொடுத்தபடி இருந்தான். தூக்கம் வராமல் நான் யோச னையில் மூழ்கினேன். ஒன்றுக்கொன்று தொடர்பில்லாமல் பல காட்சிகள் என்னைத் தொந்தரவு செய்தன. எதைப் பற்றியும் நினைக்காமல் இருக்க முயன்றேன். அதிக அயற்சியின் காரண மாகக் கண்கள் சொக்கின.

ஃபேஸ் நகரில், காபி அருந்த வாகனம் நிறுத்தப்பட்டது. ஸாக்கிதான் பணம் செலுத்தினான். எப்படியோ உண்மையான காபியை மீண்டும் ருசித்துக் குடித்தோம். அந்தச் சுவையே எனக்கு மறந்துபோயிருந்தது. ஓட்டுநர், பெரிய ரொட்டி சாண்ட்விச் ஒன்றைச் சாப்பிட்டுக் கொக்கோகோலாவையும் குடித்தான். சில அடிகள் எடுத்துவைத்து நடந்து பார்த்தேன். உண்மையில் நான் விடுதலை அடைந்து சுதந்திரமாக நடக்க முடிகிறதா என்பதை பரிசோதித்துப் பார்த்தேன். என் கைகளைத் தூக்கிப்பார்த்தேன், குதித்தேன். இப்படி எதை எதையோ செய்து பார்த்தேன். சத்தம் போட்டுக் கத்தினேன். சிறிது தூரம் ஓடிப்போய் திரும்பிவந்து டாக்சியில் ஏறினேன். இதைப் பார்த்தவர்கள் எனக்குப் பைத்தியம் பிடித்துவிட்டது என்று நினைத்திருப்பார்கள். நல்ல வேளையாக நான் அப்படி ஆகவில்லை. இப்போது எனக்கு நல்ல தூக்கம் வந்தது. லாராஷ் பகுதிக்கு வந்ததும் விழித்து எழுந்தேன். இரவு நேரமாக இருந்தது. வீதிகள் ஆள் நடமாட்டமில்லாமல் இருந்தன. அருகில் கடல் இருப்பதை உணர்ந்தேன். நன்றாக இழுத்து மூச்சு விட்டேன். வீடு வந்துவிட்டது; வெகு தொலைவில் இல்லை, இன்னும் இரண்டு அல்லது மூன்று மணி நேரப் பயண தூரம்தான் என்பது தெரிந்தது.

வெளியில்

1968ஆம் ஆண்டு ஜனவரி 28ஆம் நாள் இரவில் வீடு வந்து சேர்ந்தேன். எங்கள் பெற்றோருக்கு நாங்கள் வரும் செய்தி தெரிவிக்கப்படவில்லை. வீட்டின் எதிரில் நின்றிருந்தேன். உள்ளே விளக்கு இன்னும் எரிந்துகொண்டிருந்தது. ஓட்டுநர் காத்திருந்தான். நான் அழைப்பு மணியை அழுத்தினேன். “யார் வந்திருப்பது?” என்று கேட்டு, என் அப்பா கதவைத் திறந்தார். அவர் கைகளில் விழுந்து நான் அழுதேன். இருவருமே அழுதுவிட்டோம். என் அம்மா ஓடிவந்து மகிழ்ச்சியில் உற்சாகக் குரல் எழுப்பியதில் அக்கம்பக்கம் இருந்தவர்களின் தூக்கம் கலைந்தது. ஓட்டுநரைக் கட்டியணைத்து வரவேற்ற என் அப்பா, அவனை உள்ளே வரும்படி வரவேற்றார். ஓட்டுநருக்கு 200 திராம் தரும்படி அப்பாவிடம் கூறினேன். அப்போது அதிகாலை ஒரு மணி ஆகியிருந்தது. எங்கள் வீட்டு வேலைக்காரி ரஹ்மாவும் விழித்துக்கொண்டாள். “இதோ உனக்குச் சாப்பிட ஏதாவது செய்கிறேன்” என்றாள். எனக்கோ பசிக்கவில்லை என்பதைவிட, என்ன வேண்டும் என்பது தெரியவில்லை. நான் இங்குதான் இருக்கிறேன் என்றாலும் இந்த இடத்தில் இல்லாதது போல் உணர்கிறேன். ஒருவிதமான வினோத உணர்வு. உலகமே அதிர்ந்து கொண்டிருக்க எங்கே நிலைகொள்வது என்பது எனக்குத் தெரியவில்லை. நான் எந்த அளவுக்கு இளைத்துப்போய்விட்டேன் என்பதை என் அம்மா சொல்லி வருத்தப்பட்டார். அதைப் பற்றி நான் கவலைப்படவில்லை என்பதை ஒப்புக்கொள்ள வேண்டும். ஆலிவ் எண்ணெயில் வறுத்த கோழிக்கறியை இரண்டு வாய் சாப்பிட்டுக்கொண்டிருந்தபோதே சோர்வு என்னை ஆட்கொள்வதை உணர்ந்தேன். சாப்பிடும் அறையில் இருந்த சோபா மெத்தையிலேயே தூங்கிப்போனேன். நான் சிறுவனாக இருந்தபோது செய்ததைப் போல், என் அப்பா என்னைத் தூக்கிச் சென்று எனது அறையில் படுக்கவைத்துப் போர்த்திவிட்டார். அருகில் இருந்தபடி அவர் தொழுகை செய்வது

என் காதில் விழுந்தது. என் அம்மா மிகவும் கவலையுடன் இருந் தார். என்ன செய்வது என்று தெரியாமல் தவித்தார். பிறகு கண்ணீ ரைத் துடைத்துக்கொண்டு, "அயோக்கியர்கள், என் பிள்ளையைச் சின்னாபின்னமாக்கிவிட்டார்கள்" என்று புலம்பினார். எனக்குத் தூக்கம் வர மறுத்தது. மெத்தென்று இருந்த படுக்கை எனக்கு ஒத்துவரவில்லை. இத்தகைய வசதி என்னுள் ஒரு வகையான அசௌகரியத்தையும் அதை ஏற்றுக்கொள்ளாமல் மறுதலிக்கும் உணர்வையும் உண்டாக்கியது. எனவே, கீழே தரைவிரிப்பின் மீது படுத்துக்கொண்டேன். உறுதியாக இருந்த தரையை உணர்ந்ததுடன் சிறையில் என் முதுகைக் குத்திய கற்களை அது நினைவூட்டியது. படுக்கையில் புரண்டுபுரண்டுப் படுத்தேன். நான் அனுபவித்த இந்தச் சோதனையின் முடிவில் புதிய நட்பு ஒன்று எனக்குக் கிடைத்திருந்தது. அதுதான் தூக்கமின்மை. சிறைக்குச் சென்ற அந்தக் காலகட்டத்திலிருந்தே இந்தப் பிரச்சினையால் அவதிப் பட்டு வருகிறேன். ஆழ்ந்த, நிம்மதியான தூக்கம் பெற நானும் எல்லா வழிகளையும் முயன்று பார்த்துவிட்டேன் என்று சொல்ல லாம். ஒன்றும் பலனில்லை. தூங்குவது என்பது அரிதானதொரு விஷயமாகிவிட்டது. பார்க்கப்போனால் சாத்தியமில்லாத ஒன்றாகி விட்டது என்றே கூறலாம். என் சிறைவாசக் காலம் என் தூக்கத் தைச் சிதைத்ததுடன் என் உணவுப் பழக்கத்தையும் கெடுத்து விட்டது. இப்போதெல்லாம் நான் சாப்பிடுவதில்லை, விழுங்கு கிறேன். எனக்கு வயிற்றுவலி ஏற்பட்டது. என் அம்மா சமைத்துக் கொடுத்த அருமையான உணவு வகைகளைக்கூட ருசித்துச் சாப் பிட முடியாமல் கஷ்டப்பட்டேன். அதற்காக ஒட்டகக் கொழுப்பு கொண்டு சமையல் செய்யும்படியோ நாள் கணக்கில் ரொட்டியை வறண்டு போகும்படி வைக்கவோ அம்மாவிடம் கேட்கப் போவ தில்லை. உணவு ருசிக்கு ஒத்துப்போவது என்பது புதியதொரு போராட்டம். அதற்கு இன்னும் கொஞ்சம் காலம் தேவைப்படும்; அதுவரை பொறுமையும் வேண்டும்.

வேகவேகமாகச் சாப்பிட்டு முடித்ததும் ஒருவழியாகக் குளித்து முடித்து ஓய்வெடுத்த பின் நல்ல உடைகளை அணிந்துகொண் டேன். நடந்த சம்பவங்களையெல்லாம் எல்லோரிடமும் பகிர்ந்து கொள்வதற்கு முன் கொஞ்சம்கொஞ்சமாக என் இயல்பு நிலைக்குத் திரும்ப முயற்சி செய்தேன். நான் காதலித்த பெண், கிறித்தவன்

ஒருவனுடன் ஊரைவிட்டு ஓடிவிட்டாள் என்ற தகவலை வேலைக் காரி ரஹ்மா என் காதருகில் வந்து முணுமுணுத்தாள். அதனால் குறை எதுவுமில்லை. அவளை இப்போதெல்லாம் நான் நினைப் பதே இல்லை. நான் மீண்டும் பழைய நிலைக்கு வந்தாக வேண்டும். உறவினர்கள் அனைவரும் வந்துசேர்ந்தனர். சிறைக் கூடம்வரை என்னுடன் துணைக்கு வந்த என் பெரிய அண்ணன் இருந்தார். பிரான்ஸின் கிரெனோபல் நகரில் இருந்த அண்ணன் என்னைத் தொலைபேசியில் அழைத்து பேசினார். எனக்கு ஏதாவது ஆகிவிடுமோ என மிகவும் பயந்ததாக அவர் கூறினார். என் அக்காவும் வந்துவிட்டார். அவருடைய கணவர், அவருடைய மூத்த மகள், என் சின்னம்மா, என் இரண்டு சித்தப்பாக்கள், அவர்களுடைய பிள்ளைகள், உறவினர்கள், என் அப்பாவின் நண்பர்கள் என எல்லோரும் வந்திருந்தனர். இவர்களுடன் மன்னரை எதிர்த்துக் கலகக்குரல் எழுப்பிய என் சித்தப்பா மகனும் வந்திருந் தான். ‘ஊழல் என்பது மேல்மட்டத்திலிருந்து தொடங்குகிறது’ என்று கருத்துத் தெரிவித்த காரணத்துக்காகச் சிறையில் அடைக்கப் பட்டவன். மேன்மை தாங்கிய மன்னரை அவமதித்தானென்று மூன்று ஆண்டு சிறைத் தண்டனை அனுபவித்தவன். மன்னரது பெயரை நேரடியாகக் குறிப்பிடாதபோதும் அவனுக்குத் தண்டனை விதிக்கப்பட்டது. வீடே விழாக்கோலமாக இருந்தது. நான் மிகவும் சோர்ந்துபோய் இருந்ததுடன் கொஞ்சம் சோகமாகவும் இருந்தேன். மொட்டை மாடியில் ஏறி நின்று கடலைப் பார்த்துக்கொண்டிருந் தேன். பருவநிலை ரம்மியமாக இருந்தது. ஜலசந்தி அமைதியாகக் காட்சியளித்தது. ஸ்பெயின் நாட்டின் கடலோரப் பகுதிகள் தெரிந் தன. தளபதி பிரான்கோவால் சிறைவைக்கப்பட்ட போராளிகள் குறித்த நினைவு வந்தது. அந்த நாட்டிலும் இதே போன்று ஏகாதி பத்தியமும் அடக்குமுறையும்தான் நிகழ்ந்தன. நீண்ட நேரம் வெயிலில் நின்றிருந்த நான் கரையின் அடுத்த கோடியில் நடக்கக் கூடியவற்றைக் கற்பனைசெய்துபார்த்தேன். முதல் முறையாக விடுதலை பெற்ற உணர்வு எனக்கு ஏற்பட்டது. அந்தச் சிறைக் கூடத்துடன் இனி எனக்கு எவ்விதத் தொடர்பும் இல்லை, என் றாலும் நான் உண்மையிலேயே சுதந்திரமாகத்தான் இருக்கிறேனா? எங்களுக்கு நடந்த சித்திரவதை கொடுமைகளைக்கூட வெளியில் சொல்ல என்னால் முடியாமல் இருக்கிறது. மீண்டும் அந்தப்

பிரஞ்சு சிந்தனையாளர் தெப்ரே பற்றிய நினைவு வந்தது. இன்னமும் அவர் பொலிவியா சிறையில்தான் இருக்கிறாரா என்று தெரியவில்லை. இரண்டு ஆண்டுகள் கழித்துதான் அவர் விடுதலையான தகவல் கிடைத்தது. என் விடுதலையுடன் இது போல் எதிர்க் கருத்துத் தெரிவித்த அத்தனை கைதிகளும் விடுதலையாகி இருக்க வேண்டும் என்று நினைத்தேன். மீனவர் படகு ஒன்று வருவதைப் பார்த்தேன். அதன் மோட்டார் சத்தம் காதில் விழுந்ததும் நானும் அந்தப் படகில் ஏற வேண்டும் போல் இருந்தது. என் அம்மா என்னைச் சாப்பிடக் கூப்பிட்டார். எனக்குப் பிடித்த உணவு வகைகளைச் சமைப்பதற்காகக் காலையில் சீக்கிர மாகவே அவர் எழுந்துவிட்டிருந்தார். நடந்தவற்றைப் பற்றி என் னிடம் விசாரிப்பதும், கட்டியணைத்து மகிழ்ச்சியில் ஆரவாரம் செய்வதும் தொடர்ந்தன. எதைப் பற்றியும் கவலைப்படாத என் சின்னம்மா உரத்தக் குரலில், "இப்போது அவனுக்கு ஒரு துணை யைத் தேட வேண்டும். பாவம், பட்டினியாய்க் கிடப்பான். அவனை விரும்பக்கூடிய தகுதியான பெண்ணாக, நல்ல குடும் பத்தைச் சேர்ந்தவளாகப் பார்த்துத் திருமணம் செய்துவைக்க வேண்டும்" என்றார்.

எல்லோரும் சிரித்தனர். ஆமாம், பெண் ஒருத்தித் தேவைதான். ஆனால், எனக்குத் திருமணம் வேண்டாம். கல்லூரியில் என்னுடன் படித்த நண்பன் ஒருவனைத் தொலைபேசியில் தொடர்பு கொண் டேன். நான் இன்னும் படித்துமுடிக்க வேண்டிய வகுப்புகள் குறித்த தகவல்களை அவன் எனக்குத் தெரிவித்தான். தத்துவத்தில் இளங்கலைப் பட்டம் பெற மேலும் ஒரு சான்றிதழ் எனக்குத் தேவைப்பட்டது. ஜூன் மாதத்துக்குள் ஆய்வேட்டை முடித்தால் அது கிடைக்கும். நடந்துகொண்டிருந்தது பிப்ரவரி மாதம் என்ப தால் எனக்குப் போதிய கால அவகாசம் இருந்தது.

என் பழைய காதலி நடந்துகொண்ட விதம் எந்த அளவுக்குத் தங்களை அதிர்ச்சிக்குள்ளாக்கியது என்பதை என் பெற்றோர் என்னிடம் விவரித்தனர். அந்தச் சம்பவத்தை அவர்கள் அவமான மாகக் கருதினர். அவளை எப்போதோ மறந்துவிட்டேன் என்ப தையும் அவள் குறித்த எந்தக் கவலையும் இப்போது இல்லை என்பதையும் அவர்களிடம் மீண்டும் உறுதி செய்தேன். என்னை உறுத்தும் அந்த விஷயம் குறித்து அவர்களுடன் பேசுவது

இயலாத காரியமாகும். என் துயரத்தை வெளியில் தெரியாதபடி மறைக்க முயன்றேன். அழகுடன் வஞ்சகமும் சேர்ந்திருந்த அந்தப் பெண்மீது நான் காதல் கொண்டிருந்தேன் என்று மீண்டும் அவர்களிடம் பேசுவதால் என்ன பயன்? என் அம்மா நீரிழிவு நோய்க்கான சிகிச்சையிலிருந்தார். என் அப்பா புகைப்பதை நிறுத்தியிருந்த போதிலும் இருமிக்கொண்டிருந்தார். தன் மூத்த மகளின் இழப்பு, குடும்பத்தை எவ்வாறு பெரும் சோகத்தில் ஆழ்த்தியது என்பதைப் பற்றி என் பெரிய அண்ணன் பேசினார். நான் சென்றதிலிருந்து நடந்த எல்லா விஷயங்களைக் குறித்தும் ரஹ்மா விளக்கிக்கொண்டிருந்தாள். அப்படிப் பேசும்போது எல்லாச் சம்பவங்களையும் கலந்து கூறினாள். "மளிகைக் கடைக் காரன் திடீரென இறந்துவிட்டான். அதற்காக யாரும் வருந்த வில்லை. ஏனெனில், அவன் அந்த அளவுக்குக் கெட்டவ னாகவும் மோசமானவனாகவும் இருந்தான். கடையில் தூங்கிக் கொண்டிருந்த போது அவனை எலி கடித்துவிட்டதாகப் பேசிக் கொண்டனர். அவனுடைய மகன்தான் இப்போது கடையைக் கவனித்து வருகிறான். இவன் நல்லவன், எல்லோருக்கும் கடன் கொடுப்பான். பக்கத்து வீட்டுக்காரனுடைய மகன் சிறையில் இருக்கிறான். காவலர் ஒருவருக்குக் கஞ்சா விற்றிருக்கிறான் அந்த அறிவில்லாதவன். தன் மகளை நீ திருமணம் செய்துகொள்வாய் என்று உன் அத்தை நினைத்துக்கொண்டிருக்கிறார். உனக்குத்தான் அவளைத் தெரியுமே. ஒல்லியாய், மணமகன் யாரும் கிடைக்காமல் இருக்கிறாளே. அவள்தான். உன் சித்தப்பா மகள்களில் ஒருத்தி. சமையல் எரிவாயு கசிந்த விபத்தில் இறந்திருக்க வேண்டியவள். நூலிழையில் காப்பாற்றப்பட்டு உயிர் பிழைத்தாள். மன்னர் உரை யொன்றை நிகழ்த்தினார். அதில் குட்டைப் பாவாடை அணியும் பெண்களுக்குத் தண்டனை அளிக்கப்படும் என்று எச்சரித்தார். உன் பெரிய அக்கா இரண்டாம் முறையாக மெக்காவுக்குச் சென்று வந்தாள். தன் நோய் அனைத்தும் குணமடைந்தவளாய்த் திரும்பி வந்தாள். சரி போதும். நீ ஓய்வெடு!"

திரையரங்குக்குச் செல்ல வேண்டும் என்ற ஏக்கம் வந்தது. காட்சிகளின் அணிவகுப்பைப் பார்க்க வேண்டும் என்ற பேராவல் இருந்தது. இருட்டானதொரு அறையில் அமர்ந்தபடித் திரைப்படம் ஆரம்பமாகும் நேரத்துக்காகக் காத்திருக்க வேண்டும். சரியாகப்

படமாக்கப்படாத விளம்பரங்களைப் பார்க்க வேண்டும். கடந்த வாரச் செய்திகளைக் கேட்க வேண்டும். அந்தத் தொகுப்பில் அரண்மனையில் நடந்த சம்பவங்கள் மட்டுமே இடம் பெற் றிருப்பதைக் கவனத்தில் கொள்ள வேண்டும். செய்தி அறிக் கையில் அரசர் சார்ந்த காட்சி வரவில்லை என்றால், காட்சிகள் கறுப்பு வெள்ளையில் இருக்கும். அரசக் குடும்பம் இடம்பெற்றால் போதும் அனைத்தும் பளிச்சென்ற வண்ணத்தில் படமாக்கப்பட் டிருக்கும். படம் பார்க்கவந்தபோது இத்தகைய செய்திகள் அனைத் தையும் எவ்வித ஆர்வமும் இல்லாமல் கேட்டுவைத்தேன். ஆவா கார்டினர், ரிச்சர்ட் பர்டன் ஆகியோரின் நினைவு வந்தது. ஏனெனில் நான் இங்கு வந்திருப்பது ஜான் ஹஸ்டன், இயக்கிய 'லா நுய் தெலிகான்' (இகுவானாவின் இரவு) படத்தைக் காணத் தான். திரைப்படம் ஆரம்பிக்க நேரமானது. பார்வையாளர்கள் பொறுமையிழந்தனர். திரைச்சுருள் பெட்டியை மிதிவண்டியில் எடுத்து வந்தவன் விபத்துக்குள்ளாகி மருத்துவமனையில் இருப்ப தாகவும் படச்சுருள் காவல்நிலையத்தில் இருப்பதாகவும் ஒருவன் தெரிவித்தான். கூச்சல் எழுந்தது. எல்லோரும் அதிருப்தியை வெளிப்படுத்தினர். வேறு ஒருவன் மேடைமீது ஏறி அறிவிப்பு ஒன்றை வெளியிட்டான். "நீங்கள் கொடுத்துவைத்தவர்கள். ஒளி பரப்ப முடியாத படத்துக்கு மாற்றாக சிறந்த படம் ஒன்று நமக்குக் கிடைத்துள்ளது. கேன்ஸ் நகரில் நடைபெறும் திரைப்பட விழாவில் தங்கப்பதக்கப் பரிசை வென்றுள்ள இப்படம், அற்புத மானதொரு காதல் கதையைக் கொண்டதாகும்." அரங்கத்தில் அமைதி திரும்பியது. அந்த நபரே அறிவிப்பைத் தொடர்ந்தான். "ஓர் ஆணும் ஒரு பெண்ணும்." இது எங்களுக்கு அதிர்ச்சியாக இருந்தது. இந்தத் திரையரங்கில் அமெரிக்கப் படங்களை மட்டுமே நாங்கள் பார்த்துப் பழகியிருக்கிறோம். இப்போதோ குலோது லெலூஷ் இயக்கிய பிரஞ்சுப் படம் எங்கள்மீது திணிக்கப்படு கிறது. ஏமாற்றமாக இருந்தாலும் வேறு வழியின்றி ஏற்றுக்கொண் டோம். இராணுவப் பயிற்சியின் போது பழகிவிட்டிருந்த எல்லா வற்றுக்கும் அடங்கிப்போகும் தன்மையிலிருந்து இன்னும் மீள வில்லை என்பதால் நானும் எதிர்ப்புத் தெரிவிக்கவில்லை. படம் ஆரம்பமானது. குளிர்பானம் விற்பவன் ஒருவன், "கொக்கோ ஜுடார், கொக்கோ ஜுடார்" என்று கூவியபடி அங்கு வந்தான்.

சில பார்வையாளர்கள் எழுந்து திரையரங்கை விட்டு வெளியேறினர். அப்படத்தில் ஒரு காட்சிகூடப் பிடிக்காமல் போனாலும் இறுதிக் காட்சிவரை நான் எழுந்திருக்கவில்லை. லெலூஷ் நல்ல ஒளிப்பதிவாளர்தான் என்றாலும் மோசமான இயக்குநர். சொல்ல விஷயம் எதுவும் பெரிதாக இல்லாவிட்டாலும் பகட்டாக விவரிக்கும் பழக்கமுடையவர். சோகமாக ஒலித்த அந்த சலிப்பூட்டும் பின்னணி இசை என்னை மிகவும் வெறுப்புக்குள்ளாக்கியது.

எனினும், எதிர்பார்த்த நன்மையைத் திரைக்காட்சிகள் என்னுள் விளைவித்தன. அடுத்த நாள், ஆவா கார்டனர் திரையில் தோன்றினாள். அவளது கைகளில் ஆங்காங்கே காயங்கள். படப் பெட்டியைக் கொண்டுவந்த மிதிவண்டிக்கு ஏற்பட்ட விபத்தின் காரணமாக அவள் முகம் கோணலாகி இருந்தது. திரைப்படத்தைப் புரிந்துகொள்ள இரண்டு முறை பார்த்தேன். பட இயக்குநர் ஜான் ஹஸ்டன் ஓர் அற்புதமான மனிதர். திரைப்படங்களைப் பொறுத்தவரை எனக்கென்று சில தெரிவுகள் இருந்தன. எல்லாப் படங்களையும் கண்ணை மூடிக்கொண்டு பார்க்க மாட்டேன்.

அன்றைய நாளில் இருந்து, லெலூஷ் மீது கடும் வெறுப்புணர்வு ஏற்பட்டது. அது நியாயமற்றதுதான். லெலூஷுக்கும் சில ரசிகர்கள் இருந்தனர். லெலூஷுடன் தன் திரை வாழ்க்கையைத் தொடங்கிய மொராக்கோ நடிகனான என் நண்பன் அமீது, அந்த இயக்குநரைப் பற்றி நிறையப் பேசியிருக்கிறான். எனினும், என் கருத்தை மாற்றிக்கொள்ள முடியவில்லை. அதேபோல் ஒருவரைப் பிடித்தாலும் ஏன் நமக்கு அவ்வாறு பிடித்துவிடுகிறது என்றும் புரிவதில்லை. அன்றைய தினம் ஜான் ஹஸ்டன் படத்துக்குப் பதில் லெலூஷ் படம் இடம்பெற்றதால் லெலூஷை எப்போதும் வெறுக்கத் தொடங்கிவிட்டேன்.

தத்துவயியல் படிப்பை மீண்டும் தொடர ரபாத் நகருக்குப் புறப்பட்டேன். கவிதையுடன், தத்துவமும்தான் என்னைத் தாங்கும் தூணாகவும் என் ஊன்றுகோலாகவும் இருந்தது. அதுதான் அனைத்து அறிவுப் புலன்களுக்கும் ஊற்றுக்கண்ணாக இருந்தது. மனிதனாகவும் நாட்டின் குடிமகனாகவும் இருக்கும் தகுதியை உறுதிசெய்ய இந்தப் படிப்பு உதவும் என்ற நம்பிக்கை இருந்தது. இத்தனை கால இடைவெளியில் எதுவும் மாறவில்லை. இந்த

நகரில் எந்த வித நடவடிக்கையும் காணப்படவில்லை. இலக்கியத் துறையில் என் பழைய வகுப்புத் தோழர்கள் யாரையும் பார்க்க முடியவில்லை. சிலர் ஆசிரியர்களாகி இருந்தனர். வேறு சிலர் தங்கள் ஆய்வேட்டை எழுதி முடிக்க வெளியூர் சென்றிருந்தனர். இனிமையாகப் பழகக்கூடிய திரு. ஷெனு மட்டும் இருந்தார். அவரைப் பார்த்தேன். சிவந்த கன்னங்கள், ஊதாநிற நரம்புகள்; எல்லாம் மதுவின் தாக்கம். நான் வாசிக்க வேண்டிய நூல்கள் அடங்கிய பட்டியல் ஒன்றைத் தந்தார். அவரிடமிருந்து விடை பெறும்போது, 'என்ன, மிகவும் கஷ்டமாக இருந்திருக்கும் இல்லையா?' என்று விசாரித்தார். "ஆமாம்" என்று பதில் கூறினேன்.

பல்கலைக்கழக விடுதிக்குச் செல்லும் வழியில் இராணுவக் கூடம் ஒன்றைக் கடந்து சென்றேன். பணியில் இருந்த இராணுவ வீரரைப் பார்த்தேன். "பால்கூம்", "ராஹா" (அட்டேன்ஷன்..அட் ஈஸ்) ஆகிய கட்டளை முழக்கங்களைக் கேட்டேன். எனக்குள் சிரித்துக்கொண்டேன். பல்கலை விடுதியில் அறைகள் நிரம்பி விட்டன. இங்கு இடமில்லாததால் ழீல் என்னும் பாதிரியாரைப் போய்ப் பார்க்குமாறு கூறினர். மாணவர்களுக்கான அறைகளை வாடகைக்கு விடும் அவர் 'லா சூர்ஸ்' என்ற அமைப்பை நிர் வகிப்பவர். நம்பிக்கை இழந்த நிலையில் காணப்பட்ட ஓவியர் ஒருவரை அங்குச் சந்தித்தேன். அந்தப் பிரஞ்சுக்காரர் என்னிடம் பணம் கடனாக வாங்கியதோடு மாயமானார். "பரிதாபத்துக்குரிய அவர் நல்லவர்தான். ஆனால், கொஞ்சம் மனநலம் பாதிப்புக் குள்ளானவர்" என்று பாதிரியார் என்னிடம் கூறினார். திரைப்பட மன்றத்தை நிர்வகித்து வாரம் ஒரு படம் போட்டுக் காட்டுமாறு கேட்டுக்கொண்டனர். *'லெ கெப்பார்'* என்னும் படத்தை நான் திரையிட்டேன். அதனைத் தொடர்ந்து, விஸ்கோன்டி படத்தில் உள்ள பழைமை குறித்து காரசாரமான விவாதம் நடந்தது. நான் மகிழ்ச்சியாக இருந்தேன். ஏனெனில், இராணுவ முகாமில் இருந்து பல நூறு கிலோமீட்டர் தூரத்தில் இருப்பதாக உணர்ந்தேன். இயல்பு நிலைக்குத் திரும்ப முயன்றேன். வெறுமனே பொழுதைக் கழிக்கும் நடவடிக்கைகளில் ஈடுபட்டேன். பழைய பொருள் விற்கும் சந்தைக்குப் போவதுடன் அங்கு விற்கும் வறுத்த நிலக் கடலை வாங்கி அதனைப் புதினாத் தேநீருடன் சாப்பிடுவது எனக்கு மகிழ்ச்சியளித்தது. நான் சோம்பேறியாகி இருந்தேன்.

ஊர் சுற்றுவது எனக்குப் பிடித்து இருந்தது. ஆனால், இரவு நேரம் நெருங்கும்போது எனக்குள் அச்ச உணர்வு ஏற்பட்டுப் பயத்தால் நடுங்குவேன். நான் தனியாக இருக்கும்போது எனக்குள் வாதிட்டுக்கொள்வேன். இந்தப் படபடப்பைத் தணிக்க உரத்தக் குரலில் பேசுவேன். எனக்கு ஏற்பட்டுள்ள பதற்றத்தை அறிவேன். இது போன்ற நிலையில் உள்ள தனித்தன்மை என்னவென்றால் அத்தகைய நிலை வருவதற்கான அறிகுறி எதுவும் தெரியாது. திடீரென அது வரும். அவ்வளவுதான். ஏன் வருகிறது, எப்படி வருகிறது என்று எதுவும் தெரியாது. எனவே இரவு நேரம் நெருங்க விடாமல் அதனைப் புறந்தள்ளுவேன். வானத்தை நோக்கி மேலும் வெளிச்சத்தைத் தரும்படி வேண்டுவேன். நட்சத்திரங்கள் மறைந்து கொண்டிருந்தன. சில நட்சத்திரங்கள் மட்டும் தொடர்ந்து மின்னிக் கொண்டிருந்தன. இராணுவ முகாமும், அது தொடர்பான சோகமான எண்ணங்களும் என் மனதை வாட்டிய வண்ணம் இருந்தன. உயிருடன் புதைந்து இறக்க வேண்டியிருந்த அந்தப் பரிதாபத் துக்குரிய சேவகனின் முகம் மீண்டும் என் எதிரில் வந்தது. உயர் அதிகாரி ஆக்காவின் ஈவு இரக்கமற்ற கொடூர முகமும் தெரிந்தது. இவை அனைத்தும் என் மனதில் குவிய என் ஒற்றைத் தலை வலி அதிகமானது. எத்தனை நாட்கள், எத்தனை இரவுகள் என்று தொடர்ந்து எண்ணிக்கொண்டிருந்தேன். இரவுகளுடன் சேர்த்தால் மொத்தம் 564 நாட்கள். ஆனால், அவற்றில் சிலவற்றை இரவுகள் என்ற கணக்கில் சேர்க்க முடியாது. ஏனெனில் தூக்கம் மறந்த இரவுகளாக அவை இருந்தன. காலம் என்பதே நாங்கள்தான். வானத்தில் வெளிச்சம் மாறும்வரை நாம் காலத்துடன் நடந்து செல்ல வேண்டும். நான் விடுதலை பெற்று இருந்தேன். ஆனால், சுதந்திரமாக இல்லை. அந்த இராணுவ முகாமின் பாரம் அழுத்திக் கொண்டிருந்தது. அதனை என் தோள்மீது சுமந்துகொண்டிருந்தேன். என் உடல் சோர்ந்துபோய்த் தளர்ந்திருந்தது. தாங்க முடியாத குளிர்காலம், வெப்பத்தால் துன்புறுத்தும் கோடை என இராணுவ முகாமில் அனுபவித்த நாட்களின் நினைவு என்னை வாட்டியது. இவற்றிலிருந்து நான் விடுபட்டு வெளியேறியாக வேண்டும். இந்த நினைவினை விட்டொழிக்க வேண்டும். வலியில் துடிக்கும் என் உடலில் தூக்கமின்மையும் நங்கூரமிட்டிருந்தது. இவை அனைத்தும் உள்ளுக்குள் அமைதியாக நடைபெற்று

வந்தன. இவற்றைப் பற்றி விவாதிப்பது, முறையிடுவது என்ற பேச்சுக்கே இடமில்லை. அவ்வாறு செய்வதால் பிரச்சினைதான் அதிகரிக்கும். வேறு எதுவும் நடக்காது; மேலும், நாற்றம் ஒன்று என்னை வாட்டிக்கொண்டிருந்தது. அதைப் பற்றி விவரிப்பதோ விளக்கமளிப்பதோ இயலாத காரியம். அந்த நாற்றம் அவ்வப் போது என்னை ஆட்கொள்ளும். அதுதான் எல் ஹஜெப்பின் வாசனை. எண்ணெய்ப் பிசுபிசுப்புடன் கூடிய கொழுப்புத் திரவத்தின் நெடி. அதுபோன்ற நேரங்களில் என் மூக்கைப் பொத்திக் கொள்வேன். அந்த நெடி மறையட்டும் என்று காத்திருப்பேன். நான் பயன்படுத்திய உடைகளை எங்கள் வீட்டின் அருகில் வசித் தவர்களின் பிள்ளைகளுக்கு என் அம்மா கொடுத்துவிட்டார்கள். அவற்றில் எந்த உடையும் எனக்குப் பொருந்தாத அளவுக்கு நான் இளைத்துப்போயிருந்தேன்.

ஜேம்ஸ் ஜாய்ஸின் புதினம் என் அருகில் இருந்தது. பல இடங்களும் என்னுடன் அலைக்கழிக்கப்பட்டதன் காரணமாக அதுவும் மிகவும் அழுக்காகி அந்தச் சிறைவாசத்துக்கே உரிய விவரிக்க முடியாத வாசனையுடன் இருந்தது. அந்த நூலைத் திறந்த போது, ஒன்றிரண்டு பக்கங்களைக்கூடக் கடக்க முடியவில்லை. நான் வாசிக்கவில்லை. வெறுமனே நினைத்துப் பார்க்கிறேன். அந்த நினைவுகளும் மோசமானவையாக இருக்கின்றன. திரு. ஜாய்ஸ் அவர்களே, மன்னிக்க வேண்டும். நீங்கள் நினைத்துப்பார்த்திருக்க முடியாத அல்லல்களுக்கு உள்ளாகி உங்கள் மகத்தான படைப்பு அழுக்காகிவிட்டது. கொடூரமானதொரு தாக்குதலில் அது சிக்கி விட்டது. மிகவும் வெறுக்கத்தக்கத் துயரமான சூழலில் அதன் மீது கறை படிந்துவிட்டது. எனினும், அது என்னுடன் இருந்ததே போதும். எனக்கு நம்பிக்கையையும் பல நல்ல சிந்தனைகளையும் தந்து உதவியது. ஜாய்ஸ் அவர்களே, படைப்பாளி என்ற உங்க ளுடைய துணிவு என்னை மிகவும் கவர்ந்துவிட்டது. என்றாவது ஒருநாள் அத்துணிவை ஓரளவாவது பெற்றுவிட வேண்டும் என்று கனவு கண்டேன். அப்போதுதான் உலகத் துயரங்களையும் மனிதக் கீழ்மைகளையும் வெற்றிக்கொண்டு சுதந்திர உணர்வுக்கு உத்தர வாதம் அளிக்க இயலும்.

என் பழைய ஆசிரியர்களில் ஒருவரான அப்தெல் அவர்களைச் சந்திக்கச் சென்றேன். சிறை வாசத்தின் போது நான் எழுதிய சில

பக்கங்களை அவரிடம் காட்டினேன். அணைந்துபோன தன் சிகெரெட் பைப்பை மீண்டும் ஒருமுறை இழுத்தபடியே, அவற்றைப் படித்துப் பார்த்தார். "இது நன்றாக இருக்கிறது. இது கொஞ்சம் கடுமையாக இருக்கிறது" என்று மெல்லிய குரலில் கருத்துத் தெரிவித்தார். 'சூஃபில்' (மூச்சுக் காற்று) என்ற கவிதை இதழ் ஒன்றைத் தொடங்கியுள்ள தன் நண்பர் அப்தெலத்தீஃப் லாபி அவர்களுக்கு அவற்றை அனுப்பும்படி யோசனை வழங்கினார்.

காலம் முன்புபோல் இல்லை. தன் இயல்பையும் தீவிரத்தையும் மாற்றியிருந்தது. பல கடினமான நூல்களை வாசிக்க ஆரம்பித்தேன். அலுப்படையாமல் தொடர்ந்து அதில் கவனம் செலுத்தினேன். அவற்றில் சில என்னிடம் அதிர்வுகளை உண்டாக்கின. நீட்ஷே எழுத்துகளை வாசித்தேன். "ஸராதுஸ்த்ரா இவ்வாறு கூறினார்" என் ஓய்வுநேர நூலாகிவிட்டது. அந்தப் புத்தகத்தைப் புதினம் ஒன்றை வாசிப்பதுபோல் வாசித்தேன். அவ்வப்போது குறிப்புகள் எடுத்துக்கொண்டேன். அடுத்ததாக, 'கேய் சவ்வுவார்' (இன்பமாய் வாழும் வழி) நூலினை வாசிக்கத் தொடங்கினேன். அவை கூறவரும் கருத்துகள் என்னை எட்டாமல் இருக்க நான் செவிடும் இல்லை. செவிடாக்கப்படவும் இல்லை. இன்னும் மொட்டுவிடும் நிலையிலேயே இருந்த என் எண்ணங்களுக்கு அந்த வாசிப்பு அவ்வளவு இதமாக அமைந்தது. 'அனுதாபம் காட்ட ஒரு மதம்', 'சுகானுபவத்துக்கு ஒரு மதம்' ஆகியவைக் குறித்து சிந்தனையாளர் நீட்ஷே கூறும் கருத்துகள் எனக்குப் பிடிக்கும்.

எது எப்படியோ, நாம் நிறைவேற்ற வேண்டிய கடமை ஒன்று இருக்கிறது. மரணத்தை ஏற்றுக்கொண்டு வாழ்க்கை நமக்கு அளித்துள்ள கொடைகளை நிராகரிக்காமல் இருக்க வேண்டும். அடுத்தவனுக்குப் பங்கம் வராமல் பார்த்துக்கொள்ள வேண்டும். ஞானத்தையும் இவ்வுலகில் நம் இருப்பையும் அவமரியாதை செய்யாமல் கவனமாக இருக்க வேண்டும். நம் காலச் சூழலில் எழும் இரைச்சல்கள், இடைஞ்சல்கள் ஆகியவற்றில் கரைந்து காணாமல் போகாதவாறு நம்மை நாமே திடமாக்கிக்கொள்ள வேண்டும். நிரந்தரமாய்ச் சுழலும் கால எந்திரத்தின் பிம்பம் என் மனதை விட்டு அகலாமல் இருந்ததோடு என் உடல் தூங்க மறுப்பதற்கான

காரணத்தையும் விளக்கியது. நீட்ஷே குறிப்பிடும் "நம் காலத்தின் மோசமான பறவைகள்" தங்கள் கழிவுகளை என்மீது இட்டு இருந்தன. எனினும், திறந்த மனதுடன் ஏற்றுக்கொள்ளவும் கற்றுக்கொள்ளவும் தயாராக இருந்தேன். ஏனெனில் நீட்ஷே கூறு வதைப்போல, "நாம் மீண்டும் ஒருமுறை தூய்மையாகிவிடுகி றோம்." ஸராதுஸ்த்ராவும் "புறாக்கள் கொண்டுவரும் சிந்தனைகள் தான் உலகினை வழிநடத்துகின்றன" என்கிறார். இந்தக் கட்டத் தில்தான் ஸ்பினோஸாவைப் பற்றித் தெரிந்துகொண்டேன். அவரது சிந்தனைகளில் ஒன்றை எனக்கானதாக அமைத்துக் கொண்டேன். அதாவது, "எந்தவொரு உயிரும் தன் இருப்பினை எந்தச் சூழலிலும் விடாப்பிடியாகத் தொடரவே முயலும்" என்பது தான் என் முழக்கம். புறா மூலம் எனக்கு வந்துசேர்ந்த வாசகம். யாரும் மாறுவதில்லை என்பதோடு சில விதிமுறைகள் மாற்றப் பட்டாலும், தத்தமது முடிவுகளில்தான் அவர்கள் இறுதிவரை உறுதியாக இருப்பார்கள்.

இராணுவ முகாமைவிட்டு வரும் போது சில மாற்றங்களுடன், இறுக்கமடைந்து, அதிகாரத்தில் மட்டுமின்றி வன்முறையிலும் நாட்டமுடையவனாக வெளியே வந்திருக்கலாம். எனினும் நான் உள்ளே சென்ற போது இருந்ததைப் போலவே பல கனவுகளுடனும் மனித இனத்தின் மீது வாஞ்சையுடனும்தான் சிறையைவிட்டு வெளியேறி இருந்தேன். நான் தப்புக்கணக்குப் போட்டுவிட்டேன். என்றாலும் இத்தகைய சோதனைகளையும் அநீதிகளையும் சந்திக் காமல் போயிருந்தால் நான் ஒருபோதும் எழுதியிருக்க மாட்டேன்.

1968ஆம் ஆண்டு ஜூன் மாதம் மெய்யியலில் இளங்கலைப் பட்டம் பெற்றேன். ஜூலை மாதம் என் பணி ஆணை கிடைத்தது. தெத்துவான் நகரில் ஆசிரியர் பணி. அந்த நகரம் தீவிரமான பழைமைவாதத்துக்கும் விருந்தோம்பல் என்றால் என்ன என்றே தெரியாத அறியாமைக்கும் பெயர் போனதாகும்.

'சூஃபில்' இதழில் என் கவிதைகள் வெளிவந்தன. எனக்கு எல்லையில்லா மகிழ்ச்சி. வாசகர்களிமிடருந்து கடிதங்கள் வந்தன. நான் வானத்தில் மிதப்பதைப் போன்று உணர்ந்தேன். என் மாணவர்களும் அந்தக் கவிதைகளைப் பற்றி என்னிடம் பேசினர். மேலும், ஒருவர் என்னிடம் வந்து, "சரி, அடுத்த கவிதை எப்போது

வரும்?" என்று கேட்டார். நான் பதில் எதுவும் கூறாமல், தொடர்ந்து எழுத வேண்டும் என்ற முடிவுக்கு வந்தேன். நாட்டின் ஏனையப் பகுதிகளைப் போலவே, தெத்துவான் நகரிலும், எங்கள் இராணுவ முகாமைப் பற்றி யாரும் கேள்விப்பட்டிருக்கவில்லை. இவ்வளவு நாட்களாகப் உங்களைப் பார்க்க முடியவில்லையே என்ற கேள்விக்கு, "அஹர்மூமுவுக்கு விடுமுறையைக் கழிக்கச் சென்றிருந்தேன்" என்று சொல்லிவைத்தேன். அஹர்மூமு என்பது ஏதாவது ஒரு நாட்டின் பெயரா அல்லது ஊரின் பெயரா என்பது கூடத் தெரியாத அவர்கள் அதன் பெயரை உச்சரிக்க முயன்றுச் சிதைத்தனர்.

1971, ஜூன் 5

மூன்று ஆண்டுகள் கழிந்ததும், மே மாத இறுதியில் எனக்கு ஓர் ஆணை வந்தது. இராணுவ மேலதிகாரி அபாபு கையொப்ப மிட்ட அந்த ஆணையில், எல் ஹஜெப் முகாமுக்கு ஆகஸ்ட் முதல் நாளன்று நேரில் வர வேண்டும் என்று கட்டளை இருந்தது. என்னுடன் முகாமில் இருந்த பழைய தோழர்களைத் தொலை பேசியில் அழைத்து விசாரித்தேன். அவர்களுக்கும் அதே கடிதம் வந்திருந்தது. மீண்டும் ஒருமுறை அங்குச் செல்லும் எண்ணம் எனக்கு இல்லை. நாட்டைவிட்டு எங்காவது ஓடிவிட வேண்டும் என்று நினைத்தேன். என் பெற்றோரும் நான் எடுத்த முடி வினையே ஆதரித்தனர். நான் இப்போது காஸாபிளான்கா நகரில் உள்ள ஐந்தாம் முகமது உயர்நிலைப் பள்ளியில் மெய்யியல் ஆசிரியராக இருந்தேன். பள்ளியில் கல்வியாண்டு மிகவும் குறுகிய தாக இருந்தது. வேலை நிறுத்தங்கள், பள்ளி மாணவர்களின் கைதுகள், அடக்குமுறைகள் என அங்கு நிகழ்ந்த அனைத்து விஷயங்களும் சேர்ந்து பிரான்ஸுக்குப் பயணம் மேற்கொள்ளத் தேவையான ஆட்களைத் தொடர்புகொள்ளும் வேலையில் என்னை இறங்க வைத்தன. அரசின் உதவித்தொகையோ கல்விச் சலுகையோ எதுவும் கிடையாது. அரசு, கருணை காட்டுவதாக இல்லை. நான் ஒப்பந்த அடிப்படையில் பணியாற்றிக்கொண் டிருந்தேன். எனவே, நான் இப்பணியைவிட்டுப் போவதாக இருந்தால் என் மெய்யியல் பட்டப்படிப்பின் போது அரசு வழங்கிய கல்வி உதவித்தொகையைத் திருப்பிச் செலுத்தியாக வேண்டும். நான் எப்படியும் புறப்பட்டாக வேண்டும். ஏழு ஆண்டுகளுக்கு ஒரு முறை வழங்கப்படும் ஓராண்டு சபாட்டிக் விடுமுறை என்னும் விதியின்படிச் சம்பளமில்லாமல் ஓராண்டு விடுமுறையில் செல்லலாம் என்று அப்தெல் எனக்கு ஆலோசனை கூறினார். கல்வித்துறை அலுவலகத்தில் இருந்த முதியவர் ஒருவர் தன் அனுபவம் காரணமாக நான் எத்தகைய சோதனைகளைக்

கடந்து வந்துள்ளேன் என்பது தெரியும் என்று கூறி, "உன் கல்வித் தகுதிக்கான ஆவணங்களை வைத்துக்கொண்டு, விதிவிலக்காக, உனக்கு மட்டும் ஓராண்டு இப்போது விடுமுறை வழங்குகிறேன். அதனை மூன்று ஆண்டுகளுக்குப் புதுப்பித்துக்கொள்ளும்படிச் செய்கிறேன். இல்லையென்றால், மொராக்கோ அரசுக்கு உன் கல்விக்காக வழங்கிய உதவித்தொகையினைத் திருப்பிச் செலுத்தி யாக வேண்டும்" என்றார். ஆசிரியர் என்ற முறையில் மாதம் 905 திராம் ஊதியமாகப் பெற்றுவந்தேன். தங்கும் இடத்துக்கும் சாப்பாட்டுக்கும் சரியாக இருந்தது. சேமிப்பு என்பது இயலாத காரியம்.

புறப்படுவது என்று முடிவு எடுத்தாகிவிட்டது. முந்தைய மாதம் பெற்ற சம்பளப் பணத்தில் பாரீஸுக்கான விமானப் பயணச் சீட்டை வாங்கினேன். 1971ஆம் ஆண்டு ஜூலை இரண்டாம் வாரத்தில் பயணம் செய்யத் திட்டம். அதன் பின் நடந்த சில சம்பவங்களின் காரணமாக நான் புறப்படும் நாள் இரண்டு மாதக் காலம் தாமதமாக நேர்ந்தது. என்னுடன் பாரீஸுக்குப் புறப்படும் முகமது உசினி, பாரீஸின் தென்கிழக்குப் பகுதியில் உள்ள ஷராந்தோன் என்னும் ஊரில் வசிக்கும் தன் அத்தையின் வீட்டில் சில நாட்கள் என்னைத் தங்கவைத்துக்கொள்ள முன்வந்தான்.

ஜூன் 5ஆம் நாள் அன்று, ஃபேஸ் நகரில் என்னைப் போல் இராணுவ முகாமுக்கு அழைக்கப்பட்டிருந்த தண்டனை பெற்ற இரண்டு பேருடன் மருத்துவப் பரிசோதனைக்குச் சென்றிருந் தேன். மீண்டும் இராணுவ முகாமுக்குச் செல்வதில்லை என்ற முடிவினை நான் எடுத்திருந்தாலும், விதிமுறைப்படிச் செய்து முடிக்க வேண்டிய வேலைகளைச் செய்துவிடுவது பாதுகாப்பான தாகும். அதைப் பற்றி நான் பேசப்போவதில்லை. நண்பகல் வாக்கில் 'லா ரெனெசான்ஸ்' என்னும் உணவு விடுதிக்குள் நுழைந் தோம். ஃபேஸ் நகரின் நவீனமயமான பகுதியின் மையத்தில் அந்த உணவு விடுதி அமைந்திருந்தது. அங்கு அதிர்ச்சி ஒன்று காத்திருந்தது. மேலதிகாரி அபாபுவை நேருக்கு நேர் சந்திக்க நேர்ந்துவிட்டது. அதிர்ச்சியைத் தொடர்ந்து அனிச்சைச் செயலாக நாங்கள் விறைத்தபடி வணக்கம் செலுத்தினோம். "நாம் இப்போது இராணுவத்தில் இல்லை" என்று அபாபு எங்களைப் பார்த்துக்

கூறினான். எப்போதும் நல்லதையே நினைக்கும் என் தோழன் லார்பி, சிரித்த முகமாகவே இருப்பான். அவன் நேரடியாக, "தலைவரே, வரும் ஆகஸ்ட் முதல் நாள் அன்று முகாமில் சேர மருத்துவப் பரிசோதனைக்கு ஃபேஸ் நகருக்கு வந்திருக்கிறோம். தலைவரே, இந்த முகாம் எதற்காக?" என்று அபாபுவிடம் கேட்டு விட்டான்.

விளையாட்டுச் சீருடையில் இருந்த அபாபு எங்களிடம் அப்போது கூறிய சொற்கள் இன்றும் என் காதில் ஒலித்துக்கொண்டிருக்கின்றன. அதை ஒருபோதும் என்னால் மறக்க முடியாது. அவன் கூறியது இதுதான். "உங்களுக்கு ஓர் ஆச்சரியம் காத்திருக்கிறது. அது ஒரு பெரிய ஆச்சரியம்." இதைக் கேட்ட லார்பிக்கு பதற்றமும் ஆர்வமும் மேலிட, அது என்ன என்று தெரிந்து கொள்ள விரும்பினான். அவன் அருகில் வந்த அபாபு, "அது ஓர் ஆச்சரியம் பார்க்கத்தான் போகிறாய்" என்றான். ஸாக்கி முகத்தில் சிரிப்பில்லை. இராணுவத்தில் நம்மை நிரந்தரமாக சேர்த்துக்கொள்வதற்காகவே அழைப்பாணை வந்துள்ளது என்று அவன் உறுதியாக நம்பினான். இவற்றையெல்லாம் விட்டு விலகி நிற்க முயன்றேன். ஏனெனில் எது எப்படி இருந்தாலும் ஆகஸ்ட் முதல் நாள் அன்று நான் பிரான்ஸில் இருப்பேன்.

எங்கள் தோளில் செல்லமாகத் தட்டிவிட்டுச் சென்ற மேலதிகாரி அபாபு, மீண்டும் ஒருமுறை 'ஆச்சரியம்' என்று கூறிச் சென்றான். நாங்கள் ஸ்தம்பித்துபோய், குழப்பத்தில் நின்றிருந்தோம். வயிற்றில் புளியைக் கரைத்து ஊற்றியது போல் இருந்தது. நகைச்சுவை உணர்வு என்பதே அறியாத இந்த மேலதிகாரி என்ன செய்வான் என்பது எங்களுக்குத் தானே தெரியும். அவன் கூறும் ஆச்சரியம் நிச்சயமாகப் புதிய சோதனையோ அல்லது புதியதொரு பேரழிவாகவோத்தான் இருக்கும். அவன் விளையாட்டாகப் பேசும் சுபாவம் உடையவன் இல்லை. அதுவும் தண்டனை பெற்ற கைதிகளிடம் அப்படிப் பழக மாட்டான். நாங்கள் உணவுக்கான மேசை ஒன்றைப் பார்த்து அமர்ந்துகொண்டு கோழி வறுவல்களைச் சாப்பிட முடிவுசெய்தோம். லார்பி உற்சாகமாக இருந்தான். அவன் சிரிப்பில் பதற்றம் இருந்தது. "இந்த அதிகாரி சரியான முட்டாள், முன்பு இருந்ததைப் போலவே நாம் அவனுக்குப் பணிந்து போவோம் என்று நினைத்துக்கொண்டிருக்கிறான்" என்றான். எதிர்மறையான பார்வைக் கொண்ட ஸாக்கி, "நமக்கு வந்திருப்பது

அரசுக் கடிதம், இராணுவத்தின் உத்தரவு. நாம் போகவில்லை என்றால் நாம் இராணுவத்திலிருந்து தப்பி ஓடியவர்களாகக் கருதப் படுவதுடன் தண்டனைகளும் கடுமையாக இருக்கும். என்னைப் பொறுத்தவரை நான் இதனை விளையாட்டாக எடுத்துக்கொள்ளப் போவதில்லை. நம் வாழ்க்கையையே வீணாக்கிவிட்டனர்" என்றான். நானும் என் பங்குக்கு, "நம் முகாமுக்கு ஒருவன் வராமல் இருந்தானே, அவனுக்கு நேர்ந்த கதி நினைவிருக்கிறதா? அவனை உயிருடன் புதைத்துவிட்டனர்" என்றேன்.

அந்த ஆச்சரியம் எதுவாக இருக்கும் என்று லார்பிக்கு விளங்க வில்லை. அல்ஜீரியாவுடனான போராக இருக்குமா? பாழாய்ப் போக! ஒருவேளை அது உண்மையாக இருந்தால் விளைவு மோச மாக இருக்கும். அல்ஜீரியர்களைச் சுட நமக்கு மனம் வராது. அவர்கள் நம் சகோதரர்கள், நம் பங்காளிகள். பிரான்ஸ் நாட்டுடன் மூர்க்கமானதொரு போரில் ஈடுபட்டு அண்மையில்தான் ஓய்ந் திருந்தனர். அநியாயம்! முற்றிலும் அநியாயம்! மணல் போர் இன்னும் நம் நினைவைவிட்டு நீங்கவில்லை. ஒருவேளை மன்னரின் படையைச் சார்ந்த தளபதிகள் அத்தகைய போரினை மீண்டும் நிகழ்த்தி, மேலும் பலவீனமாக்கி அல்ஜீரியாவை வீழ்த்த விரும்பியிருக்கலாம்.

எங்களுக்கு இப்போது பசியில்லை. ஊருக்குத் திரும்பும் தொடர்வண்டி மாலை 5 மணிக்குதான் புறப்படும். நாங்கள் பொழுது போக ஏதாவது கலாட்டா செய்து பார்க்க முடிவு செய்தோம். ஸ்கேன்டிநேவியப் பெண்கள் இருவரைப் பார்த்து லார்பி விளையாட்டாகச் சைகை செய்தான். அரபு மொழியில் எங்களிடம், "நாம் ஜனநாயகத்தை உரசப்போகிறோம்! ரத்தத்தில் ஜனநாயகத்துடன் பிறந்த பெண்ணுடன் உறவு வைத்துக்கொள்வது என்பது உண்மையிலேயே மிகவும் நன்றாக இருக்கும்" என்றான். இது போன்ற காதல் விளையாட்டுகளில் எனக்கு எந்தவிதமான விருப்பமும் இல்லை. காத்திருக்கும் அந்த 'ஆச்சரியம்' என் மனதை ஆக்கிரமித்திருந்தது.

தாஞ்சியருக்கு வந்துசேர்ந்ததும் பிறகு வந்து தன்னுடன் சேர்ந்து கொள்ளுமாறு என்னிடம் கூறிவிட்டு அந்த இரண்டு பெண்களுடன் லார்பி புறப்பட்டான். பாழடைந்த அரண்மனை ஒன்றில் எங்கள்

பெற்றோரின் வீட்டின் அருகில்தான் அவன் வசித்துவந்தான். அந்த இரவை அவன் வீட்டில் கழித்தோம். ஸ்வீடன் ஜனநாயகத்துடன் உறவு வைத்துக்கொண்டோம். விடிந்தபோது மிகவும் இலகு வாகவும், மகிழ்ச்சியாகவும் ஏதோ ஒரு மாற்றம் பெற்றவனாகவும் உணர்ந்ததை நான் ஏற்றுக்கொண்டாக வேண்டும். முன்னதாக அந்தப் பெண்கள் புகைத்தனர். நான் அதனை மிகவும் வெறுத் தேன். பரஸ்பரம் முகவரிகளைப் பரிமாறிக்கொண்ட பிறகு நான் வீடு திரும்பினேன். காத்திருக்கும் 'ஆச்சரியம்' குறித்து என் பெற்றோரிடம் எதுவும் பேசவில்லை. அடுத்த நாள் அந்தப் பெண்கள் அல்ஜெசீராஸ் பகுதிக்குக் கப்பலில் பயணமானார்கள்.

ஆச்சரியம்

1971ஆம் ஆண்டு. ஜூலை 10ஆம் நாள், 1400 பயிற்சி அதி காரிகள், 25 லாரிகளில் கொண்டுசெல்லப்பட்டு மன்னர் இரண்டாம் ஹசனின் கோடைப் பங்களாவைச் சுற்றி நிறுத்தப்பட்டனர். அந்த ஸ்கிராத் அரண்மனை ரபாத் நகரிலிருந்து சில கிலோ மீட்டர் தொலைவில் கடற்கரையில் அமைந்திருந்தது. லெப்டி னன்ட் கர்னல் முகமது அபாபு வடக்கு வாசல் பக்கமாக உள்ளே வந்தான். அவனுடைய அண்ணன் முகமது, தெற்கு வாசல் பக்கமாக வந்தான். அன்று மன்னரின் பிறந்த நாள். மன்னருக்கு 42 வயது. தோட்டத்தில் விருந்து ஒன்றுக்கு மன்னர் ஏற்பாடு செய்திருந்தார். நண்பர்கள், அரசு அதிகாரிகள், அரசியல்வாதிகள், கலைஞர்கள், இராணுவத்தினர் எனப் பலரை அழைத்திருந்தார். கட்டுப்பாடுகளற்ற உடைகள் மெல்லிய இசை. அரச நடை முறையினை மீறுவது சில நேரங்களில் மன்னருக்குப் பிடிக்கும். வானம் பிரத்தியேகமான நீல நிறத்தில் காட்சியளித்தது. வெப்ப மாக இருந்தது. எல்லோரையும் கொல்லுமாறு உத்தரவிடப் பட்டது. எந்திரத் துப்பாக்கிமூலம் சுட்டுத்தள்ளப்பட்டனர். நீச்சல் குளம், மணல், சாப்பிடும் இடம் என எங்கும் இரத்தம். மன்னரோ கழிவறையில் தஞ்சம்.

அது ஓர் அரசு விடுமுறை நாள். காலையில் நண்பர்களுடன் நாங்கள் தாஞ்சியரிலிருந்து 5 கி.மீ. தூரத்தில் இருந்த ருமிலா பகுதிக்குச் சுற்றுலா செல்லப் புறப்பட்டோம். ஆண்களும் பெண் களுமாய்ப் பயணம் தொடங்கியது. லார்பியும் எங்களுடன் இருந் தான். அவன் வேடிக்கையானவன். எங்களைச் சிரிக்க வைத்துக் கொண்டிருந்தான். அப்தெல்மாலிக் உணவகத்தின் சாண்ட்விச் ரொட்டிகளைச் சாப்பிட்டோம். அவை நன்றாக இருக்கும். கொக்கோகோலா அருந்தினோம். அனைத்தும் நல்ல விதமாக முடிந்தன. நல்ல வெயில் அடித்தது. கீழைக்காற்று இல்லை. தாஞ்சியரில் அன்று அருமையான பருவநிலை நிலவியது.

மீண்டும் இராணுவமுகாமுக்குத் திரும்பினால் எப்படி இருக்கும் என்று கற்பனை செய்து லார்பி பகடி செய்தான். அந்தப் பெண்கள், “நாங்களும் உங்களுடன் வருவோம்” என்றனர். சிரித்து அரட்டையடித்தோம். ஒருவரையொருவர் தழுவிக்கொண்டோம். மகிழ்ச்சியாக இருந்தோம். ஸாக்கி மட்டும் கலகலப்பாக இல்லை. “அவன் அபசகுனம் பிடித்தவன். பார்த்துக்கொண்டேயிரு, இந்தப் பாழாய்போன இராணுவத்தில்தான் நம்மைத் தள்ளப்போகி றார்கள்” என்றான் லார்பி. தன் குள்ளமான உருவம், சீரற்ற முடி ஆகியவற்றால் தாழ்வுமனப்பான்மையில் இருப்பவன் ஸாக்கி. அக்குறையை ஈடுகட்டும் விதமாக நல்ல புத்திக்கூர்மையும் கொஞ்சம் ஏளனமும் அவனிடம் இருந்தன. எப்போதும்போல அவன் முகத்தில் உற்சாகமில்லை. அவன் அப்படியே லார்பிக்கு மாறானவன். என்னைப் பொறுத்தவரை, நான் இருவருக்கும் இடைப்பட்ட சுபாவம் உடையவன்.

பகல் 3.30 மணியளவில், அந்த இடத்திலிருந்து புறப்படுவது என்று முடிவு செய்தோம். கடற்கரை அருகில் உள்ள சதுக்கத்துக்கு வந்தோம். குடும்பமாக வந்து சாப்பிடும் உணவகம் ஒன்று அங்கு இருந்தது. அப்போது அதில் ஆட்கள் இல்லாதது விசித்திரமாக இருந்தது. எங்களுடன் வந்த பெண்களில் ஒருத்தி, கழிவறைக்குச் செல்ல வேண்டும் என்றாள். அந்த உணவகத்துக்குள் நுழைந்த அடுத்த நொடியே, அலறிக்கொண்டு வெளியே ஓடிவந்தாள். “வாங்க, சீக்கிரம் வாங்க. தொலைக்காட்சியில் ஒருவன் ஏதேதோ உளறுகிறான்” என்று கத்தினாள். எல்லோரும் ஓடிப்போய் பார்த்தோம். பெந்தாதூரஷ் என்ற புகழ்பெற்ற பத்திரிகையாளர், இருண்ட முகத்துடன் அறிக்கை ஒன்றை வாசித்துக்கொண்டிருந்தார்.

“ஆட்சியை இராணுவம் கைப்பற்றிவிட்டது. மன்னராட்சி முறை துடைத்தெறியப்படுகிறது. மக்களின் இராணுவம் அதி காரத்தைக் கைப்பற்றியுள்ளது. விழிப்புடன் இருக்க வேண்டும். கவனமாக இருக்க வேண்டும். மேலும் பல அறிக்கைகள் உங்கள் கவனத்துக்குக் கொண்டுவரப்படும். மக்கள் விடுதலை அடைந்துள்ளனர். ஊழல் மிகுந்த மன்னராட்சி என்பது முடிவுக்கு வந்தது. இது மக்களின் புரட்சி; இராணுவப்புரட்சி; விழிப்புடன் இருங்கள்.”

அறிக்கை முடிந்ததும் இராணுவத்துக்கான இசை ஒலிபரப்பானது. எங்களுடன் இருந்த ஒருவர், “அவ்வளவுதான். இதுதான் புரட்சி. விரைவாகத் தொழிற்சங்கத் தலைமை அலுவலகத்துக்குப் போவோம். தொழிலாளர்கள் இந்நேரம் வீதியில் இறங்கியிருப்பார்கள்” என்றார். உணவகத்தில், யாரும் இல்லை. வெளியேயும் பேருந்து, டாக்ஸி என எதுவும் இல்லை. நகருக்குள் திரும்ப எல்லோருமே அவசரம் காட்டினர். சிலர் எதிர்ப்படும் வாகனங்களை மறித்து ஏறிக்கொண்டனர். ரெனோ கார் ஒன்று நின்றது. அதில் எங்கள் முன்னாள் வரலாற்றுப் பேராசிரியர் இருந்தார். அவர் ஒரு பிரஞ்சுக்காரர். எல்லோரும் அந்த வண்டிக்குள் நெருக்கிக்கொண்டு ஏறினோம். அவர்தான் நடந்தவற்றை எங்களுக்கு விவரித்தார். “இராணுவத்தினர் திடீரென புரட்சி செய்தனர். அபாபுய்யோ, அபாபுவோ யாரோ ஒருவர்தான் அவர்களின் தலைவராம். அனைவரின் மீதும் துப்பாக்கியால் சுட்டிருக்கின்றனர். மன்னர் கொல்லப்பட்டிருக்க வேண்டும் எப்படியும் நூற்றுக் கணக்கானவர்கள் இறந்திருக்கலாம். இது சரியாகத் தெரியவில்லை. மொராக்கோவுக்கு அழிவு காலம்.” அவர் கூறியதை எங்களால் நம்ப முடியவில்லை. பீதியுடன் ஒருவரையொருவர் பார்த்துக்கொண்டோம். யாரோ வானொலியை இயக்கினார்கள். இராணுவ இசையைத் தொடர்ந்து இராணுவ அறிக்கை வாசிக்கப் பட்டது. அபாபு! லார்பி வாய்விட்டு சிரித்தான். மீண்டும் பதற்றமான சிரிப்பு. ஸாக்கி அதனை ஏற்றுக் கொள்ள மறுத்து அமைதியாக இருக்கும்படிக் கூறினான். இது வரலாற்று முக்கியத்துவமான தருணம் என்றும் நாம் அனைவரும் சுட்டுத்தள்ளப்படக்கூடிய அபாயம் இருப்பதாகவும் சொன்னான்.

அபாபு! நிச்சயமாக! ஆச்சரியம்தான்? ஒரு பெரிய ஆச்சரியம்! அப்படியென்றால் அது இதுதான்! ஸாக்கி பயத்தில் உறைந்து போயிருந்தான். முகம் வெளிறிப்போயிருந்தது. அவனிடமிருந்து பேச்சு வரவில்லை. லார்பி சிரிப்பதை நிறுத்திக்கொண்டான். அவனுக்கும் பயம் தொற்றிக்கொண்டது. எல்லோருமே பீதியில் இருந்தோம். என் தொண்டை வறண்டுபோய் இருந்தது. நான் பயந்துபோயிருந்ததோடு அதற்குள் அல்ஜீரியப்படைக்கு எதிரான போர் முனையில் இராணுவ உடையில் வீரனாக இருப்பதைப் போன்ற உணர்வு ஏற்பட்டது. என் கற்பனை எல்லை மீறிப்போக

என்னால் எதையும் கட்டுப்படுத்த இயலவில்லை. சிறுநீர் கழிக்க வேண்டும்போல் இருந்தது. எல்லோருக்கும் அப்படித்தான் இருந்தது. எனவே பேராசிரியர் வாகனத்தை நிறுத்தினார். நாங்கள் வண்டியிலிருந்து இறங்கி சிறுநீர் கழித்தோம். சிலருக்கு வயிற்று வலி ஏற்பட்டது. எல்லோரும் பேசுவதை நிறுத்திக்கொண்டனர். வீட்டுக்குப் போய்சேரும் நேரத்துக்காக எல்லோரும் காத்திருந் தோம்.

தொழிற்சங்க அலுவலகத்தில் யாரும் இல்லை. வீதிகள் வெறிச் சோடிக் கிடந்தன. எல்லோரும் சிதறியபடித் தத்தமது வீடு களுக்குத் திரும்பிக்கொண்டிருந்தனர். என் பெற்றோர் மிகவும் பதற்றமடைந்தனர். குறிப்பாக, இராணுவத்தினர் என்னவெல்லாம் செய்யக்கூடியவர்கள் என்பதை அறிந்திருந்த என் அப்பா மிகவும் பதற்றத்தில் இருந்தார். எனக்கும் பதற்றம்தான். அதற்குக் கார ணமும் இருந்தது. என்னைக் கட்டுப்படுத்திக்கொள்ள முடியாமல் என் அறைக்குள் போய்விட்டேன். உள்ளே இருப்பவற்றை அடுக்கி வைத்தேன். வானொலிப் பெட்டியை இயக்கினேன். தேசிய அலைவரிசையில் ஒலிபரப்பு இல்லை. வெளிநாட்டு அலைவரிசை கிடைக்கிறதா என்று தேடினேன். ரதியோ பிரான்ஸ்தான் கிடைத்தது. மணிக்கொருமுறை வரும் செய்தி அறிக்கைக்கான நேரத்துக்குக் காத்திருந்தேன். சிறப்புச் செய்தியாளர் விவரிக்கத் தொடங்கினார்:

“இராணுவத்தின் கைகளில் ரபாத் சிக்கியுள்ளது. தேசிய வானொலி இயங்கும் கட்டடத்தைச் சுற்றி, துப்பாக்கிச் சத்தத்தைக் கேட்கமுடிகிறது. அங்கிருந்தபடிப் புரட்சியாளர்கள் ஜனநாயகத் தைப் பிரகடனம் செய்கின்றனர். மன்னரின் விருந்தினர்களில் நிறையப் பேர் கொல்லப்பட்டிருந்தனர்.சரியான எண்ணிக்கையை வழங்க முடியாத நிலை உள்ளது. பிரான்ஸின் தூதர் தப்பித்துச் சென்றிருக்க வாய்ப்பு இருக்கிறது. பெல்ஜியத்தின் தூதர் இறந்து விட்டார். மன்னரின் நிலையைப் பற்றித் தெரிந்துகொள்ள இயல வில்லை. தன் பதவியை அவர் துறந்துவிட்டதாக அறிக்கை ஒன்று தெரிவிக்கின்றது. நாட்டின் வடகிழக்குப் பகுதியில் உள்ள அஹெர் மூமு இராணுவ முகாமில் இருந்து பயிற்சி அதிகாரிகள் சிலர் களத்தில் இறங்கியுள்ளனர். அவர்களுக்குத் தலைமை தாங்குபவர் முகமது அபாபு என்ற லெப்டினன்ட் கர்னல். அவரை வழிமொழியும் அடியாளின் பெயர் ஆக்கா. அவர்களுடன் அபாபுவின் சகோதரர்

உட்பட இளம் அதிகாரிகள் பலர் உள்ளனர். என்னிடம் அவர் களுடைய பெயர்கள் வழங்கப்பட்டுள்ளன. கேப்டன் ஷெல்லா, கேப்டன் மானுஸி, துணை அதிகாரி மிஸிரெக். சில ஜெனரல்கள் அபாபுவின் கூட்டாளிகளாக இருக்கலாம் என்று கூறப்படுகிறது. குறிப்பாக, மன்னருக்கு மிக நெருக்கமாக இருந்த ஜெனரல் மெட்பூ. அரச இல்லத்தின் நிர்வாகப் பொறுப்பில் இருந்த அவர், இப்போது புரட்சியாளர்களின் நிழற் தலைவராக இருக்கிறார். தலைமைத் தளபதி உஃப்கீரைப் பொறுத்தவரை, மன்னரின் விசுவாசமான படைக்குத் தலைமை பொறுப்பேற்றுள்ளதாகத் தகவல் வந்துள்ளது. அபாபுவையும் அவனது ஆட்களையும் தேடிக் கண்டுபிடிக்கும் பணியில் ஈடுபட்டிருப்பதாகவும் தெரிகிறது. அரபு மொழியில் மெட்பூ என்றால் 'கொலைப்பாதகன்' எனும் அச்சமூட்டும் பெயர்.

இந்தப் பெயர்கள் அனைத்தும் என் மனதில் வட்டமடித்த படியே இருந்தன. ஏனெனில், இவற்றின் ஒவ்வொரு பெயர்மீதும் முகம் ஒன்றை என்னால் பொறுத்த முடியும். எங்களுக்குத் தண்டனை அளித்த அதிகாரிகள் இவர்கள்தான். பத்தொன்பது மாதக் கால நரக வேதனையை அனுபவிக்க வைத்தவர்களும் இதே ஆட்கள்தான். இந்த அதிகாரிகள் இப்போது கொலையாளிகளாகி விட்டனர். ஆக்காவைப் பொறுத்தவரை இப்படி மாறியதில் எனக்கு ஆச்சரியம் எதுவுமில்லை. வன்முறை மூலம் மன்னரைப் பதவியிலிருந்து எப்படியாவது இறக்க வேண்டும் என்று இவர்கள் துடித்துக்கொண்டிருந்தனர். அவர்கள் தப்பித்துவிட முடியாது என்று நான் நினைக்கிறேன். குறைந்தபட்சம் என்னுடைய அனு மானமும் எதிர்பார்ப்பும் அதுதான். ஒருவேளை அவர்களுடைய ஆட்சிக் கவிழ்ப்பு முயற்சி வெற்றியடைந்துவிட்டால், இந்த நாட்டை அவர்கள் என்ன செய்வார்கள் என்று எனக்குத் தெரியும். அது மிகவும் கொடூரமான ஈவு இரக்கமற்ற எதேச்சதிகாரமாக இருக்கும். அபாபு எளிதில் பதற்றமடையக்கூடியவன், கோபக் காரன், வன்முறையாளன். அவனால் நிச்சயமாக ஜனநாயகவாதி யாக மாற முடியாது. இந்தக் கூட்டத்தினர் நீதி, ஜனநாயகம் எனப் பேசுவார்கள். ஆனால், எந்தவிதமான நியாயத்துக்கும் கட்டுப்படாதவர்கள். இவர்களை எனக்கு நன்றாகத் தெரியும். "இவர்களை நான் அறிவேன்" என்று பல முறை எனக்குள்

சொல்லிக்கொண்டேன். என் அண்ணன் பிரான்ஸிலிருந்து தொலை பேசியில் பேசினார். மன்னரைக் காப்பாற்ற பிரஞ்சுப் படை தலையிடத் தயாராக இருக்கும் என்றும் பண்பாடற்ற, பதவி ஆசை கொண்ட, வன்முறை நிறைந்த இராணுவ புரட்சியாளர்களுக்குச் சாத்தியமான இந்த வெற்றியிலிருந்து மொராக்கோவைக் காப்பாற்றியாக வேண்டியதொரு நிலையில் இருப்பதையும் கூறினார். ஒரே குழப்பமான சூழ்நிலை.

முடியாட்சிக்கு ஏற்பட்ட பதற்றத்துக்கு இணையாக நான் பதற்றமடைந்தேன். ஆகஸ்ட் முதல் தேதி அன்று இராணுவ முகாமில் எங்களைச் சேர்க்க நடந்த முயற்சிக்கும் இந்த இராணுவப் புரட்சிக்கும் நேரடியான தொடர்பு இருப்பது புரிந்தது. தான் மேற்கொண்டிருக்கும் முயற்சியில் எங்கள் பெயர்களைப் பதிவுசெய்ய அபாபு எண்ணியிருக்க வேண்டும். அவனது கட்டுப்பாட்டுக்குள் நாங்கள் இருக்கும்போது இந்த இராணுவப் புரட்சியினை நடத்தியிருந்தால் அது இன்னும் மோசமானதொரு நடவடிக்கையாக அமைந்திருக்கும். இடதுசாரி அமைப்பைச் சார்ந்த 94 மாணவர்கள் என்பது போதும். வருங்கால சர்வாதிகாரிக்கு இதைவிட வேறு சான்று என்ன வேண்டும்? நல்ல வேளையாக அந்த அவச்சொல்லிலிருந்து நூலிழையில் தப்பினோம். நிச்சயம் அதனை ஓர் அதிசயம் என்றுகூடச் சொல்லலாம். எங்களைத் தன் கட்டுப்பாட்டில் வைத்துக்கொண்டு, துயரமானதொரு சம்பவத்தில் சிக்கவைக்க எண்ணியிருந்தால் அது அபாபுவுக்கு எளிதான காரியமாகும். ஏன் அப்படிச் செய்யவில்லை என்றுதான் எனக்குப் புரியவில்லை. அவன் நினைத்திருந்தால் எதையும் செய்திருக்கலாம். எதிர்த்துப் பேசாமல் அவன் கட்டளையை நிறைவேற்றுவதைத் தவிர எங்களுக்கு வேறு வழியில்லை. ஆனால், எப்படியும் தன் திட்டம் குறித்து எங்களுக்கு அவன் முன்னதாகத் தெரிவித்திருக்க மாட்டான். மற்ற இளம் அதிகாரிகள் விஷயத்தில் செய்ததைப்போல், எங்களுக்கும் போதை மருந்து கொடுத்து, மன்னர் ஆபத்தில் உள்ளார் அவரை நாம் காப்பாற்ற வேண்டும் என்று சொல்லியிருப்பான்.

ஆக்காவின் மொட்டைத்தலை, கறாரான முகத்துடன் மீண்டும் ஒருமுறை என் மனக்கண்ணில் தோன்றியது. லெப்டினன்டாக இருந்து இப்போது தளபதியாகிவிட்ட மானுஸியின் உறுதியான

நடையும் நினைவுக்கு வந்தது. மன்னரின் விருந்தினர்களைச் சுட்டுத் தள்ளிய தளபதி ஷெல்லாவைக் கற்பனைசெய்துபார்த் தேன். புலீம், அலியூயா (இவன்தான் என் மருத்துவச் சான்றிதழைக் கிழித்து எறிந்தவன்) போன்ற பெயர்களும் காதில் விழுந்தன. இவர்கள் இரண்டு பேரும்தான் அபாபுவைக் கைதுசெய்து மன்ன ரிடம் ஒப்படைக்கும் பணியில் அவனைத் தேடி சென்றிருப்பதாகப் பேசிகொண்டனர். மன்னரையும் அவரது குடும்பத்தினரையும் காப்பாற்ற விரும்பிய குற்றத்துக்காக ஜெனரல் மெட்பூவை கைது செய்து சுட்டுத் தள்ளியுள்ளான் ஆக்கா.

நள்ளிரவைக் கடந்த பின்னும், வானொலிப்பெட்டியைக் காதோடு வைத்துக் கேட்டுக்கொண்டிருந்தேன். நாடக நிகழ்ச்சி ஒன்றை இடையில் நிறுத்திய ரதியோ பிரான்ஸ் செய்தியாளர், "மன்னர் உயிருடன் இருக்கிறார். கீழ்க்கண்ட பிரகடனத்தை சற்று முன் அவர் வெளியிட்டார்" என்ற அறிவிப்பினை வாசித்தார். அந்தப் பிரகடனத்தில் தெய்வாதீனமாகத் தான் தப்பித்ததைப் பற்றி மன்னர் விவரித்தார். நண்பர்கள் செய்த துரோகத்தைப் பற்றியும், தெய்வத்தின் அருளாசி பற்றியும் பேசினார். நண்பன் ஒருவனுக்குத் துரோகம் செய்வதைக் காட்டிலும் நட்புக்குப் பலியாவதையே தான் பெரிதும் விரும்புவதாக அவர் தெரி வித்தார். அவர் பேச்சில் உறுதியிருந்தது. தெளிவான பிரஞ்சு மொழியில் அவர் பேசினார். நூற்றுக்கும் அதிகமான அவருடைய விருந்தினர்கள் கொல்லப்பட்டனர் என்பது அவர் உரையில் தெரிந்தது. அவருடைய சகோதரர் முலே அப்துல்லா லேசாகக் காயமடைந்துள்ளார் என்பதும் பட்டத்து இளவரசரான சிதி முகமது பாதிப்பு எதுவுமின்றி நலமுடன் இருப்பதும் தெளிவானது.

வானொலி இப்போது கிளர்ச்சியாளர்களின் கட்டுப்பாட்டில் இருந்து மீட்கப்பட்டிருந்தது. பாடல் ஒலிப்பதிவு செய்துகொண் டிருந்த எகிப்து பாடகர் அப்தல் ஹலீம் ஹஃபெஸ், கிளர்ச்சி யாளர்கள் அளித்த அறிவிப்பினை வானொலியில் வாசிக்க மறுத்து விட்டதாகப் பேசிக்கொண்டனர். அநேகமாக அவர் மிரட்டப் பட்டிருக்ககூடும். தான் ஓர் அந்நிய நாட்டுக் கலைஞர் என்பதால் நட்பு நாடு ஒன்றின் உள்நாட்டு அரசியலில் பங்குபெறக் கூடாது என்று மறுத்திருக்கிறார். பார்வையற்ற மொராக்கோ இசையமைப்பாளரான அப்தெசலாம் அமீர்தான், முடியாட்சி

வீழ்த்தப்பட்டதை வேறு வழியின்றி அறிவித்தார். அறிக்கை அவரிடம் வாசிக்கப்பட அதனை மனனம் செய்து ஒப்பித்தார்.

இப்போது ஓரளவு இயல்பு நிலைக்குத் திரும்பியிருந்தேன். நல்ல வேளையாக அந்தத் தோட்டத்தில் நடந்த மன்னர் விருந்தில் நான் இல்லை. உண்மையில் அதிர்ஷ்டவசமாக என் உயிர் தப்பியது. அபாபு வெற்றி பெற்றிருந்தால், இரண்டாம் ஹசனின் தண்டனைக்கைதிகளாகிய நாங்கள் தப்பியிருக்க முடியாது. எங்களைப் பலவந்தமாக அவன் இராணுவத்தில் சேர்த்து இருப் பான். மறுக்க முயன்றவர்களைச் சுட்டுத்தள்ளியிருப்பான். கறாரான இராணுவ அதிகாரி என்பதால் அபாபு அப்படியானவன்தான். அரசுக்கு எதிரான மாணவர்களைச் சீர்திருத்தும் பணியை மேல் அதிகாரி உஃப்கீர் அவனுக்கு வழங்கினான். இருந்தபோதிலும் தான் நினைத்தபடி அனைத்தையும் அவனால் சாதிக்க முடிய வில்லை. அதாவது எங்களை அவனுடைய திட்டத்தில் கூட்டாளி களாக்கி, கிளர்ச்சியாளர்களாகவும் தேசத்துக்காக உயிரைவிட்ட தியாகிகளாகவும் மாற்ற இயலவில்லை.

பிறகு நடந்தவை அனைத்தும் எதிர்பார்த்தவைதான். இராணுவப் புரட்சியில் தொடர்புடைய தளபதிகளின் மரண தண்டனை தொலைக்காட்சியில் நேரடியாக ஒளிபரப்பானது. அவர்கள் சுட்டுத் தள்ளப்படுவதற்கு முன்பாகக் கைகள் கட்டப்பட்ட நிலையில் லாரி ஒன்றில் அடைக்கப்பட்டு அவமதிக்கப்பட்டனர். ஏனைய பயிற்சி அதிகாரிகள் அனைவரும் கைது செய்யப்பட்டனர். ரபாத்தில் உள்ள இராணுவத் தலைமை அலுவலகத்தின் நுழைவாயிலில் அபாபுவைத் தளபதி புஹாலி சுட்டுக்கொன்றான். ஆக்கா தப்பி ஓடிவிட்டான். கெனீத்ரா பகுதியின் அருகே ஏதோ ஒரு இடத்தில் அவன் பிடிபட்டு நாயைப் போல் சுட்டுக்கொல்லப்பட்டான். இவ்விதமாக ஒவ்வொருவரையும் முடியாட்சி பழி தீர்த்துக் கொண்டது. பதவிப் பித்துப் பிடித்த அந்த மனநோயாளியால் இந்த மூர்க்கத்தனமான சம்பவத்தில் சிக்கவைக்கப்பட இருந்த சாத்தியத்தை எண்ணி இன்னமும் நடுங்கிக்கொண்டிருக்கிறேன்.

ஏழைகளுக்காகப் பெரியதொரு 'குஸ்குஸ்' விருந்து ஒன்றை என் அம்மா தயார்செய்துகொண்டிருந்தார். அவர் என்னிடம்,

"ஆண்டவர் நம்முடன் இருப்பார்" என்றார். ஆண்டவரோ அதிர்ஷ்டமோ; ஆண்டவரோ விதியோ.

அடக்கமாக, அமைதியான முறையில் சிறிதளவில் ஜனநாயகம் வேண்டி போராடியதற்காக நான் தண்டிக்கப்பட்டேன். மாதக் கணக்கில் வெறுமனே ஒரு வரிசை எண்ணாக மட்டுமே நான் வாழ்ந்து வந்தேன். அதாவது வரிசை எண் 10366. நம்பிக்கை அனைத்தும் இழந்த நாளன்றுதான் எனக்கு மீண்டும் விடுதலை கிடைத்தது. ஒருவழியாக நான் கனவு கண்டபடியே அன்பு செலுத்தவும், பயணம் செய்யவும், எழுதவும் ஏராளமான நூல்களை வெளியிடவும் என்னால் முடிந்தது. எனினும், 'தண்டனை' என்னும் இந்நிகழ்வைப் பற்றிச் சொல்லத் துணியவும் அதற்கான சொற்களை அடையவும் எனக்கு ஏறக்குறைய 50 ஆண்டுகள் ஆகிவிட்டன.

★ ★ ★

குறிப்புகள்

எல் ஹஜெப் போகும் வழியில்

எல் ஹஜெப் - மொராக்கோவில் மெக்னேஸ் அருகில் உள்ள நகரம்.

ஃபேஸ் - மொராக்கோவின் இரண்டாவது பெரிய நகரம்.

ஜெலாபா - அங்கி.

ஹயீக் - வட ஆப்பிரிக்க மக்கள் தலையையும் உடலையும் சேர்த்துக் கட்டிக்கொள்ளும் துணியைக் குறிக்கும் சொல்.

செர்ஜி ஐசென்ஸ்டீன் - ரஷ்யத் திரைப்பட இயக்குநர்.

மெக்னேஸ் - மொராக்கோவின் முக்கிய நகரம்.

கிஃப் - கஞ்சா வகை.

யூனெம் - மொராக்கோவின் மெக்னேஸ் மாணவர்களின் தேசியக் கூட்டமைப்பு.

ஷபாகோனி - கொடும்படை என்னும் பொருளுடைய ஆட்கள்.

வாஷ்க்கிரீ - சீஸ், பாலாடைக்கட்டி.

கேரி கிராண்ட் - அமெரிக்கத் திரைப்பட நடிகர்.

இன்கிரிட் பெர்க்மேன் - அமெரிக்கத் திரைப்பட நடிகை. ஸ்வீடனைச் சேர்ந்தவர்.

ஃபினோ கஃபே - உணவு விடுதி.

ஜான் கென்னடி - அமெரிக்காவின் 35ஆவது குடியரசுத் தலைவர்.

ரபாத் - மொராக்கோவின் தலைநகரம்.

தாஞ்சியர் - மொராக்கோவின் முக்கிய நகரம்.

லெ குயிராசே பொத்தாம்கின் - 1925ஆம் ஆண்டில் வெளியான புகழ்பெற்ற சோவியத் திரைப்படம். (ஒலிகளற்ற பேசாப் படம்). இயக்குநர் செர்ஜி ஐசென்ஸ்டீன்.

இங்மார் பெர்க்மேன் (1918-2007) - உலகப் புகழ்பெற்ற திரைப் பட இயக்குநர். ஸ்வீடன் நாட்டைச் சேர்ந்தவர்.

IDHEC - L'Institut des hautes études cinématographiques ("Institute for Advanced Cinematographic Studies") - திரைத்துறை சார் உயர் கல்வி நிறுவனம். 1943ஆம் ஆண்டில் உருவாக்கப்பட்டது.

லா சூர்ஸ் - 1960ஆம் ஆண்டில் வெளியான புகழ்பெற்ற இந்த ஸ்வீடன் நாட்டுத் திரைப்படம் பல பரிசுகளை வென்றது. இயக்கியவர் இங்மார் பெர்க்மேன்.

முலே இதிரீஸ் ஸெரூன் - மொராக்கோவின் வடக்கில் இரண்டு மலைகளின் மீது பரவியுள்ள பகுதி. மெக்னேஸ் நகரிலிருந்து சில கிலோமீட்டர் தொலைவில் உள்ள வொலுய்பிலீஸ் நகரின் இடிபாடுகளில் இருந்து உருவான நகராகக் கருதப்படுகிறது.

விடுதலையின் கடைசி நொடிகள்

மெஃதி பென் பர்கா - மொராக்கோவின் மெக்னேஸ் மாணவர் களின் தேசியக் கூட்டமைப்பின் (யூனெம்) நிறுவனர்களில் ஒருவர். மன்னரை எதிர்த்தவர் என்பதால் மர்மமான முறையில் கொலை செய்யப்பட்டவர்.

துரூப்பு - படை என்னும் பொருளுடன் இராணுவ வீரர்களுக்கு வழங்கப்பட்ட மலிவு வகைப் புகையிலை.

ஆக்கா

தத்தா - சிறைக்கொட்டடி.

ரேம்போ (1854-1891) - அர்துயிர் ரேம்போ, 19ஆம் நூற்றாண்டின் புகழ்பெற்ற பிரஞ்சுக் கவிஞர்.

கார்ல் மார்க்ஸ் (1818-1883) - ஜெர்மனி சிந்தனையாளர். உலகப் புகழ்பெற்ற மார்க்சியத் தத்துவத்தை வடிவமைத்தவர்.

பொலித்தீக் - அரசியல்.

மருத்துவப் பரிசோதனை

சுக்கேல் அர்பா - வட மொராக்கோவில் உள்ள நகரம்.

மன்னரின் தண்டனைக்கைதிகள்

விக்தோர் உய்கோ (1802 - 1885) - உலகப் புகழ்பெற்ற பிரஞ்சு எழுத்தாளர். கவிதை, புதினம், நாடகம் என மூன்று இலக்கிய வகைமைகளிலும் மிளிர்ந்தவர்.

தாஸ்தாயேவ்ஸ்கி (1821 - 1881) - ரஷ்யாவின் பியோதர் மிக்கைலோவிச் *தாஸ்தாயேவ்ஸ்கி*, குற்றமும் தண்டனையும் உள்ளிட்ட புகழ்பெற்ற புதினங்களைப் படைத்தவர்.

செக்காவ் (1860 - 1904) - ரஷ்ய எழுத்தாளர். உலகப் புகழ்பெற்ற சிறுகதைகளை எழுதியவர் ஆன்டன் செக்காவ்.

காஃப்கா (1883 - 1924) - பிரான்ஸ் காஃப்கா, இன்றைய செக் குடியரசில் உள்ள பிராகா நகரில் பிறந்தவர். ஜெர்மன் எழுத்தாளர். உருமாற்றம் உள்ளிட்ட புகழ்பெற்ற புனைவுகளின் ஆசிரியர்.

உச்சிவெயிலில் எடைமிகுந்த கற்கள்

பால்கூம் - விறைத்தபடி நேராக நில்லுங்கள் என்னும் பொருள். ஆங்கிலத்தில் அட்டேன்ஷன்... எனும் கட்டளைச் சொல்.

மழையின்போது சில நடவடிக்கைகள்

மாஸ் 36 ரகம் - இராணுவத் துப்பாக்கி வகை. 1936ஆம் ஆண்டில் பிரான்ஸில் பயன்பாட்டுக்கு வந்தது.

ஓடீசி - கிரேக்கக் கவிஞர் ஹோமரின் காவியம்

"லெ பெரே வேர்" - 1968ஆம் ஆண்டு வெளியான அமெரிக்கத் திரைபடம்

ஜேம்ஸ் ஜாய்ஸ் (1882-1941) - அயர்லாந்தின் பிரபல எழுத்தாளர். உலிசீஸ் புதினத்தின் ஆசிரியர்

உலீஸ் - உலிசீஸ் *(ஆங்கில உச்சரிப்பில்)* 1922ஆம் ஆண்டு வெளியான இப்புதினத்தின் மொழியாக்கம் உலகின் பல மொழிகளில் கிடைக்கிறது.

லெயோபோல்ட் புலூம் - ஜேம்ஸ் ஜாய்ஸின் உலிசீஸ் புதினத்தின் கதாநாயகன்.

ஜான் ஃபோர்ட் (1894-1973) - அமெரிக்கத் திரைப்பட இயக்குநர்

ஹோவார் ஹாக்ஸ் (1896-1977) - அமெரிக்கத் திரைப்பட இயக்குநர்.

டப்ளின் - அயர்லாந்தின் தலைநகர்.

ஐந்தாம் முகமது மருத்துவனை

ஆதென் அராபி - போல் நிஸான் (1905-1940) எழுதிய பிரஞ்சுப் புதினம். 1931ஆம் ஆண்டு வெளியானது.

அந்தோனியோ மெசி - இத்தாலிய அறிஞர். தொலைபேசியை முதலில் கண்டுபிடித்தவராகக் கருதப்படுபவர்.

மிச்சுயி - ஆட்டு வறுவல் வகை. வட ஆப்பிரிக்காவின் பாரம்பரியத் தயாரிப்பு.

ஷிக்காத் - இசைக்கலைஞர்கள், பெண் நடனக் கலைஞர்கள் ஆகியோரைக் குறிக்கும் மொராக்கோ நாட்டின் சொல்.

படைத்தொகுதி

ஒர்ஃபே - கிரேக்கத் தொன்மம். கொல்லப்பட்ட தன் மனைவியுரிடீஸைத் தேடி ஒர்ஃபே செல்கிறான். அவனுடைய இசையில் மயங்கும் அந்த உலகின் கடவுள், இறந்த யுரிடீஸை உயிர்ப்பித்து ஒர்ஃபேயுடன் அனுப்பி வைக்கிறார்.

ஸ்பார்டகஸ் - (கி.மு 109-71) ரோமில் வாழ்ந்த வீரன். அடிமைகளை மீட்கப் போராடியவன்.

அஹெர்மூமு

அஹெர்மூமு - தாஸாவின் வடக்குப் பகுதி.

தாஸா - வட மொராக்கோவில் உள்ள நகரம்.

கெனீத்ரா - மொராக்கோவின் வட மேற்குப் பகுதியில் உள்ள நகரம்.

அயீத் எல்கெபீர் - ஈகைத் திருநாள்.

பன்றிகள் விரிகுடா படையெடுப்பு - 1961ஆம் ஆண்டில் கியூபா மீது மேற்கொள்ளப்பட்ட ஒரு தோல்வியடைந்த தாக்குதலைக் குறிக்கும். கியூபாவினால் நாடு கடத்தப்பட்ட இராணுவத்தினர் தான் இந்த முயற்சியில் ஈடுபட்டனர்.

ரெழீஸ் தெப்ரே (1940) - பிரஞ்சுச் சிந்தனையாளர். 1967ஆம் ஆண்டில் சே குவேராவுடன் இணைந்து பொலிவியாவில் பணியாற்றியவர்.

சே குவேரா (1928-1967) - அர்ஜெண்டினாவின் மார்க்சிஸ்ட் புரட்சியாளர். கியூபா புரட்சியின் நாயகர்.

பொலிவியா - மத்திய தென் அமெரிக்காவில் அமைந்துள்ள நாடு.

ஆக்டர்ஸ் ஸ்டூடியோ - தொழில்முறை நாடகக் கலைஞர்களுக்காக 1947ஆம் ஆண்டில் நியூயார்க் நகரில் தொடங்கப்பட்டது.

அதிநவீன மிருகத்தனம்

மெலில்லா - ஸ்பெயினின் தன்னாட்சிப் பகுதி. ஆப்பிரிக்காவின் வட மேற்குக் கடற்கரையில் அமைந்துள்ளது.

செனெகல் - மேற்கு ஆப்பிரிக்காவில், செனிகல் நதியின் தெற்கில் அமைந்துள்ள ஒரு நாடாகும்.

வாழ்க்கை முறை

ஹம்ஃபிரே போகார் (1899-1957) - அமெரிக்கத் திரைப்பட நடிகர்.

பென்னி மெலால் - மொராக்கோவின் வட மத்தியப் பகுதியில் உள்ள நகரம்.

அரியணை விழா - மொராக்கோ நாட்டில் மன்னர் பதவியேற்ற நாளைக் குறிக்கும் விதமாக ஆண்டு தோறும் ஜூலை 30ஆம் நாள் கொண்டாடப்படும் அரசு விழா.

விடுதலை உண்டு. விடுதலை இல்லை.

ஸியோனிசம் - பாலஸ்தீனத்தில் யூதத் தேசிய இனத்தை மீண்டும் நிறுவுவதற்கான யூதத் தாயக இயக்கம்.

ஆவா கார்டினர் (1922-1990) - அமெரிக்க நடிகை, பாடகி, தி பேர் ஃபுட் காண்டெசா என்னும் திரைப்படத்தில் நடித்தவர்.

சிட்னி லுய்மே (1924-2011) - அமெரிக்கத் திரைப்பட இயக்குநர். 1965ஆம் ஆண்டில் பிரான்ஸில் வெளியான 'திக்குத் தெரியாதவர்களின் குன்று'என்னும் படத்தை இயக்கியவர்.

லெயோ ஃபெரே (1916-1993) - மொனாக்கோ கவிஞர், இசையமைப்பாளர், பாடகர்.

மூான் ஃபெரா (1930-2010) - பிரஞ்சுப் பாடகர். குறிப்பாகப் பிரஞ்சுக் கவிஞர் லூயி அராகோனின் கவிதைகளை இசைப்பவர்.

லூயி அராகோன் (1897-1982) - பிரஞ்சுக் கவிஞர், புதின ஆசிரியர்.

மர்சேல் கர்னே (1906-1996) - பிரஞ்சு இயக்குநர். சொர்க்கத்தின் குழந்தைகள் உள்ளிட்ட புகழ்பெற்ற திரைப்படங்களை இயக்கியவர்.

ஜான் கொல்திரான் (1926-1967) - அமெரிக்க ஜாஸ், சாக்ஸோஃபோன் இசைக் கலைஞர்.

மூான் லூயி பரோ (1910-1994) - பிரஞ்சு நடிகர், இயக்குநர்.

காண்ட் - (1724-1804) - ஜெர்மனி சிந்தனையாளர்.

ஹைடகர் - (1889-1976) - ஜெர்மனி சிந்தனையாளர்.

லாராஷ் - மொராக்கோவின் துறைமுக நகரம்.

ரிஃப் - வட மொராக்கோவின் மலைப்பகுதி.

அமாஸை - வட ஆப்பரிக்கப் பூர்வக்குடியினர்.

வெளியில்

ஜான் ஹஸ்டன் (1906-1987) - அமெரிக்கத் திரைப்பட இயக்குநர்.

குலோது லெலூஷ் (1937) - பிரஞ்சுத் திரைப்பட இயக்குநர்.

லெ கெப்பார் - 1963 ஆம் ஆண்டு வெளிவந்த புகழ்பெற்ற திரைப்படம். இத்தாலிய இயக்குநர் லுயிசினோ விஸ்கோன்டி இயக்கிய படம்.

நீட்ஷே - *(1844-1900)* - ஜெர்மனி சிந்தனையாளர். 'ஸராதுஸ்த்ரா இவ்வாறு கூறினார்' என்னும் நூலின் ஆசிரியர்.

கேய் சவ்வுவார் - இன்பமாய் வாழும் வழி என்னும் பொருளுடன் 1882ஆம் ஆண்டு வெளியான சிந்தனையாளர் நீட்ஷேயின் நூல்.

மொழிபெயர்ப்பாளரின் பிற நூல்கள்
(தடாகம் வெளியீடு)

ஃபுக்குஷிமா: ஒரு பேரழிவின் கதை

ஆசிரியர்: மிக்கேயில் ஃபெரியே

பக்கம்: 260 * 2017 * ISBN: 978-81-932691-9-0

விலை: ரூ. 200

வாழ்வு... இறப்பு... வாழ்வு,

லூயி பஸ்தேர் (1822 - 1895) வாழ்க்கை வரலாறு

ஆசிரியர்: எரிக் ஓர்சேனா

பக்கம்: 189 * 2020 * ISBN: 978-93-88627-14-6 * விலை: ரூ. 180

உல்லாசத் திருமணம், நாவல்

ஆசிரியர்: தஹர் பென் ஜெலூன்

பக்கம்: 260 * 2020 ∗ ISBN: 978-93-88627-13-9

விலை: ரூ. 300

2021ஆம் ஆண்டுக்கான பிரஞ்சு அரசின்
'ரோமன் ரோலன் மொழியாக்க விருது' பெற்ற நூல்